Văn học Việt Nam thời toàn cầu hoá

NGUYỄN HƯNG QUỐC

VĂN HỌC VIỆT NAM THỜI TOÀN CẦU HOÁ

LOTUS MEDIA | 2023

Văn học Việt Nam thời toàn cầu hoá
Văn Mới xuất bản 2010
Lotus Media tái bản 2023
Tranh bìa trước: Lê Văn Tài
Trình bày: Uyên Nguyên
Liên lạc: nguyenhungquoc2018@gmail.com
ISBN: 979-8-8689-5426-9

Mục Lục

Lời nói đầu

Một trong những nhiệm vụ hàng đầu của phê bình và lý thuyết văn học là nhận diện các yếu tố có khả năng ảnh hưởng đến diện mạo của văn học trong hiện tại cũng như trong tương lai, ít nhất là tương lai gần, trong một vài thập niên sắp tới. Khi tiến hành công việc ấy, giới nghiên cứu Việt Nam thường có khuynh hướng nhìn vào các khía cạnh chính trị và xã hội, chủ yếu tại Việt Nam, và đặc biệt từ góc độ chính sách của nhà nước. Cách tiếp cận ấy được dựa trên hai tiền đề chính: Thứ nhất, trong văn học, nội dung - cụ thể là thái độ chính trị xã hội – là yếu tố quan trọng nhất; và thứ hai, Việt Nam là một xã hội hoàn toàn biệt lập và cô lập. Tiếc, cả hai tiền đề ấy đều không đúng. Văn học là một nghệ thuật ngôn ngữ, ở đó, tính nghệ thuật của ngôn ngữ, và cùng với nó, cảm quan và thái độ thẩm mỹ của người viết, mới là những điều căn bản. Tất cả những yếu tố này đều chịu sự tác động mạnh mẽ không phải chỉ từ các biến cố chính trị trong nước mà còn từ các điều kiện kinh tế, xã hội và văn hoá bên ngoài, có khi từ những nơi rất xa xôi. Chính vì thế, tôi đề nghị một tầm nhìn khác, rộng hơn: thế giới. Ở đó, năm đặc điểm này, theo tôi, là quan trọng nhất: toàn cầu hoá, giải lãnh thổ hoá, lai ghép hoá, hậu hiện đại hoá và mạng hoá (webization). Tôi cho chính năm đặc điểm này, hơn bất cứ yếu tố nào khác, sẽ quyết định diện mạo của văn học Việt Nam trong những thập niên sắp tới. Có điều, tiếc, trừ chủ nghĩa hậu hiện đại, chưa có yếu tố nào được giới cầm bút Việt Nam quan tâm phân tích. Mà chủ nghĩa hậu hiện đại cũng chỉ được đề cập một cách hết sức sơ sài và đầy thiên kiến. Có cũng như không.

Sau khi nhận diện năm đặc điểm ấy, tôi phân vân một thời gian khá lâu về cách viết. Viết, phóng bút mà viết; viết như rút từ trong bụng ra, không cần trích dẫn và cứ vờ như mình là người đầu tiên biết cầm bút, bao giờ cũng có sức quyến rũ mãnh liệt. Quyến rũ vì dễ. Quyến rũ vì ảo tưởng: người ta dễ ngỡ những gì mình viết là của riêng mình, chưa ai nói tới bao giờ cả. Quyến rũ vì phù hợp với thị hiếu của đám đông vốn thường nghiêng về giải trí hơn là tìm tòi, thích sự dễ dãi hơn là khó khăn. Quyến rũ nữa, vì không bị ràng buộc bởi yêu cầu về sự chính xác và chặt chẽ, ngôn ngữ tha hồ tung tẩy, uốn éo, bay lượn; chữ cứ tràn lên chữ; chữ càng có tính ẩn dụ càng được xem là đẹp. Và càng có nhiều chất thơ. Tất cả đều quyến rũ. Đã đành. Tuy nhiên, theo tôi, đó là những quyến rũ đầy nguy hiểm. Nguy hiểm vì nó sai: không có kiến thức nào là không có tính lịch sử, hơn nữa, chính tính lịch sử của kiến thức cũng là một thứ kiến thức quan trọng và cực kỳ cần thiết; riêng trong trường hợp của Việt Nam, càng cực kỳ quan trọng và cần thiết, vì chúng có tác dụng thúc đẩy việc mở rộng và gạn lọc kiến thức, từ đó, củng cố và nâng cao nền học thuật của một quốc gia. Nguy hiểm vì nó trái với sự lương thiện trí thức vốn đòi hỏi nhà nghiên cứu, phê bình và lý luận phải ghi nhận sự đóng góp của người khác; nó cũng trái với đạo đức nghề nghiệp vốn đòi hỏi sự nghiêm túc về tư liệu và tinh thần trách nhiệm về các phát biểu của mình. Nguy hiểm còn vì nó làm mất thì giờ và công sức một cách vô ích. Văn học của chúng ta, nhất là loại văn học mang tính học thuật, từ phê bình đến lý thuyết và nghiên cứu, không thiếu chất thơ và không thiếu tính ẩn dụ. Có thể nói là thừa nữa là đằng khác.

Nghĩ thế, trong cuốn sách này, tôi đã chọn hướng khác: khái niệm hoá. Theo tôi, trong lãnh vực học thuật, điều chúng ta có rất ít và cần có nhiều hơn nữa là các khái niệm. Không có khái niệm, chúng ta, một mặt, không thể xây dựng được hệ thống thuật ngữ cho chuyên ngành của mình; mặt khác, quan trọng hơn, chúng ta cũng sẽ không thể nhận diện được hiện thực vì hiện thực, nhất là hiện thực xã hội, chính trị và văn hoá, vĩnh viễn vô hình nếu chúng vô danh. Không có thuật ngữ, chúng ta không thể có một nền học thuật văn học. Không nhận diện được hiện thực, chúng ta không thể vượt bỏ hiện thực. Không thể vượt bỏ, chúng ta sẽ không có tiến bộ. Không có tiến bộ, chúng ta sẽ không thể có lịch sử. Không có lịch sử, chúng ta sẽ không có gì cả.

Trong một một nền văn học có truyền thống nghiệp dư và nặng về cảm tính, tập trung vào khái niệm là một thử thách lớn. Hầu hết các thuật ngữ mới trong tiếng Việt đều chưa có độ ổn định để trở thành rõ nghĩa, chưa có đủ độ dày về thời gian để mang tính biểu cảm, và cũng chưa có độ rộng liên văn bản cần thiết để dẫn dụ người đọc vào thế giới tri thức còn xa lạ. Do đó, chúng thành khó hiểu. Và cũng có thể gây hiểu lầm. Để giải quyết vấn nạn này, chúng ta phải cần đến một yếu tố: thời gian.

Nhưng đặc điểm của thời gian của con người là: nếu chúng ta không bắt đầu thì nó sẽ không tới.

Không bao giờ tới.

Toàn cầu hoá

Một trong những hiện tượng nổi bật nhất trên thế giới và cũng là hiện tượng được giới hàn lâm Tây phương quan tâm nghiên cứu và tranh luận nhiều nhất trong mấy thập niên vừa qua là hiện tượng toàn cầu hoá. Theo Malcolm Waters, nếu "chủ nghĩa hậu hiện đại là khái niệm [thống trị] của thập niên 1980, toàn cầu hoá có thể là khái niệm [thống trị], và là ý tưởng chính yếu giúp chúng ta hiểu được sự chuyển tiếp của xã hội loài người vào thiên niên kỷ thứ ba."[1] Xin lưu ý: Malcolm Waters chỉ nói đến sự thay đổi trong vai trò chủ đạo chứ không phải là sự triệt tiêu lẫn nhau của hai trào lưu hậu hiện đại và toàn cầu hoá trong sinh hoạt văn hoá. Khi toàn cầu hoá trở thành chủ âm, chủ nghĩa hậu hiện đại không biến mất: nó chỉ lắng xuống chiều sâu, và tác động ngược lên cách lý giải hiện tượng toàn cầu hoá. Ngoài sự khác biệt về thời điểm, giữa

---

[1] Chữ "thống trị" tôi để trong ngoặc là để dịch chữ "the" (in nghiêng để nhấn mạnh) trong nguyên tác: "just as postmodernism was *the* concept of the 1980s, globalization may be *the* concept, the key idea by which we understand the transition of human society into the third millennium." (Malcolm Waters, *Globalization*, Routledge, 2001, tr. 1).

chủ nghĩa hậu hiện đại và toàn cầu hoá có ít nhất một điểm giống nhau: cả hai đều là những thực tiễn trước khi là một khái niệm hay một triết lý. Dù đồng ý hay không, người ta cũng không thể phủ nhận và cũng không thể thoát khỏi ảnh hưởng của chúng. Nhất là từ hiện tượng toàn cầu hoá. Bởi vì, nói như Michael Denning, "Toàn cầu hoá, giống như chủ nghĩa hậu hiện đại, không phải là cái gì người ta có thể theo hay chống. Nó chỉ là một nỗ lực đặt tên cho hiện tại."[2]

Vâng, không ai có thể thoát khỏi ảnh hưởng của toàn cầu hoá. Ảnh hưởng của chủ nghĩa hậu hiện đại đến, một phần, từ những thay đổi trong đời sống xã hội, phần khác, nhiều hơn, từ những trang sách khô khan dài dằng dặc của các văn nghệ sĩ và các nhà tư tưởng: chúng bắt đầu từ giới trí thức và thường cũng chỉ dừng lại ở giới trí thức, thậm chí giới trí thức khá cao cấp. Ảnh hưởng của toàn cầu hoá, ngược lại, dấy lên ngay từ đời sống hàng ngày của hầu như tất cả mọi người, từ các siêu cường đến các quốc gia đang phát triển, từ thành thị đến nông thôn, từ những người có học đến giới bình dân. Ai cũng có thể cảm nhận được cơn lốc toàn cầu hoá. Một người thợ may Việt Nam có thể ngồi suốt ngày may những chiếc áo mà cả đời họ không bao giờ được mặc, thậm chí, được thấy những người mặc chúng: những chiếc áo thuộc hàng hiệu cao cấp của các công ty ngoại quốc, chỉ bán cho những người giàu có ở các nước Âu Mỹ. Nhưng cũng chính người thợ may ấy lại đang mang một đôi dép nhựa làm ở Trung Quốc và mặc chiếc áo "sida" may ở Thái Lan bằng vải dệt từ Malaysia và nhập lậu

---

[2] Michael Denning (2004), *Culture in the Age of Three Worlds*, London: Verso, tr. 24.

vào Việt Nam qua ngả Campuchia. Rồi cũng chính người thợ may ấy, buổi tối, có thể mải mê ngồi trước máy vi tính trong một tiệm internet café nào đó để "chat" với một người mới quen ở một thành phố khác hay có khi, ở một nước nào đó, xa lắc, chỉ thấy mơ mơ hồ hồ trên tấm bản đồ thế giới. Cũng lại người thợ ấy nữa, nếu ngày 11 tháng 9 năm 2001, ở nhà, ngồi trước máy truyền hình, cũng sẽ thấy cảnh khủng bố tấn công vào Trung tâm Thương mại Thế giới hầu như cùng lúc với hàng trăm triệu người khác trên thế giới, kể cả những người đang sống ngay tại New York, cách toà nhà đôi ấy chỉ vài ba cây số.[3] Trong tất cả các trường hợp vừa kể, kinh nghiệm về khoảng cách không gian cũng như về thế giới nói chung của người thợ ấy chắc chắn khác hẳn với kinh nghiệm của các thế hệ trước, những người bị buộc chặt vào các yếu tố địa lý, xem sự du lịch là một thứ lao động khổ ải,[4] không bao giờ có cơ hội được tiếp xúc với bất cứ ai, bất cứ thứ gì ngoài cái địa phương mình ở. Kinh nghiệm ấy cũng chính là kinh nghiệm về toàn cầu hoá.

Một kinh nghiệm như thế chưa từng xuất hiện trong lịch sử. Trước, thật ra, nhân loại, từ những địa phương khác nhau, đã có nhiều cơ hội tiếp xúc với nhau và có ảnh hưởng lên nhau, bất chấp các biên giới địa lý và chính trị vốn được dùng để hạn chế tầm tương tác giữa các thành viên trong và ngoài xã hội.

---

[3] Thú thực, tôi không biết chắc là ngày ấy ở Việt Nam các đài truyền hình có gác các chương trình thường lệ lại để chỉ chiếu tin tức về vụ khủng bố ở Mỹ hay không. Tôi chỉ đoán thế. Riêng ở Úc thì toàn bộ các kênh truyền hình đều chỉ tập trung vào vụ khủng bố ấy mà thôi.

[4] Trong cuốn *Globalization and Culture* xuất bản năm 1999, John Tomlinson nhắc nhở: trong từ nguyên, chữ "travel" (du lịch) và "travail" (lao động nặng nề) có cùng gốc gác (tr. 41).

Trong cách nhìn ấy, một số nhà nghiên cứu đẩy lịch sử toàn cầu hoá lên đến tận thời cổ đại và trung đại, lúc vua chúa một số quốc gia cầm quân đi chinh phạt các nước láng giềng, các thương buôn vượt qua nhiều biên giới, có khi sang tận các châu lục khác để kinh doanh, các tông đồ, và sau đó, các giáo sĩ của các tôn giáo, đặc biệt Thiên Chúa giáo, đi truyền đạo ở những nơi thật xa xôi, làm nên những cuộc "tiểu toàn cầu hoá" (mini-globalization).

Một cuộc toàn cầu hoá thực sự chỉ nảy sinh từ đầu thế kỷ 19 với sự phát triển của tính hiện đại (modernity) và sự bành trướng của chủ nghĩa thực dân ở châu Âu. Tính hiện đại dẫn đến sự khu biệt hoá trong xã hội: khu biệt không gian ở/nghỉ (nhà) và không gian lao động (hãng/xưởng), từ đó, khu biệt không gian riêng tư (privacy) và không gian công cộng (public); thành thị và nông thôn; cũng từ đó, khu biệt các lãnh vực hoạt động khác nhau trong xã hội: tôn giáo, chính trị và kinh tế; mỗi lãnh vực có tính tự trị, với những quy luật riêng, dù là một cách tương đối, dẫn đến sự ra đời của các nhà nước thế tục và các hoạt động tự do mậu dịch xuyên quốc gia (transnational free trade), rồi sau đó, xuyên lục địa (transcontinental), một trong những tiền đề thiết yếu của toàn cầu hoá.

Các hoạt động mậu dịch xuyên lục địa này được tăng tốc với sự phát triển của giao thông vận tải và kỹ thuật truyền thông, và với trào lưu thực dân hoá từ các nước phương Tây. Chủ nghĩa thực dân, một mặt, thúc đẩy tiến trình toàn cầu hoá không phải chỉ qua con đường thương mại mà còn qua cả con đường xâm lược đầy bạo lực, nhưng mặt khác, chính tính bạo lực ấy trở thành những hạn chế của toàn cầu hoá: khi siết chặt các thuộc địa trong bàn tay của mình và phủ nhận tư cách độc lập của các thuộc địa ấy, nó cũng vô hiệu hoá tính liên lập (interdependence) và tính liên kết (interconnectedness) của các quốc gia, những tiền đề khác của toàn cầu hoá. Bởi vậy, không có gì đáng ngạc nhiên khi hầu như tất cả các nhà nghiên cứu đều đồng ý cái gọi là toàn cầu hoá chỉ thực sự bùng nổ từ một, hai thập niên cuối của thế kỷ 20 trở lại đây như là hệ quả của những sự phát triển trong hệ thống tài chính và hành chính quốc tế, sự phát triển của hệ thống giao thông vận tải xuyên quốc gia, và sự phát triển của hệ thống thông tin và truyền thông dựa trên kỹ thuật số hoá (digitalization).[5] Michael Denning nêu thêm một lý do nữa: sự sụp đổ của bức tường Bá Linh dẫn theo sự sụp đổ của toàn bộ hệ thống xã hội chủ nghĩa ở Đông Âu, từ đó, cách phân chia thế giới ra làm ba: Thế giới Thứ Nhất (chỉ các nước phát triển), Thế giới Thứ Hai (chỉ các nước xã hội chủ nghĩa) và Thế giới Thứ Ba (chỉ các nước đang phát triển) trở thành quá khứ: Thế giới lại nhập làm một = Toàn cầu hoá.[6]

Có một lịch sử dài và bao trùm lên nhiều lãnh vực khác nhau như vậy, toàn cầu hoá trở thành một khái niệm phức tạp và đa dạng đến độ một số người đề nghị viết chữ toàn cầu hoá dưới hình thức số nhiều (globalizationS) thay vì số ít (globalization)

---

[5] Về sự phát triển của toàn cầu hoá trong lịch sử, có thể xem *Making Globalization* của Robert J. Holton (2005), Palgrave xuất bản tại New York, đặc biệt chương 2 "When did Globalization begin?", tr. 28-54; cuốn *The Three Waves of Globalization* của Robbie Roberton (2003), nxb Zed Books, London; cuốn *Globalization, a Short History* của Jurgen Osterhammel và Niels P. Peterson do Dona Geyer dịch sang tiếng Anh (2003), nxb Princeton University Press.

[6] Michael Denning (2004), sđd.

như thường thấy.[7] Khi được viết dưới hình thức số nhiều như vậy, một định nghĩa duy nhất được mọi người chấp nhận là một huyễn tưởng, hay nói như David Held và Anthony McGrew, sau khi đã nghiên cứu cẩn thận các cuộc tranh luận về toàn cầu hoá ở nhiều nơi trên thế giới, "không từng hiện hữu".[8] Bởi, lý do quan trọng nhất: toàn cầu hoá là một hiện tượng đa kích thước và lại phát triển không đồng đều: nó thay đổi theo những góc nhìn và cách nhìn khác nhau. Từ góc độ kinh tế học, người ta thấy đó là sự lưu chuyển dễ dàng của hàng hoá, dịch vụ, tư bản, kỹ thuật cũng như lao động từ nước này sang nước khác, qua đó, hình thành các công ty đa quốc gia, các thị trường xuyên quốc gia và sự phân công lao động ở phạm vi quốc tế. Từ góc độ chính trị, người ta thấy, như là hệ quả của các thay đổi về phương diện kinh tế, các quốc gia càng ngày càng có tính liên kết và liên lập, do đó, "quan hệ quốc tế giữa các nước càng ngày càng trở nên phức tạp và bất khả đoán".[9] Từ góc độ văn hoá, hầu hết các nhà nghiên cứu đều nhấn mạnh vào kinh nghiệm về không gian và thời gian, từ đó, quan hệ giữa người với người, giữa tính toàn cầu và tính địa phương, giữa cuộc sống xê dịch và ý niệm về bản sắc, v.v...

Liên quan đến toàn cầu hoá, người ta không những khác

---

[7] Xem cuốn *Globalization and After* do Samir Dasgupta và Ray Kiely biên tập, Sage xuất bản tại New Delhi năm 2006, tr. 13-4. Cuốn *Many Globalizations* do Peter L. Berger và Samuel P. Huntington biên tập do Oxford University Press xuất bản năm 2002 cũng có thể được xem là một ví dụ.

[8] David Held và Anthony McGrew (2000), *The Global Transformations Reader: an Introduction to the Globalization Debate*, Cambridge: Polity Press, tr. 3.

[9] Malcolm Waters, sđd., tr. 149.

nhau về góc nhìn mà còn khác nhau cả về cách nhìn nữa. Theo Jan Aart Scholte, có năm cách nhìn khác nhau. Đó là xem toàn cầu hoá như: (a) quốc tế hoá với mối quan hệ vượt biên giới (cross-border) và tính liên lập giữa các quốc gia; (b) tự do hoá, đặc biệt về kinh tế, ở đó vai trò của các chính phủ càng lúc càng giảm; (c) phổ quát hoá (universalization) với những bảng giá trị chung được mọi người cùng chia sẻ (ví dụ vấn đề dân chủ, nhân quyền hay môi trường trên thế giới), (d) hiện đại hoá hay Tây phương hoá, thậm chí, Mỹ hoá với ảnh hưởng áp đảo của Mỹ về phương diện văn hoá đại chúng hay tinh thần duy lý, cách thức tổ chức các bộ máy hành chính, và đằng sau tất cả các điểm này là chủ nghĩa tư bản; và cuối cùng (e) giải lãnh thổ hoá (deterritorialization) ở đó không gian xã hội không còn trùng khớp với ý niệm lãnh thổ vốn gắn liền với địa lý như trước đây.[10]

Theo tôi, có thể nói một cách khái quát: Mặt nổi của toàn cầu hoá là các hoạt động kinh tế tài chính; mặt chìm của toàn cầu hoá là những phát minh của khoa học kỹ thuật liên quan, trước hết, đến hai lãnh vực giao thông vận tải và truyền thông (bao gồm cả điện thoại di động, email và internet); nhưng trung tâm của toàn cầu hoá lại là văn hoá.

Mở đầu cuốn *Globalization and Culture*, John Tomlinson nhấn mạnh: "Toàn cầu hoá nằm ở trung tâm của nền văn hoá hiện đại; việc thực hành văn hoá nằm ở trung tâm của toàn cầu hoá."[11] Malcolm Waters cho thực chất của toàn cầu hoá là

---

[10] Jan Aart Scholte (2005), *Globalization: a Critical Introduction*, Palgrave, tr. 54-59.

[11] John Tomlinson (1999), *Globalization and Culture*, Cambridge: Polity

quan hệ giữa các tổ chức xã hội/văn hoá và tính lãnh thổ (territoriality); thực chất của mọi quan hệ là sự trao đổi. Có ba loại trao đổi chính: một, trao đổi vật chất (material exchanges) bao gồm việc buôn bán, thuê mướn, lương trả cho lao động, chi phí cho dịch vụ, v.v...; hai, trao đổi chính trị (political exchanges) bao gồm các phương tiện như là bầu cử, chỉ huy, kiểm soát, tham gia vào các đảng phái, v.v...; và ba, trao đổi biểu tượng (symbolic exchanges) qua các phương tiện như đối thoại, xuất bản, trình diễn, giáo dục, nghi lễ, tuyên truyền, quảng cáo, biểu tình, v.v... Loại trao đổi thứ nhất thường gắn liền với các quan hệ liên cá nhân (interpersonal), và đặc biệt, những không gian được địa phương hoá (nơi sản xuất, người sản xuất, thị trường, tiệm, hãng, chợ); loại trao đổi thứ hai gắn liền với chủ quyền và lãnh thổ, rộng hơn, với các quan hệ quốc tế; loại trao đổi thứ ba dễ có khả năng vượt qua các giới hạn địa phương và trở thành phổ quát nhất. Waters tóm tắt thành công thức: "trao đổi vật chất (có khuynh hướng) địa phương hoá, trao đổi chính trị quốc tế hoá; và trao đổi biểu tượng toàn cầu hoá."[12]

Đi xa hơn, Waters cho mọi kích thước của toàn cầu hoá đều có khuynh hướng biểu tượng hoá: trong kinh tế, việc toàn cầu hoá được thực hiện qua trung gian của tiền tệ, và tiền tệ càng ngày càng được giải vật chất hoá (dematerialized) (dưới hình thức chi phiếu, ngân phiếu, thẻ tín dụng, eBank, v.v...); trong chính trị, toàn cầu hoá được tiến hành với ý hướng tranh

---

Press, tr. 1.

[12] Malcolm Waters, sđd., tr. 18-20. Nguyên văn câu vừa được dịch: "material exchanges localize; political exchanges internationalize; and symbolic exchanges globalize."

giành ảnh hưởng hơn là những quyền lợi vật chất; nói cách khác, mọi trao đổi vật chất và trao đổi chính trị dần dần sẽ được thay thế bằng trao đổi biểu tượng;[13] nói cách khác nữa: mọi hình thức toàn cầu hoá, cuối cùng, đều đồng quy vào văn hoá, hay nói theo Malcolm Waters, "toàn cầu hoá không những trở thành một tiến trình lịch sử chính tác động lên văn hoá mà còn trở thành bản chất của văn hoá đương đại."[14]

Cái gọi là "bản chất của văn hoá đương đại" ấy là gì? Có thể tóm gọn lại một câu: Là kinh nghiệm mới về không gian và thời gian. Kinh nghiệm ấy, với Anthony Giddens, là sự tách rời thời gian ra khỏi không gian (time-space distanciation) để mở rộng các quan hệ giữa địa phương này với những địa phương khác ngay cả khi chúng hoàn toàn xa cách nhau về phương diện địa lý;[15] với David Harvey, là sự dồn nén thời-không gian (time-space compression), ở đó, không gian bị thu hẹp lại và thời gian trở thành ngắn hơn, hơn nữa, xu hướng khách thể hoá và phổ quát hoá của khái niệm không gian và thời gian còn cho phép thời gian triệt tiêu không gian;[16] với Manuel Castell, nơi không gian của sự tuôn chảy (space of flows) - một thế giới của sự chuyển dịch, ở đó, các quan hệ xã hội không dừng lại ở sự gần gũi về phương diện địa lý - xung đột với không gian của nơi chốn (space of places) vốn gắn liền

---

[13] Như trên, tr. 160.

[14] Như trên, tr. 184.

[15] Anthony Giddens (1990), *The Consequences of Modernity*, Stanford: Stanford University Press.

[16] David Harvey (1989), *The Condition of Postmodernity*, Cambridge: Basil Blackwell, đặc biệt chương 14 "Time and space as sources of social power", tr. 226-307. Chữ "triệt tiêu" ở đây được dùng để dịch chữ "annihilate" trong nguyên tác.

với lãnh thổ theo cách hiểu truyền thống; chính cái không gian của sự tuôn chảy này, cùng với thời-gian-phi-thời (timeless time), trở thành nền tảng vật chất của nền văn hoá mới.[17]

Những ý kiến này, thật ra, không khác nhau nhiều lắm. Và cũng không mới. Tất cả dường như đã được Martin Heidegger linh cảm từ rất sớm, vào đầu thập niên 1950, khi ông tin, với sự tiến bộ vượt bậc của các phương tiện giao thông hiện đại, ý niệm về không gian và thời gian sẽ thay đổi hẳn. Ông viết: "Tất cả các khoảng cách trong thời gian và không gian đều đang bị thu hẹp lại. Bây giờ chỉ cần qua một đêm, trên máy bay, con người đã có thể đến những nơi mà trước đây họ phải cần đến hàng tuần hay hàng tháng." Ông cũng tiên đoán là những kỹ thuật thông tin và truyền thông hiện đại, nhất là phim ảnh và truyền hình, có thể làm cho mọi người nhìn thấy những cảnh tượng trong quá khứ xa xôi nào đó như chứng kiến những gì đang diễn ra ngay trước mắt của mình, qua đó, tạo nên những thực tại ảo (virtual reality),[18] như cái điều mà Jean Baudrillard sẽ phân tích kỹ lưỡng sau này.

Nhiều học giả thâu tóm hệ quả của các thay đổi ấy vào khái niệm liên kết (interconnection) hay nối kết toàn cầu (global connectivity).[19] Thực chất của nối kết hay liên kết là sự lưu

---

[17] Manuel Castell (1996), *The Rise of the Network Society*, tập 1 của bộ *The Information Age: Economy, Society, Culture*, Oxford: Blackwell, tr. 406.

[18] Martin Heidegger (1971), *Poetry, Language, Thought*, Albert Hofstadter dịch, New York: Harper & Row, tr. 165.

[19] John Tomlinson, "Cultural Globalization" in trong cuốn *The Blackwell Companion to Globalization* do George Ritzer biên tập (2007), Oxford: Blackwell Publishing, tr. 352.

thông (circulation), theo Anna Tsing, vốn là một uyển ngữ dùng để chỉ sự thâm nhập của chủ nghĩa tư bản vào mọi ngõ ngách trên trái đất, sự phá vỡ các rào cản giữa các văn hoá, chủng tộc, ngôn ngữ và quốc gia.[20] Đó là những gì có thể được nhìn thấy hầu như ở mọi nơi: từ âm nhạc chúng ta nghe cho đến phim ảnh hay chương trình ti vi chúng ta xem, thực phẩm chúng ta ăn, quần áo chúng ta mặc, giày dép chúng ta mang, vật dụng chúng ta có đều in đậm rất nhiều dấu ấn của phương xa, đến từ rất nhiều nơi trên thế giới. Không những vậy, chúng ta có thể trực tiếp chịu sự tác động của một biến cố ở một nơi nào đó xa lơ xa lắc, nơi chúng ta chưa bao giờ đặt chân tới và có khi cũng không thể hình dung ra nó ở vị trí nào trên bản đồ thế giới, vậy mà, chỉ cần một biến động chính trị ở nơi ấy, giá xăng dầu hay giá thực phẩm tăng vọt khiến ngân sách gia đình chúng ta bị gặp khó khăn ngay tức khắc. Ngoài ra, bản thân chúng ta cũng có thể trực tiếp tham gia vào tính nối kết ấy qua các phương tiện truyền thông chúng ta đang có: điện thoại di động, email, internet, v.v...

Nhiều người cho xu hướng viễn thông hoá (telemediatization) là một trong những đặc điểm chính của thế kỷ 21. Hơn nữa, cùng với giao thông vận tải, đó là một trong hai điều kiện chính dẫn đến toàn cầu hoá và có ảnh hưởng trực tiếp đến ý niệm thời gian và không gian của con người. Nên nhớ cả không gian lẫn thời gian đều là những phạm trù cơ bản trong tư tưởng và là hai yếu tố nòng cốt trong kinh nghiệm xã hội. Đời sống con người gắn liền với không gian; văn hoá cũng gắn liền với không gian;

---

[20] Anna Tsing, "The global situation", in trong *The Anthropology of Globalization, a Reader* do Jonathan Xavier Inda và Renato Rosaldo biên tập, Blackwell xuất bản tại Oxford năm 2008, tr. 75.

bản sắc con người cũng định hình trong mối quan hệ với một không gian nhất định: một làng, một miền, một nước hay xuyên qua biên giới của nhiều nước. Kinh nghiệm về không gian của con người có liên hệ mật thiết với cấu trúc thời gian, ngược lại, kinh nghiệm về thời gian tác động đến cách chúng ta cảm nhận về không gian. Người ta dùng thời gian để đo lường không gian: những nơi có thể đến nhanh được thì gọi là gần; những nơi phải mất thời gian lâu mới đến được thì gọi là xa. Khi thời gian cần thiết để nối liền các địa điểm địa lý cách biệt bị giảm xuống, khoảng cách hay không gian sẽ bị nén lại hay biến mất. Bởi vậy, thay đổi trong thời tính của hoạt động con người đương nhiên sẽ dẫn đến những thay đổi trong kinh nghiệm về không gian, từ đó, lãnh thổ, và cũng từ đó, kinh nghiệm về biên giới; và cuối cùng, về cái mà chúng ta thường gọi là quốc gia.

Một trong những thay đổi quan trọng nữa là sự thay đổi trong tương quan giữa văn hoá và lãnh thổ: trước, như trong từ nguyên của chữ "culture" ("cultura" trong tiếng Latin) tiết lộ, văn hoá thoạt đầu có nghĩa là trồng trọt, nghĩa là gắn liền với đất; sau, cùng với quá trình toàn cầu hoá, văn hoá dần dần bị giải lãnh thổ hoá để rồi lại tái lãnh thổ hoá. Cành hoa bị gió bứt gốc, thổi đi phương xa, mang theo hạt để lại nứt nụ và rồi đâm hoa ở nơi khác. Nhưng cái khoảng trống để lại cũng không hẳn là khoảng trống: từ những chân rễ cũ dần dần nứt ra những chồi non mới, và một số hạt giống mới, từ những nơi khác, theo gió bay đến nẩy mầm. Jonathan Xavier Inda và Renato Rosaldo nhấn mạnh một ý đã được Gilles Deleuze và Félix Guattari nêu ra trong cuốn *Kafka: Pour une littérature mineure* (1975): "Không có giải lãnh thổ hoá nào mà không có tái lãnh thổ hoá cả."[21]

Liệu những nền văn hoá giải lãnh thổ hoá ấy có thành một nền văn hoá toàn cầu? Có ba quan điểm khác nhau. Một, các thuyết nhất thể hoá (homogenization theories) chủ trương kết quả của toàn cầu hoá là sự hợp lưu của các nền văn hoá, ở đó, những cái riêng sẽ bị những cái chung khống chế; trên rất nhiều phương diện, cả thế giới sẽ mang một hình ảnh giống nhau. Hai, các thuyết dị thể (heterogeneity) tin là nhân loại sẽ chống lại xu hướng nhất thể hoá, tức là đồng dạng hoá, từ đó, một mặt, sẽ bảo vệ nét đặc thù và tính tự trị của các nền văn hoá địa phương; mặt khác, sẽ tranh đấu theo hướng đa cực hoá; mỗi hướng phản ảnh những kinh nghiệm riêng về toàn cầu hoá. Ba, những người theo quan điểm lai ghép (hybridity) tin toàn cầu hoá làm cho các yếu tố mới và cũ trộn lẫn vào nhau, dung hoá lẫn nhau, cuối cùng, biến các bản sắc cá nhân cũng như cộng đồng thành những bức khảm nhiều màu và độc đáo.[22]

Tuy nhiên, dù theo quan điểm nào thì hầu như ai cũng đồng ý: toàn cầu hoá sẽ làm thay đổi hẳn diện mạo của thế giới. Fredric Jameson hình dung cái thế giới ấy như một tổng thể phi tổng thể hoá (untotalized totality) nơi chứa chất vô số những mẩu văn hoá kết tinh từ những trao đổi biểu tượng diễn ra trong quá trình toàn cầu hoá.[23] Saskia Sassen tin một

---

[21] Jonathan Xavier Inda và Renato Rosaldo, "Tracking global flows", trong cuốn sách dẫn trên, tr. 15.

[22] Nguyên đoạn này, tôi dựa vào sự tóm tắt của William I. Robinson trong bài "Theories of globalization" in trong cuốn *The Blackwell Companion to Globalization* do George Ritzer biên tập, sđd., tr. 140.

[23] Fredric Jameson & Masao Miyoshi (biên tập) (1998), *The Cultures of*

trong những hệ quả của sự tương tác giữa toàn cầu và quốc gia là sự giải quốc gia (denationalization) ở những nơi từng được gọi là quốc gia.[24]

Trước kia, Karl Marx và Friedrich Engels cũng tin như thế khi, trong *Tuyên ngôn Đảng Cộng Sản*, năm 1848, cho trong tương lai, với sự thiết lập của chủ nghĩa cộng sản trên toàn cầu, "[n]hững sự sáng tạo trí thức của từng quốc gia sẽ trở thành tài sản chung. Sự phiến diện và tính hẹp hòi quốc gia càng ngày càng trở nên bất khả và, từ vô số nền văn học quốc gia và địa phương, sẽ nổi lên một nền văn học thế giới."[25] Có điều, dường như trong cái nền "văn học thế giới" ấy, có lẽ sẽ không có, hoặc nếu có, có rất muộn, văn học của các nước Á châu, đặc biệt của Trung Hoa, nơi Marx và Engels xem như "man rợ" và rất nên bị "đánh sập": "Giai cấp tư sản, nhờ sự cải tiến nhanh chóng về tất cả công cụ sản xuất, nhờ những phương tiện truyền thông vô cùng tiện lợi, lôi kéo tất cả quốc gia, ngay những quốc gia man rợ nhất, vào sự văn minh. Những hàng hoá tiện nghi giá rẻ của nó là đội pháo binh hạng nặng mà nhờ đó nó đánh sập tất cả những trường thành của Trung Hoa, nhờ đó nó cưỡng bách cái lòng thù ghét hết sức bướng bỉnh

---

Globalization, Durham: Duke University Press, tr. xi-xviii.

[24] Saskia Sassen, "Spatialities and Temporarlities of the Global: Elements for a Theorization" in trong cuốn *Globalization* do Arjun Appadurai biên tập (2001), Durham: Duke University Press, tr. 261.

[25] Xem *Manifesto of the Communist Party* trên:

http://www.anu.edu.au/polsci/marx/classics/manifesto.html. Nguyên văn bản tiếng Anh: "The intellectual creations of individual nations become common property. National one-sidedness and narrow-mindedness become more and more impossible, and from the numerous national and local literatures, there arises a world literature."

của bọn man rợ đối với ngoại nhân phải chịu đầu hàng."[26]

Marx và Engels kỳ thị Á châu, sau này, các nhà hoạt động chính trị và xã hội khuynh tả, đặc biệt trong phong trào phản toàn cầu hoá (anti-globalization) lại... bài Mỹ. Họ cho thực chất của toàn cầu hoá là hiện đại hoá; thực chất của hiện đại hoá là Tây phương hoá; thực chất của Tây phương hoá là Mỹ hoá; và thực chất của Mỹ hoá là văn-hoá-tiêu-thụ hoá và văn-hoá-đại-chúng hoá, thường được gọi một cách hình tượng là đô-la hoá (dollarization), McDonald-hoá (McDonaldization) hoặc Coca-thực dân hoá (Coca-colonialization). Trong cách nhìn như thế, người ta xem toàn cầu hoá chỉ là tên gọi khác của chủ nghĩa thực dân mới hay, nói theo chữ của nhà làm phim Bernado Bertolucci, "một thứ chủ nghĩa toàn trị về văn hoá".[27] Một số khuyết điểm vốn gắn liền với loại thức ăn nhanh tiêu biểu của Mỹ như quá nhiều mỡ, đường và muối, những thủ phạm chính gây ra nạn béo phì được khuếch đại như là những biểu tượng của toàn cầu hoá: nó sẽ dẫn đến một thế giới đồng phục và đơn điệu, những điều có thể giết chết khả năng sáng tạo của nhân loại và phi nhân tính hoá mọi quan hệ xã hội. Toàn cầu hoá, do đó, trở thành một đe doạ. Cảm giác bị đe doạ này càng dâng cao khi người ta nhìn thấy sự thống trị của Mỹ không những về phương diện quân sự, chính trị, kinh tế mà cả về phương diện văn hoá đại chúng và

---

[26] Như trên. Bản dịch tiếng Việt của Hoàng Ngọc-Tuấn (2001), *Văn học hiện đại và hậu hiện đại qua thực tiễn sáng tác và góc nhìn lý thuyết*, California: Văn Nghệ, tr. 583.

[27] Dẫn theo John Tomlinson trong bài "Cultural Globalization" in trong tập *The Blackwell Companion to Globalization* do George Ritzer biên tập (2007), sđd., tr. 356.

ngôn ngữ: tuyệt đại đa số các phim ảnh được chiếu trong rạp hoặc trên hệ thống truyền hình trên khắp thế giới là do Mỹ sản xuất, và tuyệt đại đa số các websites là bằng tiếng Anh.

Cứ tưởng tượng cái cảnh: từ châu Á đến châu Âu, châu Phi, châu Mỹ và châu Úc, đi đâu người ta cũng gặp những kiểu kiến trúc giống nhau, những thời trang giống nhau, những thực phẩm giống nhau, những phong cách sống giống nhau. Cái sự-giống-nhau (sameness) ấy, theo George Ritzer càng ngày càng lan tràn khắp nơi trên thế giới qua hình ảnh của các siêu thị, các tiệm bán thức ăn nhanh, các khu thương mại, các quán cà phê theo kiểu công nghiệp như Starbucks, v.v... mà kết quả là tạo ra những cái-không-là-cái-gì-cả (non-things), những nơi-không-là-nơi-nào-cả (non-places), những người-không-là-ai-cả (non-people) và những dịch-vụ-không-phục-vụ-gì-cả (non-services).

Trước hết, cần lưu ý: Ritzer phân biệt hai phong cách sống khác nhau: không-là-gì-cả (nothing) chỉ những gì được điều khiển một cách máy móc, thiếu hẳn những quan hệ mang tính người, và một-cái-gì-đó (something), ngược lại, chỉ những gì mang tính độc đáo, gần gũi và thân mật, để lại dấu ấn sâu sắc và lâu dài trong ký ức, góp phần tạo nên bản sắc của từng cá nhân. Tô canh chua và nồi cá kho tộ chăm chút nấu ở nhà là cái-gì-đó trong khi những thức ăn đóng hộp sẵn mua ở siêu thị là những cái-không-là-gì-cả. Một tiệm ăn có phong cách trang trí riêng và ấm cúng là một nơi-nào-đó trong khi tiệm McDonalds ở đâu cũng giống hệt nhau từ cách kiến trúc đến cách trang trí, cách thiết kế, cách phục vụ là nơi-không-là-nơi-nào-cả. Người đạp xích lô hay lái xe ôm chột một mắt quen thuộc ở đầu ngõ là một người-nào-đó trong khi viên phi công áo quần ủi thẳng tắp ngồi cách biệt trong buồng lái, xa cách hẳn với hành khách, là người-không-là-ai-cả. Chị bán phở trong lồng chợ với nồi nước lèo sôi sùng sục và bốc khói nghi ngút đang phục vụ khách hàng trong khi người đứng trước quầy tính tiền trong siêu thị lại không-phục-vụ-gì-cả: họ làm việc như những cái máy, nói những câu chào hỏi và từ biệt giống nhau với tất cả mọi người. Điều đáng tiếc, theo Ritzer, những cái-không-là-gì-cả, những nơi-không-là-nơi-nào-cả, những người-không-là-ai-cả và những kiểu dịch-vụ-không-phục-vụ-gì-cả càng ngày càng lan rộng khắp thế giới trong khi những cái-gì-đó thì lại càng ngày càng thưa vắng. Ritzer gọi đó là xu hướng "cầu phát hoá" ("grobalization", kết hợp giữa chữ grow - lớn mạnh/phát triển – và globalization – toàn cầu hoá)[28] vốn là một tiến trình nhất thể hoá, như một tham vọng đế quốc, tạo ra những hình thức và phương thức làm việc được chuẩn hoá một cách máy móc, ở đâu cũng giống nhau, tuyệt đối không có một nét đặc thù nào cả.[29]

Mà không phải chỉ trên trần gian này, e qua bên kia thế giới, người ta cũng sẽ bắt gặp những cảnh như thế. Chứ không phải sao? Chỉ cần bước ra các đường phố ở Hà Nội, Sài Gòn hay có lẽ, bất cứ nơi nào ở Việt Nam, người ta cũng dễ dàng nhận thấy ngay cả tiền vàng mã cũng có đô-la, hơn nữa, tiền vàng

---

[28] George Ritzer dùng chữ *grobalization* để đối lập với chữ *glocalization* vốn chỉ sự kết hợp giữa toàn cầu hoá, *globalization*, và địa phương hoá, *localization*; ở đó, toàn cầu hoá không xoá mất bản sắc của địa phương, mà ngược lại, còn tạo nên những bản sắc có tính lai ghép độc đáo.

[29] George Ritzer (2003), *The Globalization of Nothing*, Thousand Oaks: Pine Forge Press. Có thể xem trên trang mạng
http://www.pineforge.com/upm-data/13651_Chapter_6_Theorizing_Glocalization_and_Grobalization.pdf

mã giả tờ 100 Mỹ kim mới là loại tiền cao giá nhất và được ưa chuộng nhất.[30] Riêng ở Úc, mỗi lần đi dự đám tang, điều làm tôi ghê sợ nhất là nghe đi nghe lại những lời tụng kinh thu sẵn trong băng cassette hay CD. Khiếp chứ? Cái cảnh nhất thể hoá (homogenization) ấy, ở đâu cũng thấy đô-la, McDonalds, Coca Cola và Starbucks ấy đúng là một viễn tượng hãi hùng.

May, điều đáng mừng là cái viễn tượng hãi hùng ấy dường như rất ít có khả năng biến thành hiện thực; hoặc nếu có, chắc cũng còn xa lăm lắm. Thứ nhất, do sự phát triển không đồng đều của tiến trình toàn cầu hoá, văn hoá toàn cầu, nếu có, bao giờ cũng ở số nhiều, thậm chí, khá nhiều, như những người theo thuyết dị thể hay lai ghép chủ trương, chứ không thể là một nhất thể được. Thứ hai, toàn cầu hoá không đơn giản chỉ là một quá trình một chiều: từ Tây phương toả ra khắp thế giới. Đã đành đó là chiều chính. Nhưng không phải là chiều duy nhất. Trên thực tế, như các nhà nhân chủng học chứng minh, bên cạnh ảnh hưởng từ Tây phương lên các nước khác, có không ít dấu hiệu cho thấy có những tác động ngược lại từ các quốc gia nghèo yếu lên các quốc gia giàu mạnh và tiên tiến hơn, hay những ảnh hưởng giữa các nước nghèo và các cộng đồng nhỏ với nhau.[31] Thứ ba, mỗi quốc gia có một bề dày lịch sử riêng, thường gắn liền với một (hoặc một số) sắc tộc nhất định - những yếu tố cực kỳ quan trọng trong việc hình thành bản sắc – mà toàn cầu hoá không dễ gì đánh bạt đi được để thay thế vào đó bằng một bản sắc hoàn toàn mới. Mới, nếu có,

---

[30] Xem bài "The dollarization of Vietnamese ghost money" của Heonik Kwon trên *Journal of the Royal Anthropological Institute* số tháng 3.2007.

[31] Xem cuốn *The Anthropology of Globalization, a Reader* do Jonathan Xavier Inda và Renado Rosaldo chủ biên (2008), Oxford: Blackwell, tr. 28.

chỉ là mới theo kiểu lai ghép, chứ không thể là hoàn toàn mới, đồng dạng với những cái mới nhan nhản khác trên thế giới. Thứ tư, tự bản chất, con người bao giờ cũng có sức đề kháng rất cao; khi bị đe doạ, sức đề kháng ấy lại càng cao hơn nữa: Việt Nam từng bị Trung Hoa đô hộ cả ngàn năm mà vẫn không bị đồng hoá; người Chàm sống chung với người Việt cả mấy trăm năm mà vẫn giữ được nét riêng.[32] Không phải ngẫu nhiên mà khi xu thế toàn cầu hoá càng ngày càng mạnh, các khuynh hướng phản động (hiểu theo nghĩa trung tính) cũng càng lúc càng nổi lên: các phong trào dân tộc chủ nghĩa ở các nước thuộc Đông Âu nổi lên, phong trào khủng bố không có vẻ gì suy yếu sau hai cuộc chiến tranh đẫm máu ở Afghanistan và Iraq, những người Hồi giáo cũng trở thành cứng rắn hơn, hình ảnh những cuộc "xung đột văn minh" (clash of civilizations) giữa Tây phương và các nước ngoài Tây phương cũng như giữa các quốc gia ngoài Tây phương với nhau, đặc biệt giữa văn minh Thiên Chúa giáo và văn minh Hồi giáo – Nho giáo, như lời tiên đoán của Samuel Huntington vào năm 1993,[33] có vẻ như càng lúc càng cụ thể, trong khi đó lời tiên

---

[32] Sự so sánh này, dù vậy, chỉ có ý nghĩa rất tương đối. Hoàn cảnh hiện nay, thời toàn cầu hoá, khác hẳn ngày xưa. Người Việt Nam, dưới ách đô hộ của Trung Hoa, cũng như người Chàm, khi sống chung chạ với người Việt Nam, dù sao cũng có một không gian riêng biệt và ít nhiều có tính chất tự trị: gia đình, thậm chí, làng xã. Thời nay thì khác. Các phương tiện truyền thông đại chúng, từ truyền hình đến âm nhạc, phim ảnh, sách báo, internet, v.v... len lỏi vào tận trong các phòng ăn, phòng học và phòng ngủ của từng gia đình. Áp lực đồng hoá, do đó, chắc chắn là sâu và mạnh hơn hẳn ngày xưa. Tuy nhiên, dù sâu và mạnh đến mấy, nó cũng không thể đè bẹp hẳn mọi ý thức tự vệ và nỗ lực phản kháng, phần lớn từ trong vô thức, của các cộng đồng nhỏ.

[33] Samuel P. Huntington, "The clash of civilizations?", *Foreign Affairs*, số 72, Summer 1993, tr. 22-49. Có thể đọc trên http://www.vicisu.com/wp-

đoán về một thế giới giải ý thức hệ (deideologized world) sau khi chiến tranh lạnh kết thúc của Francis Fukuyama dường như không đúng sự thật.[34]

Viễn ảnh nhất thể hoá có thể sẽ không xảy ra. Có phần chắc là không thể xảy ra. Nhưng những cái gọi là đặc thù, độc đáo, thuần tuý mang tính địa phương thì, theo nhận định của George Ritzer, đang biến mất với tốc độ rất nhanh.[35] Nói cách khác, toàn cầu hoá không xoá nhoà được mọi biên giới trong chính trị, trong xã hội cũng như trong văn hoá, không thể tẩy sạch những dị biệt trong nếp nghĩ và nếp cảm xúc của con người và không thể biến tất cả thành Một, hay, nói theo chữ của Rolan Robertson, một "địa điểm độc nhất" (single place),[36] Tuy nhiên, trước làn sóng toàn cầu hoá, cũng không có cái gọi là bản sắc nào có thể giữ được mãi mãi nét đặc thù vốn được xem là truyền thống của mình được. Toàn cầu hoá làm cho mọi thứ đều thay đổi: nó đặc thù hoá những cái phổ quát và phổ quát hoá những cái đặc thù.

Trong phạm vi văn học, sự thay đổi ấy càng không thể tránh được. Gần đây, nhiều người nói đến sự phát triển của một số hiện tượng văn học hậu quốc gia (postnational) chủ yếu dựa trên ngôn ngữ thay vì lãnh thổ như văn học của cộng đồng Anh ngữ (Anglophone), cộng đồng Pháp ngữ (Francophone) hay của cộng đồng tiếng Tây Ban Nha (Hispanophone). Ranh

---

content/huntington.pdf

[34] Francis Fukuyama, "The end of history?", *National Interest*, summer 1989, tr. 3-18.

[35] George Ritzer (2003), sđd.

[36] Robertson (1992), *Globalization: Social Theory and Global Culture*, London: Sage.

giới của văn học mỗi nước cũng được mở rộng hơn, bao gồm cả dòng văn học sắc tộc và di dân, từ đó, dẫn đến nhiều thay đổi khác liên quan đến hệ thống điển phạm cũng như hệ thống tiêu chí để phê bình và nghiên cứu.

Còn văn học Việt Nam thì sao?

Nhớ, khi tìm hiểu nguyên nhân dẫn đến phong trào Thơ Mới, Hoài Thanh đã ghi nhận những thay đổi triệt để và dữ dội khi Việt Nam tiếp xúc với Tây phương, những sự thay đổi mà Hoài Thanh cho là lớn nhất trong cả lịch sử mấy chục thế kỷ của Việt Nam. Ông viết:

> Chúng ta ở nhà tây, đội mũ tây, đi giày tây, mặc áo tây. Chúng ta dùng đèn điện, đồng hồ, ô tô, xe lửa, xe đạp... còn gì nữa! Nói làm sao cho xiết những điều thay đổi về vật chất, phương Tây đã đưa tới giữa chúng ta! Cho đến những nơi hang cùng ngõ hẻm, cuộc sống cũng không còn giữ nguyên hình ngày trước. Nào dầu tây, diêm tây, nào vải tây, chỉ tây, kim tây, đinh tây. Đừng tưởng tôi nguỵ biện. Một cái đinh cũng mang theo nó một chút quan niệm của phương Tây về nhân sinh, về vũ trụ, và có ngày ta sẽ thấy thay đổi cả quan niệm sống của phương Đông.[37]

Cuốn *Thi nhân Việt Nam* có nhiều cái hay. Hay ở cách chọn các nhà thơ tiêu biểu: trong hàng ngàn người làm thơ và công bố thơ trên báo chí, Hoài Thanh chọn được gần đầy đủ những người tài hoa nhất. Hay ở cách chọn thơ: ở mỗi tác giả được bình, Hoài Thanh thường chọn đúng những bài thơ xuất sắc nhất. Hay ở những lời giới thiệu: Hoài Thanh nắm bắt được

[37] Hoài Thanh & Hoài Chân (1967), *Thi nhân Việt Nam* (ấn bản đầu tiên in năm 1942), Thiều Quang tái bản tại Sài Gòn, tr. 10.

đúng cái thần của từng nhà thơ, và bằng những đoạn thật ngắn, ông vẽ lên được những cái thần ấy một cách sinh động, sắc nét và rất thơ mộng; nhiều chân dung còn để lại ấn tượng trong lòng độc giả cả hơn nửa thế kỷ; đến bây giờ vẫn chưa nhạt. Và hay ở bài tổng quan "Một thời đại trong thơ ca" in ở đầu cuốn sách, ở đó, Hoài Thanh nêu bật lên được sự khác biệt giữa thơ mới và thơ cũ: một dòng thuộc cái "tôi" và một dòng thuộc cái "ta", và ảnh hưởng của Tây phương trong thơ Việt Nam qua hình ảnh một cái đinh vừa nêu.

Một cái đinh mà còn thế, huống gì...

Huống gì bây giờ chúng ta sống trong thời đại của toàn cầu hoá. Đừng nói gì đến những người đang sống ở hải ngoại. Cứ lấy hình ảnh những người có mức sống trung bình ở trong nước mà xem. Thì cũng ở nhà tây. Vật dụng trong nhà có khi là hàng nhập hoặc, nếu không, cũng là hàng nhái theo kiểu Ý, kiểu Pháp. Thì cũng đi xe Nhật hoặc xe Trung Quốc. Thì cũng mặc quần áo mang nhãn hiệu từ Pháp, từ Mỹ, từ Hongkong hoặc từ Thái Lan. Quan trọng hơn, chúng ta có nhiều thứ mà thế hệ cha ông chúng ta chưa bao giờ tưởng tượng ra được: thứ nhất, điện thoại di động để có thể nói chuyện với bạn bè bất cứ ở đâu và với bất cứ khoảng cách nào; ti vi để xem tin tức với đầy đủ hình ảnh mọi biến động trên thế giới, từ những cơn bão ở Mỹ đến những cơn lụt ở Trung Quốc và những trận cháy rừng ở Úc; từ một trận đá bóng ở Anh đến một cuộc nổ bom ở Iraq, v.v... Rồi chúng ta lại có máy vi tính và máy vi tính lại được nối với internet để chúng ta có thể đọc đủ mọi chuyện trên thế giới, nhắn tin và nhận trả lời của bạn bè ở ngoại quốc trong tích tắc, vừa nói chuyện với người tình vừa nhìn người tình của mình cười ỏn ẻn trước webcam ở một nơi cách mình cả hàng ngàn hoặc chục ngàn cây số!

Những chuyện ấy, người xưa nghe kể, chắc sẽ nghĩ là chuyện thần tiên.

Rồi chuyện giao thông nữa. Thời Thơ Mới, 1932-45, có người cả đời không bước ra khỏi cái làng heo hút nhỏ xíu của mình. Leo lên chiếc tàu chợ đi ra khỏi Hà Nội khoảng vài ba chục cây số đã trầm trồ rối rít với nhau là "đi giang hồ" và "phiêu bạc"; đi vào Huế thì đã gọi là "ly hương" như một câu thơ não nùng của Nguyễn Bính: "Chén rượu ly hương, Trời, đắng lắm!" Còn bây giờ? Chưa tới hai tiếng đồng hồ đã bay từ Hà Nội vào Sài Gòn; thêm một tiếng đồng hồ nữa, đã sang tận Thái Lan hay Singapore; ngủ một giấc đã thấy mình thức dậy ở Úc; ăn ba bữa ăn là đã thấy mình đặt chân tới đất Mỹ.

Chẳng lẽ những sự thay đổi dữ dội như vậy lại không có ảnh hưởng gì đến văn hoá và văn học? Đó là điều không thể có. Nên nhớ tất cả những ví dụ vừa nêu đều được xem là những thay đổi cực lớn, không những với người Việt Nam mà còn với loài người nói chung. Có người gọi sự xuất hiện của máy vi tính và internet là cuộc cách mạng thứ ba trong lịch sử văn minh nhân loại, sau việc sáng chế ra chữ viết (mấy thế kỷ trước công nguyên) và việc sáng chế ra máy in (vào thế kỷ 15).[38] Còn toàn cầu hoá lại là một cuộc cách mạng khác nữa, một cuộc cách mạng, về quy mô, chưa từng có.

---

[38] Xem thêm bài "Tiến tới nền văn hoá điện tử" của Nguyễn Hưng Quốc in trong cuốn *Văn học Việt Nam từ điểm nhìn h(ậu h)iện đại*, nxb Văn Nghệ, California, 2002, tr. 379-392, hoặc trên Tiền Vệ:
http://www.tienve.org/home/literature/viewLiterature.do;jsessionid=6434484D11D0080A682DF32330E90B1F?action=viewArtwork&artworkId=1123

Văn hoá và văn học Việt Nam nhất định sẽ thay đổi. Nhất định. Có ít nhất ba lý do để tin chắc điều đó. Thứ nhất, chúng không thể không thay đổi khi, dưới ảnh hưởng của toàn cầu hoá, kinh nghiệm của chúng ta về không gian và thời gian, về thế giới và về cái "khác" (otherness), về tính chính trị của ý niệm bản sắc và tính thẩm mỹ của sự lai ghép cũng như sự lai giống (mongrelization); về hình ảnh người di dân và những công dân toàn cầu (cosmopolitian), về quan hệ giữa tính toàn cầu và tính địa phương, giữa văn hoá tiêu thụ và tương quan quyền lực trên thế giới, v.v... dần dần thay đổi. Chắc chắn những thay đổi ấy không kém toàn diện và sâu sắc so với khi Việt Nam tiếp xúc với Trung Hoa, và sau đó, với Pháp. Thực chất của hai lần tiếp xúc ấy là bị cưỡng bức, hơn nữa, bị cưỡng bức một cách nhục nhã: mất nước và biến thành nô lệ. Lần này, chúng ta được tự do, có thể tự chủ và có nhiều khả năng để lựa chọn hơn. Thứ hai, văn hoá, và nhất là văn học Việt Nam, không thể không thay đổi khi càng ngày càng có nhiều người cầm bút được đi ra nước ngoài, hoặc để du học hoặc để du lịch; nếu không, số người biết ngoại ngữ và có điều kiện đọc sách báo bằng ngoại ngữ ở trong nước càng lúc càng tăng. Hơn nữa, với trình độ ngoại ngữ khá cao, nhiều người có thể tiếp xúc với thế giới bên ngoài dễ dàng qua internet. Thứ ba, cũng qua internet, vai trò của giới cầm bút sống ở hải ngoại, những người có hai lần kinh nghiệm trực tiếp về toàn cầu hoá: qua kinh nghiệm sống ở các thành phố toàn cầu (global cities) ở Tây phương và qua kinh nghiệm lưu vong vốn mang bản chất vượt biên giới và xuyên quốc gia của họ, càng ngày càng tăng. Nên lưu ý: hiện nay, vào năm 2010 này, hầu hết các websites về văn học bằng tiếng Việt đều ở hải ngoại: Tiền Vệ, Talawas, Da Màu và Gió-O. Cả cuốn từ điển tác giả văn học

Việt Nam bằng điện tử đầu tiên cũng ở hải ngoại: Wikivietlit.[39] Ở trong nước, cho đến thời điểm này, tuyệt đối chưa có một tạp chí mạng (webzine) nào đúng nghĩa. Chỉ có báo mạng (thiên về tin tức) và blog (một thứ nhật ký điện tử của cá nhân).

Tuy nhiên, không phải hễ có điều kiện thay đổi, chúng ta có thể thay đổi được ngay. Dường như vẫn có cái gì đó lấn cấn trong tâm thức của nhiều người cầm bút Việt Nam. Bằng chứng: trong khi đề tài toàn cầu hoá gây sôi động ở khắp nơi trên thế giới,[40] riêng tại Việt Nam, người ta chỉ bắt gặp một sự

---

[39] http://www.vietnamlit.org/wiki/index.php?title=Wikivietlit.

[40] Trong tiếng Anh, chữ "toàn cầu" (global) đã xuất hiện cách đây trên 400 năm, nhưng khái niệm "toàn cầu hoá" thì chỉ mới được ra đời từ đầu thập niên 1960 và trở thành phổ biến từ đầu thập niên 1990 mà thôi. Trong cuốn *Key Words* của Raymond Williams, ấn bản mới năm 1983, không hề có từ "globalization". Trong cuốn *The Harper Collins Dictionary of Sociology* xuất bản năm 1991, có thuật ngữ "globalization of production" (toàn cầu hoá sản xuất) nhưng chưa có mục từ "globalization". Chỉ trong *Oxford Concise Dictionary of Sociology* (1994), mục từ "globalization" mới xuất hiện lần đầu tiên. Theo thống kê của Thư Viện Quốc Hội Mỹ vào tháng 4 năm 1994, có 34 cuốn sách trong nhan đề có chữ "toàn cầu"; đến tháng 2 năm 2000, con số ấy nhảy lên 284. Tuyệt đối không có cuốn sách nào về toàn cầu hoá xuất bản trước năm 1987 cả. (Theo Malcolm Waters, sđd., tr. 2; và Habibul Haque Khondker trong bài "Glocalization as Globalization: Evolution of a Sociological Concept" trên http://www.bangladeshsociology.org/Habib%20-%20ejournal%20Paper%20GlobalizationHHK,%20PDF.pdf). Từ năm 2000 đến nay, số sách viết về toàn cầu hoá chắc chắn nhảy vọt. Tôi không có số liệu cụ thể, chỉ thử tìm chữ "globalization" (toàn cầu hoá) trên Google: thấy 28,000,000 mục (search results); nếu tìm chữ "global" (toàn cầu) thì có đến 788,000,000 mục (mỗi "mục" có thể là một cuốn sách hay chỉ là một bài, một bản tóm tắt của một bài báo, thậm chí, chỉ là một mẩu quảng cáo mà thôi.) Thử so sánh với chữ "postmodernism" (chủ nghĩa hậu hiện đại) vốn ra đời sớm hơn: chỉ có 4,250,000 mục; chữ "modernism" (hiện đại) ra đời sớm hơn

im lặng lạ thường. Trong lãnh vực văn học, lại càng im lặng. Rất hiếm nhà văn viết hay đề cập đến toàn cầu hoá. Hiếm hơn nữa, những bài viết toàn cầu hoá mang tính chiến lược chứng tỏ sự quan tâm và ý thức sẵn sàng đối đầu với thử thách mới do toàn cầu hoá mang lại. Theo tôi, đó là một tình trạng rất nguy hiểm: đằng sau sự im lặng ấy dường như thấp thoáng chút gì như tâm lý buông xuôi, hơn nữa, thói quen chờ đợi "lãnh đạo" lên tiếng và làm hộ. "Lãnh đạo" ở đây, dĩ nhiên, là lãnh đạo chính quyền. Nhưng chính quyền có thể làm được gì? – Làm được rất nhiều, trong lãnh vực văn hoá, khi có được một chính sách đúng, phản ánh được sự nhạy bén và tầm nhìn xa, rộng. Nhưng trong lãnh vực văn học, đóng góp tích cực nhất và đáng mong ước nhất từ nhà cầm quyền, theo tôi, ngược lại, là... không nên làm gì cả. Nói cách khác, trong lãnh vực văn học, vai trò gọi là "lãnh đạo" của nhà nước càng giảm được chừng nào càng tốt chừng ấy; giảm đến số không thì là tối ưu: sự lãnh đạo văn học nghệ thuật hiệu quả nhất là từ bỏ mọi tham vọng lãnh đạo. Ở Tây phương, không ai lại ngớ ngẩn đến độ chờ đợi một chính sách văn học của nhà nước; không có tổ chức văn học nào lại lố bịch đến độ mời tổng thống hay thủ tướng đến nói chuyện (đừng nói gì đến chuyện ban huấn thị) về chuyên ngành của mình. Lý do rất đơn giản: trong lãnh vực văn học (cũng như nghệ thuật nói chung), chỉ có sự sáng tạo là đáng kể, và mọi sáng tạo đều mang tính ngẫu hứng và tính cá nhân triệt để. Trong thời đại toàn cầu hoá, khi ảnh hưởng đến từ nhiều phía, hầu hết đều có tính xuyên quốc gia và sự thách

---

và thông dụng hơn nữa: cũng chỉ có 9,350,000 mục.(Truy cập ngày 6.10.2008).

thức cũng mang tầm vóc toàn cầu, tính ngẫu hứng và tính cá nhân ấy càng nổi bật, không gì có thể thay thế được. Nhưng như thế, trách nhiệm của từng người cầm bút lại càng nặng nề: chính hắn, chứ không phải ai khác, phải đối đầu với toàn cầu hoá.

Sự im lặng trước toàn cầu hoá cũng có thể do thiếu nhạy cảm. Tuy đó là điều đáng tiếc nhưng lại rất dễ hiểu. Nói chung, toàn cầu hoá bao giờ cũng, trước hết, là một hiện tượng kinh tế, sau, một hiện tượng xã hội, và sau cùng, một hiện tượng văn hoá. Trong lãnh vực văn hoá, các loại hình nghệ thuật thị giác như kiến trúc, điêu khắc, hội hoạ, nghệ thuật sắp đặt và thời trang cũng như các loại hình âm nhạc, nhất là nhạc không lời, v.v... bao giờ cũng dễ đi trước, thứ nhất, vì gắn liền với văn hoá tiêu thụ vốn là một đặc điểm của toàn cầu hoá; thứ hai, quan trọng hơn, vì tránh được hàng rào ngôn ngữ. Chỉ có văn học là phải gánh chịu tất cả sức nặng của ngôn ngữ, hơn nữa, của tính liên văn bản vốn gắn liền với mọi ngôn ngữ. Nhưng cái gọi là tính liên văn bản ấy lại không chỉ giới hạn trong phạm vi ngôn ngữ: nó còn gắn liền với văn hoá, với lịch sử, với ký ức tập thể của cả một cộng đồng. Một chữ, khi được dịch ra tiếng nước ngoài, nguyên phần liên văn bản ấy bị bỏ lại sau lưng. Nhưng thiếu tính liên văn bản, ngôn ngữ không thể thành ngôn ngữ văn học được.

Có thể nói, trong văn hoá, văn học là thành trì cuối cùng của tính địa phương trước sự tấn công của toàn cầu hoá. Đó vừa là một lợi thế vừa là một thất thế của người cầm bút. Lợi thế: khi còn sử dụng tiếng Việt, hắn không sợ bị mất gốc, bởi cái gốc ấy chính là tiếng Việt. Hắn cũng không sợ lai căng: ngôn ngữ, với sức mạnh liên văn bản đằng sau nó, có khả năng thuần hoá mọi sự vay mượn, bất kể đến từ đâu.[41] Khi không bị ám ảnh bởi nỗi lo sợ mất gốc và lai căng, người cầm bút có thể lao vào bất cứ thí nghiệm và thử nghiệm nào: ở đó, hắn chỉ có được hay không được chứ không có gì để đánh mất. Thất thế: hắn bị áp lực của dư luận lớn hơn những người khác. Trong các ngành nghệ thuật, không đâu tính bảo thủ lại nặng nề như trong nghệ thuật ngôn ngữ: trong lãnh vực hội hoạ, chẳng hạn, các hoạ sĩ có thể sử dụng đủ mọi kỹ thuật và phương pháp sáng tác, từ cổ điển đến hiện thực, siêu thực, lập thể, đa-đa, dã thú, ấn tượng, trừu tượng, phi hình thể, v.v..., không ai lên tiếng phê phán cả. Trong văn học thì khác: chỉ cần một thử nghiệm nho nhỏ là đã nghe bao nhiêu tiếng phản đối, thậm chí, kết án ầm ĩ. Thất bại lớn nhất của giới cầm bút Việt Nam là phần lớn đều dễ dàng quy hàng trước những sự phản đối và kết án ấy. Với sự quy hàng như thế, họ tự phủ nhận tư cách người sáng tạo của mình trước khi thực sự cầm bút. Sự tự phủ nhận ấy càng trở nên thảm hại trước xu thế toàn cầu hoá, ở đó, họ bị buộc phải tham gia vào một trò chơi lớn hơn lãnh thổ của nước họ. Họ bị buộc phải ra ngoài.

Ra ngoài, theo tôi, là ý niệm quan trọng nhất của toàn cầu hoá, ít nhất, từ một nền văn học nhỏ như Việt Nam.

Toàn bộ tiến trình toàn cầu hoá có thể được tóm gọn vào hai từ: vào và ra. Trong lãnh vực văn học, đầu vào bao gồm việc đọc, tìm hiểu và học tập tinh hoa của các nước khác để biến cái

---

[41] Xin xem thêm phần bàn về "lai căng" trong cuốn *Văn học Việt Nam từ điểm nhìn h(ậu h)iện đại* của Nguyễn Hưng Quốc (2000), tr. 318-21. Có thể xem trên Tiền Vệ:

http://www.tienve.org/home/literature/viewLiterature.do?action=viewArtwork&artworkId=141

ngoại lai thành cái bản địa. Cái gọi là các nước khác ấy, xưa, chỉ giới hạn ở Trung Hoa; sau, Pháp, Mỹ và Nga; hiện nay, có thể bao gồm cả thế giới, ngay cả văn học Á châu, Phi châu, Úc châu và nhất là Nam Mỹ (chủ yếu qua bản dịch của các ngôn ngữ chính). Nội dung của đầu vào cũng vô cùng đa dạng: sáng tác cũng như lý thuyết và phương pháp sáng tác. Đầu ra: dịch hoặc sáng tác thẳng bằng ngoại ngữ để tự giới thiệu mình với thế giới, qua đó, dần dần, tự giải ngoại biên hoá (demarginalization) thế đứng nhược tiểu của mình trong nền văn học toàn cầu. Hai hướng vào và ra này có quan hệ mật thiết với nhau, đặc biệt quan hệ nhân quả: đầu ra chỉ có thể thành hiện thực nếu đầu vào thật lớn, lớn gấp bội những gì chúng ta có hiện nay. Tuy nhiên, ở cả hai hướng, chúng ta đều có vấn đề. Ở đầu vào, chúng ta dịch nhiều nhưng lại thiếu chọn lọc và thiếu tập trung, xu hướng thương mại quá lớn, hầu như bao trùm toàn bộ hoạt động xuất bản và báo chí; số lượng tác phẩm mang tính lý thuyết còn quá ít; những lý thuyết mới càng ít; những lý thuyết mới được giới thiệu một cách nghiêm túc và chính xác lại càng ít hơn nữa. Ở đầu ra cũng vậy: vô cùng nghèo nàn. Xin nhấn mạnh: Không phải là nghèo nàn mà là: vô cùng nghèo nàn. Có nhiều nguyên nhân. Một, chúng ta còn thiếu một đội ngũ dịch văn học từ tiếng Việt ra tiếng nước ngoài thực sự có tâm huyết và tài năng. Hai, bản thân nền văn học Việt Nam, thành thực mà nói, chưa đủ lớn và chưa đủ độc đáo để chinh phục độc giả thế giới. Ba, tệ hại hơn, chúng ta vẫn chưa có độc giả thực sự ở nước ngoài. Hầu hết những người ngoại quốc, từ giới nghiên cứu đến giới độc giả thông thường, quan tâm đến văn học Việt Nam đều xuất phát từ một mối quan tâm khác: chiến tranh Việt Nam. Nói cách khác, họ đọc tác phẩm văn học Việt Nam không phải vì tính văn học của nó mà chỉ vì tính tài liệu xã hội học về chiến tranh của nó. Như vậy rõ ràng quá trình ra với thế giới của văn học Việt Nam sẽ khó khăn và lâu dài hơn: cần phải có một (hay, nếu may mắn hơn, một số) cây bút mà tài hoa đủ lớn và đủ mạnh để trình bày lại, trước thế giới, một thứ tự sự (narrative) mới về Việt Nam, thay thế cho cái tự sự cũ về một Việt-Nam-chiến-tranh kéo dài đã quá lâu và để lại cho nhân loại một ký ức quá sâu. Thay đổi được cái tự sự ấy, may ra, người ta mới có thể đọc các tác phẩm từ tiếng Việt một cách thanh thản như những tác phẩm văn học.

Tôi cho trong giai đoạn hiện nay, nhiệm vụ chính của giới cầm bút Việt Nam là: học cách hội nhập vào thế giới. Ra, chủ yếu là để học. Tôi đồng ý với Phạm Thị Hoài: "... chúng ta đang ở một thời mà người cầm bút buộc lòng phải có một giao tiếp nhất định với sản phẩm tinh thần và nghệ thuật toàn thế giới. Tôi cho rằng, ngày nay, một nhà văn thực sự không được phép xin lỗi cho sự thiếu hiểu biết của mình về hoạt động của các đồng nghiệp xuất sắc trên thế giới nữa, đấy là chưa kể đến việc đối thoại nghiêm túc, chứ không phải một cuộc tham khảo các lời giới thiệu và mục lục."[42] Muốn "giao tiếp" và muốn "đối thoại", cần phải đọc thật nhiều. Muốn đọc nhiều, phải biết coi trọng kiến thức. Muốn coi trọng kiến thức, cần phải có văn hoá trí thức. Mà dường như đây lại là điều chúng ta chưa có, hoặc nếu có, cũng chưa thật vững: Trên báo chí cũng như trong đời sống hàng ngày, không hiếm người cầm bút tuyên bố công khai là mình không thích cách viết dẫn đầy

---

[42] Phạm Thị Hoài (1993), *Từ Man Nương đến AK và những tiểu luận*, California: Hợp Lưu, tr. 176.

sách tham khảo, và, hơn nữa, không thích... đọc sách. Không thích việc tham khảo hay không thích đọc sách, thật ra, cũng không sao cả. Điều đáng chú ý là cái vẻ tự mãn khi người ta nói như vậy. Đó mới là vấn đề: vấn đề văn hoá. Hơn nữa, không chừng đó còn là một vấn đề giáo dục.

Học hay không học, điều quan trọng nhất phải là mở cửa ra ngoài. Ra ngoài, trước hết, để tự hiểu mình. Gần đây, có ai đó nói một câu nhiều hình tượng hơn: chúng ta cần phải lên mặt trăng để hiểu thêm về quả đất; và cũng có ai đó nữa nói một câu giàu màu sắc triết lý hơn: "Để hiểu mình là ai, cần có thêm một người khác". Tiếc, cho đến nay, hình như chúng ta lại chưa hề có thói quen tìm hiểu người khác, kể cả những đồng minh thân cận nhất lẫn những kẻ thù nguy hiểm nhất. Trong phạm vi khoa học xã hội, chúng ta chưa hề có bất cứ một chuyên gia nào về bất cứ một lãnh vực nghiên cứu nào ngoài Việt Nam. Trong phạm vi văn học, số người có tầm nhìn rộng trên nhiều nền văn học khác nhau lại càng hiếm; hậu quả là các nhận định về văn học Việt Nam cứ lẩn quẩn mãi trong khuôn sáo. Ví dụ: Lâu nay, thỉnh thoảng người Việt, nhất là giới cầm bút, lại tự hỏi với nhau: "Văn học Việt Nam đang ở đâu?" Câu hỏi rõ ràng có tính chất định vị. Định vị một cái gì là đặt nó trong quan hệ với những cái khác. Lâu nay, quan hệ ấy thường chỉ giới hạn trong phạm vi lịch đại: chúng ta so sánh văn học hiện nay với văn học những thời kỳ trước để rồi tự hài lòng với một số thành tựu nho nhỏ mà chúng ta đạt được. Trong thời đại toàn cầu hoá hiện nay, quan hệ ấy cần được, và phải được mở rộng sang hướng đồng đại: so sánh văn học của chúng ta với văn học của các dân tộc khác trên thế giới trong cùng thời điểm. Trong một số lãnh vực, chúng ta đã làm được điều này. Chúng ta đã biết so sánh bóng đá của chúng ta với bóng đá các nước trong khu vực. Chúng ta cũng đã bắt đầu biết so sánh các chỉ số kinh tế của chúng ta với các nước khác. Văn học không thể là một ngoại lệ mãi được. Tránh né cách so sánh theo hướng đồng đại, chúng ta tự đặt mình ra ngoài dòng chảy của văn học như một hiện tượng có tính toàn cầu. Điều đó cũng có nghĩa là chúng ta tự đặt mình vào cái thế phi lịch sử. Nhưng cái thế phi lịch sử chỉ là một cái thế ảo, không có thực và không thể có thực. Không có một nền văn học nào thực sự biệt lập và cô lập. Ví dụ: giới hạn trong phạm vi tiểu thuyết, ngoài một số điểm riêng như ngôn ngữ và phần nào hiện thực được phản ánh bằng ngôn ngữ, mọi nền tiểu thuyết đều chia sẻ một số điểm chung như kỹ thuật cũng như các quy ước thể loại. Điều có thể và rất cần được so sánh chính là những điểm chung ấy. Nói cách khác, so sánh tiểu thuyết nước này với nước khác, người ta không so sánh về ngôn ngữ, về độ biểu cảm hay gợi cảm của cách diễn tả, về tính chân thực nhiều hay ít của câu chuyện. Những so sánh như thế đều bất khả. Người ta chỉ so sánh về (a) độ rộng trong diện tích nhận thức về thể loại, (b) độ mới của các thi pháp và (c) độ sâu trong cách nhìn về hiện thực. Một nền tiểu thuyết lớn là nền tiểu thuyết ở đó người đọc có thể tìm thấy những đường biểu diễn ngoạn mục về kỹ thuật, những cách nhìn khác về hiện thực và những cách định nghĩa khác về chính bản thân thể loại tiểu thuyết. Một nền tiểu thuyết lớn chứa đựng trong nó những thách thức lớn. Hơn nữa, để ý mà xem, phần lớn cách chúng ta đối diện với những thách thức như thế thường rất thiên vị. Cũng viết về tình dục, nhưng một nhà văn ngoại quốc viết thì được khen là táo bạo; một nhà văn Việt Nam viết thì bị chê là... tục tĩu. Đảo lộn mọi quy ước thông thường trong cách viết truyện, ở một nhà văn nước ngoài là cách tân; ở một nhà văn Việt Nam lại là dị hợm. Những tư tưởng vượt ngoài tầm nhận thức thông thường, ở một cây bút ngoại quốc, là cao sâu; ở một cây bút Việt Nam, là tắc tị. Tính chất thiên vị này có phải là hậu quả của một thứ tâm lý hậu thuộc địa chăng? Có thể. Nó thiếu một ý thức toàn cầu vốn (a) đặt mọi thứ trên một mặt bằng giống nhau và (b) đánh giá mọi thứ trên những tiêu chí giống nhau. Theo tôi, đây chính là hai yêu cầu đầu tiên của ý thức toàn cầu và là những điều kiện đầu tiên khiến chúng ta có thể đứng thẳng được trên sân chơi toàn cầu. Chúng cũng là một thứ đạo đức nghề nghiệp: đánh tráo mặt bằng và đánh tráo tiêu chí là gian lận.

Ra ngoài không phải chỉ để tự hiểu mình mà còn để tự làm giàu chính mình. Có một sự thật cần công nhận: văn hoá Việt Nam không phải là một nền văn hoá lớn; văn học Việt Nam lại càng không phải là một nền văn học lớn. Để làm giàu, chúng ta chỉ có một cách duy nhất: dung hợp những cái Khác (otherness). Nói chung, ở đâu cũng vậy, người ta chỉ giàu nhờ những cái Khác. Người Việt Nam hay sung sướng và tự hào một cách hơi quá đáng khi thấy một học giả ngoại quốc nào đó nghiên cứu về Việt Nam. Trên lãnh vực nghiên cứu, điều đó, thật ra, không có ý nghĩa gì cả. Có hai lý do. Một, đề tài, tự bản thân nó, không phải là một giá trị. Người này nghiên cứu Việt Nam học cũng giống như người kia nghiên cứu về vi trùng, về côn trùng, về cây cỏ hay về phân bón, v.v... Vậy thôi. Có người còn viết cả về "Lịch sử của cứt"[43] nữa đấy! Viết rất uyên bác,

[43] Dominique Laporte (2000), *History of Shit*, Nadia Benabid và Rodolphe el-Khoury dịch từ tiếng Pháp (*Histoire de la merde*), The MIT Press xuất bản.

rất nghiêm túc và rất thông minh. Trong nghiên cứu khoa học, người ta chọn đề tài này thay vì đề tài khác, lãnh vực này thay vì lãnh vực khác không hẳn vì họ yêu những đề tài hay những lãnh vực ấy mà có khi chỉ vì một lý do rất đơn giản và thực dụng: đề tài và lãnh vực ấy chưa được nhiều người khảo sát, do đó, còn nhiều khoảng trống cho sự khai phá, từ đó, đóng góp, và cũng từ đó, dễ dàng khẳng định được chỗ đứng của mình trong thế giới học thuật. Vậy thôi. Hai, từ góc độ của người nước ngoài, bất cứ kiến thức nào về Việt Nam (hay bất cứ nước nào) cũng đều là những cái Khác, nhờ đó, họ trở thành giàu có hơn. Với chúng ta, ngược lại, Việt Nam không phải là một cái Khác: nó chỉ là cái vốn ban đầu; tự nó, nó không thể làm chúng ta giàu hơn được.

Nên lưu ý: khái niệm cái Khác là một sáng chế của người Tây phương trên cuộc hành trình thực dân hoá thế giới vào thế kỷ 19. Họ dùng khái niệm cái Khác để khẳng định địa vị trung tâm và sứ mệnh khai hoá của họ, với tư cách những đế quốc. Người dân ở các nước cựu thuộc địa, ngược lại, như một phản ứng tự vệ và một cách phản công từ thế yếu, lại quay về với truyền thống và xem Tây phương như là cái Khác, cần bị loại trừ, hoặc nếu không, cũng bị nhìn một cách đầy cảnh giác. Nhưng làm thế, thật ra, chỉ tự mình làm cho mình nghèo nàn đi mà thôi: cuối cùng, chỉ còn truyền thống. Mà truyền thống lại chắp vá. Chỉ còn quá khứ. Mà quá khứ thì lại xa xôi (trong trường hợp Việt Nam, xa đến bốn, năm ngàn năm, thời Lạc Long Quân gặp Âu Cơ và đẻ ra trăm trứng, rồi từ trăm trứng nở ra trăm con; cái thời, nói như Nguyễn Nhược Pháp: "... rừng mây u ám / Sông núi còn vang um tiếng thần!")

Người ta chỉ giàu hơn nhờ những cái Khác. Dễ thấy nhất là

trong lãnh vực ngôn ngữ. Nhiều người vẫn thường lớn tiếng cổ vũ cho loại tiếng Việt "ròng" và gay gắt lên án một số người khác là viết văn như dịch. Nhưng đóng góp nào về phương diện ngôn ngữ văn học, thoạt nhìn, cũng đều có vẻ như dịch. Thơ dịch của Nguyễn Văn Vĩnh vào đầu thế kỷ 20, nếu có đóng góp gì cho lịch sử văn học Việt Nam, đều nằm ở chỗ: chúng không thuần Việt, chúng có vẻ như... dịch.[44] Thơ Xuân Diệu, lúc mới xuất hiện, cũng bị cho là "có vẻ chơi vơi", "bỡ ngỡ", "như người ngoại quốc mới võ vẽ tiếng Nam".[45] Thơ Thanh Tâm Tuyền vào giữa thập niên 1950 cũng bị chê như thế. Gần đây hơn, Nguyễn Quang Thiều, một trong vài nhà thơ có nhiều cách tân nhất ở miền Bắc trong thập niên 1990, cũng lại bị chê như thế: chê là giống... thơ dịch.[46] Từ những trường hợp vừa nêu, có thể rút ra ít nhất hai kết luận: một, ấn tượng viết như dịch không phải lúc nào cũng xấu, nếu không muốn nói, thỉnh thoảng, đó là biểu hiện của sáng tạo, hơn nữa, sáng tạo lớn có thể làm thay đổi diện mạo của một giai đoạn văn học; hai, như là hệ luận của điểm thứ nhất vừa nêu, tôi cho một trong những cách làm cho tiếng Việt nghèo đi nhanh nhất là luôn luôn viết đúng tiếng Việt, luôn luôn tôn trọng những cái gọi là nguyên tắc và quy luật, hay, trừu tượng hơn một

---

[44] Một trong những bài thơ dịch như thế, theo Hoài Thanh, là đã góp phần mở đường cho phong trào Thơ Mới:

Con ve sầu kêu ve ve
Suốt mùa hè
Đến kỳ gió bấc thổi
Nguồn cơn thật bối rối...

(Hoài Thanh & Hoài Chân (1969), sđd., tr. 15).

[45] Hoài Thanh & Hoài Chân (1969), sđd., tr. 119.

[46] Trần Mạnh Hảo (1997), *Thơ phản thơ*, Hà Nội: Văn Học, tr. 66-83.

chút, tinh thần của tiếng Việt: cách nhìn ấy làm hạn chế các nỗ lực thử nghiệm và loại trừ rất nhiều khả năng biến hoá, trong đó, chắc chắn có những khả năng biến hoá chưa thể tiên đoán được. Sự cọ xát giữa tiếng Việt và các ngoại ngữ khác càng lớn, khả năng biến hoá này sẽ càng cao.

Mà, trong lịch sử, trừ buổi đầu tiếp xúc với Trung Hoa và sau đó, với Pháp, chưa bao giờ tiếng Việt lại bị/được cọ xát với các ngôn ngữ khác trên thế giới nhiều như bây giờ. Không phải chỉ với một, hai ngôn ngữ mà là rất nhiều ngôn ngữ cùng lúc. Khả năng biến hoá của tiếng Việt, như vậy, vẫn còn nằm ở phía trước. Vấn đề là chúng ta có sẵn sàng ghi nhận, chấp nhận và tiếp nhận những khả năng biến hoá ấy hay không. Một ví dụ nhỏ: Cho đến nay, tôi vẫn không hiểu tại sao nhiều người lại phản đối những cấu trúc câu thụ động trong tiếng Việt. Viết "Em ấy bị phạt bởi thầy giáo" là vụng về, hơn nữa, ngô nghê. Đã đành. Nhưng tôi vẫn không hiểu tại sao chúng ta lại không thể viết, chẳng hạn: "Em ấy bị phạt bởi một thầy giáo cộc cằn và đầy tinh thần kỳ thị chủng tộc"? Chắn chắn sắc thái của câu ấy không giống câu "Em ấy bị một thầy giáo cộc cằn và đầy tinh thần kỳ thị chủng tộc phạt". Câu sau "đúng" hơn? Ừ, thì đúng. Nhưng rõ ràng tinh thần của hai câu không giống nhau hẳn. Trọng tâm của câu nói thay đổi: ở trên là thầy giáo; ở dưới là "em ấy", một đứa học trò. Hơi văn cũng thay đổi: câu trên: mạnh; câu dưới: nhẹ; câu trên có độ nhấn; câu dưới cứ trơn tuồn tuột. Chợt nhớ, cũng Phạm Thị Hoài, trong bài "Viết như một phép ứng xử", năm 1989, có một băn khoăn rất hợp lý:

> Tôi sẵn lòng ghi nhận bước phát triển gần như thần tốc của tiếng Việt hiện đại, bởi xét ra, nền văn chương thực sự được

> viết bằng thứ tiếng này mới chưa đầy trăm tuổi, một ca đặc biệt trong lịch sử văn học thế giới, và đấy cũng đáng là lý do để chúng ta tự động viên mình, nhưng rõ ràng nó không có được cái vinh dự sánh ngang với những ngôn ngữ hùng cường khác, và muốn nói gì thì nói, nó là một trở ngại trong quá trình hoà nhập với phông văn hoá chung nhân loại của chúng ta, và niềm vui của người được viết bằng tiếng mẹ đẻ nhiều khi không át được nỗi buồn trước tính khu biệt quá cao của thứ tiếng ấy. Trước một bậc thầy tiếng Việt như Nguyễn Tuân, tôi không khỏi băn khoăn, nên làm cho tiếng Việt chúng ta tiếp tục trở thành một đặc sản dành riêng cho những người sành ăn, hay trước hết hãy gia tăng tính khoa học, tốc độ, và khả năng biểu đạt tư duy trừu tượng của nó.[47]

Sau bài viết ấy, tôi có cảm tưởng Phạm Thị Hoài chọn đi hẳn vào con đường "đặc sản" như Nguyễn Tuân. Cuốn tiểu thuyết *Marie Sến* của chị do Thanh Văn xuất bản tại California vào năm 1996,[48] theo tôi, là một trong vài cuốn tiểu thuyết hay nhất của Việt Nam kể từ sau năm 1975, trong cũng như ngoài nước. Hay ở nhiều khía cạnh, nhưng nổi bật nhất là ở giọng văn. Nhưng chọn cái hay ở giọng văn cho một cuốn tiểu thuyết, tác giả phải trả giá khá cao: cuốn sách không thể dịch được. Tôi tin thế: người ta có thể dịch được văn nhưng không thể dịch được cái giọng, nhất là một cái giọng ngoa ngoắt và chua lè bàng bạc hầu như từ đầu đến cuối cuốn sách.

Liên quan đến việc tiếp nhận những cái Khác, toàn cầu hoá vừa uy hiếp lại vừa mở ra rất nhiều cơ hội cho các nước nhỏ.

---

[47] Phạm Thị Hoài (1993), sđd., tr. 173-4.

[48] Toàn bộ cuốn tiểu thuyết này đã được đưa lên Talawas.org vào tháng 8, 2004.

Nói theo Alberto Martinelli, "toàn cầu hoá biến điều kiện hiện đại thành điều kiện toàn cầu và cùng lúc, phát huy sự tương diễn (interplay) của các truyền thống văn hoá khác nhau đến một mức chưa từng thấy."[49] Trong các điều kiện hiện đại ấy có cả điều kiện hậu hiện đại, dĩ nhiên.

Có thể nói, chính toàn cầu hoá, dưới những hình thức phôi thai của nó, đã giúp thúc đẩy tiến trình hậu hiện đại hoá trong văn học Việt Nam. Cần nói ngay: chủ nghĩa hậu hiện đại (postmodernism), một mặt, được xem là sự tiếp nối (với nhiều biến dạng) của, hoặc hình thức phản ứng lại, và nhằm vượt qua, thậm chí, phủ định, chủ nghĩa hiện đại; mặt khác, là kết quả của những điều kiện sống của thời đại hậu kỹ nghệ cộng với tâm thế hậu thực dân/thuộc địa và nếp nghĩ mang tính giải kiến tạo (deconstruction).

Trừ tâm thế hậu thực dân/thuộc địa, tất cả những điều kiện ấy đều thiếu vắng ở Việt Nam: về kinh tế, chúng ta chưa bước qua khỏi phạm trù nghèo và lạc hậu; về phương diện văn hoá, chúng ta còn lửng lơ đâu đó ở giai đoạn ban sơ của quá trình hiện đại hoá; và về tư tưởng, chúng ta vẫn còn quá "duy lý" một cách đơn giản và chất phác (theo kiểu tiền hiện đại, nghĩa là thích những điều có vẻ hợp lý nhưng lại không thực sự duy lý), khó có thể nói là gần gũi với hậu cấu trúc luận hay giải kiến tạo được.

Trên lý thuyết là như thế, nhưng, thứ nhất, người ta không cần hội đủ các điều kiện ấy để đi vào chủ nghĩa hậu hiện đại (như trường hợp nhiều quốc gia ở Nam Mỹ); thứ hai, người ta

---

[49] Alberto Martinelli (2005), *Global Modernization, Rethinking the Project of Modernity*, London: Sage, tr. 102.

có thể nhảy giai đoạn nhờ toàn cầu hoá: ở Việt Nam hiện nay, trong cấu trúc kinh tế, vẫn thuộc Thế giới Thứ ba, nhưng trong điều kiện sinh hoạt lại mang ít nhiều tính hậu hiện đại, đặc biệt, qua nền văn hoá tiêu thụ và nền văn hoá thị giác (truyền hình, phim ảnh và internet) mang tính ly tâm, đứt đoạn và phân mảnh rất cao. Ngoài ra, cũng do toàn cầu hoá, lượng tác phẩm và thông tin về chủ nghĩa hậu hiện đại dễ dàng đến với mọi người. Bởi vậy khả năng tiếp cận phương pháp sáng tác cũng như hệ mỹ học hậu hiện đại của giới cầm bút Việt Nam là điều hoàn toàn khả thi, dĩ nhiên với điều kiện là những người tài hoa nhất trong họ phải đủ mạnh dạn và quyết liệt để theo đuổi cuộc chơi đến cùng.

Theo tôi, nội dung quan trọng nhất của toàn cầu hoá trong lãnh vực văn học nghệ thuật ở thời điểm hiện nay có thể tóm tắt vào một điểm: nghĩ, phải nghĩ ở tầm toàn cầu cho dù chỉ để viết cho độc giả Việt Nam như câu khẩu hiệu thường nghe: "Think globally, act locally". Tôi đồng ý với quan niệm "nhảy thẳng vào văn chương hậu hiện đại, mà không phải đi xuyên qua hiện đại" của Hoàng Ngọc-Tuấn[50] hơn là những thái độ do dự, chần chờ, nấn ná, lần khân, với lý do: đợi đến khi hoàn tất giai đoạn hiện đại rồi mới bước sang hậu hiện đại của một số cây bút trong nước.[51] Theo tôi, thực chất đó chỉ là sự triển hạn

---

[50] Hoàng Ngọc-Tuấn (2001), sđd., tr. 598-9.

[51] Xem Hoàng Ngọc Hiến, "Tiếp nhận những cách tân của chủ nghĩa hiện đại & chủ nghĩa hậu hiện đại", Tạp chí *Sông Hương* số 233 tháng 07, 2008. Xem trên
http://tapchisonghuong.com.vn/index.php?main=newsdetail&pid=0&catid=7&ID=468&shname=Tiep-nhan-nhung-cach-tan-cua-chu-nghia-hien-dai-chu-nghia-hau-hien-dai
và Nguyễn Hoà, "Xu hướng Tân hình thức, hậu hiện đại trong thơ: Chiếc

đến vô tận: bây giờ đã quá muộn để người ta có thể hoàn tất cuộc cách mạng hiện đại chủ nghĩa trong văn học nghệ thuật như những thập niên đầu tiên của thế kỷ 20, lúc mọi người còn ngây ngất trước nhiều phát minh mới mẻ của khoa học và tinh thần duy lý của thời đại; và như vậy, cũng có nghĩa là chúng ta sẽ vĩnh viễn không khi nào còn có cơ hội để mon men bước vào thế giới của hậu hiện đại được nữa. Hơn nữa, nó cũng bất chấp quy luật xen kẽ của các hiện tượng văn hoá: nhiều trào lưu có thể tồn tại bên nhau, tác động lên nhau, cùng lúc, do đó, không có lý do gì để bảo phải đợi hoàn tất cái này mới được sang cái khác. Cuối cùng, đó là một ngộ nhận: cả chủ nghĩa hiện đại lẫn chủ nghĩa hậu hiện đại đều không phải là những bộ thủ pháp nghệ thuật, cũng không phải (chỉ) là những giai đoạn lịch sử mà là, nếu không muốn nói chủ yếu là, những điều kiện tri thức, những khí quyển văn hoá, những trào lưu sáng tác, những hệ mỹ học, và thậm chí, là những phong cách tư duy nữa: tất cả những yếu tố ấy, dưới tác động của toàn cầu hoá, với nhiều mức độ khác nhau, đều có thể được tiếp cận và tiếp nhận từ Việt Nam, lúc này.

Dĩ nhiên, như tôi từng nhấn mạnh nhiều lần, chân dung của thứ chủ nghĩa hậu hiện đại không thông qua giai đoạn hiện đại chủ nghĩa ấy sẽ không thể nào giống hẳn các dòng hậu hiện đại ở các nước đã hoàn tất giai đoạn hiện đại chủ nghĩa: trong sự hình dung của tôi, đó chỉ có thể là, may lắm, một thứ h(ậu h)iện đại (ở đó hiện đại và hậu hiện đại được kết hợp với nhau thành một thứ lai ghép hay một bức khảm mới);[52] còn

---

áo rộng cho một cơ thể còm" đăng trên báo *Công An Nhân Dân online* http://www.cand.com.vn/News/PrintView.aspx?ID=96085

[52] Xem thêm bài "Một phiên bản h(ậu h)iện đại cho văn học Việt Nam" in

không, đáng buồn hơn nữa, một thứ *âu iện* đại ngọng nghịu và què quặt.[53] Dù vậy, nó vẫn còn khá hơn là cứ loay hoay vùng vẫy mãi trong cái mảnh ao-làng-tiền-hiện-đại đục ngầu và đã cạn kiệt hết sức sống như ở Việt Nam hiện nay.

Giữa toàn cầu hoá và chủ nghĩa hậu hiện đại có nhiều khác biệt. Trong khi chủ nghĩa hậu hiện đại nở rộ, trước hết, ở các quốc gia hậu kỹ nghệ và các quốc gia có ý thức hậu thực dân/thuộc địa sâu sắc, toàn cầu hoá bùng phát hầu như ở khắp nơi, kể cả ở các quốc gia nghèo và lạc hậu nhất. Trong khi chủ nghĩa hậu hiện đại chủ yếu nổi lên trong lãnh vực văn học nghệ thuật (đi tiên phong không chừng là kiến trúc), toàn cầu hoá, trước hết là một hiện tượng kinh tế, sau đó, mới ảnh hưởng sang các lãnh vực chính trị, xã hội và văn hoá. Trong khi chủ nghĩa hậu hiện đại thu hút sự chú ý của đông đảo giới học thuật, tạo nên những cuộc tranh luận gay gắt, hầu như bất tận, toàn cầu hoá thu hút sự chú ý đặc biệt của những người làm chính sách, giới thương mại và các nhà nghiên cứu xã hội học, nhân chủng học hoặc văn học so sánh. Trong khi chủ nghĩa hậu hiện đại nặng về lý thuyết, toàn cầu hoá nặng về thực hành: khi phân tích toàn cầu hoá, một số người rơi vào khung lý thuyết của chủ nghĩa hiện đại, trong khi một số người khác lại rơi vào khung lý thuyết hậu hiện đại chủ nghĩa: trong trường hợp sau, giữa toàn cầu hoá và chủ nghĩa hậu hiện đại có vùng giao thoa rất lớn.

Những khác biệt này, dù sao, cũng dễ thấy và dễ được nhìn

---

trong cuốn *Mấy vấn đề phê bình và lý thuyết văn học* của Nguyễn Hưng Quốc (2007), California: Văn Mới, tr. 283-318.

[53] Nhớ hai câu thơ tương truyền của Hồ Xuân Hương: *Một đàn thằng ngọng đứng xem chuông / Chúng bảo nhau rằng: ấy ái uông.*

nhận. Có những khác biệt khác sâu sắc và gây xung đột dữ dội, hầu như không thể hoá giải, đặc biệt những khác biệt giữa các nhà hậu hiện đại chủ nghĩa và các lý thuyết gia chủ trương nhất thể hoá: Trong khi chủ nghĩa hậu hiện đại đòi đạp đổ các đại tự sự (grand narrative), toàn cầu hoá, ít nhất theo cách diễn dịch các học giả theo trường phái nhất thể, dường như đang dần dần dẫn đến sự hình thành của một số đại tự sự mới: cái gọi là "làng toàn cầu" (global village) mà Marshall McLuhan tiên đoán từ đầu thập niên 1960, cũng như cái gọi là "thành phố toàn cầu" (global city) như một nhan sách đã trở thành kinh điển của Saskia Sassen[54] hay "thế giới không biên giới" (borderless world)[55] mà Kenichi Ohmae đề cập gần đây chính là một trong những đại tự sự như thế. Được xây dựng trên sự sụp đổ của các đại tự sự, chủ nghĩa hậu hiện đại gắn liền với những lý thuyết dựa trên ngôn ngữ học như hậu cấu trúc luận và giải kiến tạo và nhắm đến việc phê phán, hơn nữa, trong một mức độ nào đó, phủ định chủ nghĩa hiện đại trước đó; toàn cầu hoá, ngược lại, được xây dựng trên nền tảng của các lý thuyết kinh tế - chính trị, trong đó nổi bật nhất là chủ nghĩa tân tự do (neoliberalism), nhắm đến việc thực hiện những giấc mơ manh nha từ phong trào Khai sáng và được củng cố bởi chủ nghĩa hiện đại.[56]

May, không phải ai cũng đồng ý với quan điểm nhất thể hoá vừa trình bày. Trong các lý thuyết gia về toàn cầu hoá, không

---

[54] Saskia Sassen (1991), *The Global: New York, London, Tokyo*, Princeton: Princeton University Press.

[55] Kenich Ohmae (1996), *The Borderless World*, New York: Harper.

[56] Về quan hệ giữa toàn cầu hoá và chủ nghĩa hiện đại cũng như chủ nghĩa hậu hiện đại, có thể xem Alberto Martinelli (2005), sđd, tr. 82-137.

ít người có nhãn quan hậu hiện đại chủ nghĩa: họ nhìn kết quả mà toàn cầu hoá mang lại không phải là một kiểu "làng toàn cầu" mà là một thứ chủ nghĩa địa phương hay khu vực toàn cầu (global localism / regionalism) hay, nói theo Dana Polan, chủ nghĩa địa phương của chủ nghĩa toàn cầu (globalism's localism) ở đó mỗi địa phương tự hình thành bản sắc của mình qua những phản ứng khác nhau đối với tính toàn cầu.[57] Đặc điểm nổi bật nhất của những chủ nghĩa địa phương hay khu vực toàn cầu này là tính chất xuyên quốc gia hoá của mọi hoạt động sản xuất, từ đó, dẫn đến hiện tượng phi tâm hoá (decentering) của chủ nghĩa tư bản: càng lúc các khu vực càng liên kết với nhau vào một mạng lưới phức tạp đến độ người ta không còn truy nguyên được trung tâm của cái gọi là chủ nghĩa tư bản toàn cầu (global capitalism) theo cách gọi của Fredric Jameson.

Trong cách nhìn của các nhà hậu hiện đại, toàn cầu hoá đồng nghĩa với sự mờ yếu của các biên giới lãnh thổ, việc di chuyển dễ dàng của nguồn nhân lực lao động, và cùng với họ, các nền văn hoá: quá trình nhất thể hoá, do đó, sẽ được tiến hành hầu như song song với quá trình phân mảnh hoá (fragmentation), cuối cùng, về phương diện văn hoá, chúng ta sẽ chứng kiến được sự giao thoa giữa tính toàn cầu và tính địa phương; giữa chủ nghĩa hoàn vũ (cosmopolitanism) và chủ nghĩa địa phương (localism), nghĩa là một thứ chủ nghĩa đa văn hoá (multiculturalism) vốn đã manh nha và được công nhận ở

---

[57] Dana Polan, "Globalism's Localism" in trong cuốn *Global Local* do Rob Wilson và Wimal Dissanayake biên tập, Duke University Press xuất bản tại Durham năm 1996, tr. 255-283.

nhiều quốc gia trong mấy thập niên vừa qua.[58]

Ngoài ra, giữa chủ nghĩa hậu hiện đại và toàn cầu hoá có quan hệ hỗ tương rất rõ: nhờ toàn cầu hoá, người dân (kể cả người cầm bút, dĩ nhiên) sống trong các nước nghèo và kém phát triển, chưa hoàn tất tiến trình hiện đại hoá, có thể trải nghiệm, từ đó, thử nghiệm chủ nghĩa hậu hiện đại; ngược lại, với tâm thế hậu hiện đại vốn chủ trương phi tâm hoá, nghi ngờ mọi đại tự sự và đề cao vị trí ngoại biên, người ta sẽ tự tin hơn khi đối diện với toàn cầu hoá và sẽ biết cách tận dụng những hương sắc phương xa do làn sóng toàn cầu hoá mang tới để làm giàu và làm đẹp cho chính mình. Khi làm giàu và đẹp cho mình, người ta cũng tự biết: qua đó, thế giới sẽ giàu và đẹp hơn.

Nói cách khác, theo tôi, từ góc độ một nền văn học nhỏ, trong quá trình toàn cầu hoá, chủ nghĩa hậu hiện đại là một đồng minh đáng tin cậy hơn là chủ nghĩa hiện đại.

---

[58] Về quan hệ giữa tính toàn cầu và tính địa phương có thể xem chương "The Global in the Local" do Arif Dirlik viết, trong cuốn *Global Local* vừa dẫn, tr. 21-45.

Giải lãnh thổ hoá

Theo tôi, một trong những đặc điểm nổi bật và đáng chú ý nhất, đồng thời cũng là xu hướng vận động chính, của văn học Việt Nam hiện nay là tiến trình giải lãnh thổ hoá (deterritorialization).

Xin nói ngay, giải lãnh thổ hoá là khái niệm gắn liền với xu hướng toàn cầu hoá được các nhà nghiên cứu văn hoá cũng như văn học bàn luận rất nhiều trong một, hai thập niên gần đây. Nhưng giải lãnh thổ hoá là gì? Néstor García Canclini đưa ra một định nghĩa khá rộng và được nhiều người đồng tình: đó là "sự đánh mất mối quan hệ tự nhiên giữa văn hoá và lãnh thổ địa lý cũng như xã hội."[1] Văn hoá không nhất thiết gắn liền với một vùng đất nhất định nào nữa. Sự đánh mất mối quan hệ ngỡ như thiết yếu này diễn ra song song với tiến trình hiện đại hoá. Xin lưu ý: Trong các xã hội tiền hiện đại, người ta bị ám ảnh nhiều về không gian hơn là về thời gian. Có thể nói ngay cả ý niệm thời gian cũng gắn liền với một không gian

---

[1] Néstor Garcia Canclini (1995), *Hybrid Cultures: Strategies for Entering and Leaving Modernity*, University of Minnesota Press xuất bản tại Minneapolis, tr. 229.

nhất định: các kiểu nói quen thuộc như "tối", "sáng", "rạng đông", "đứng bóng", "xế" hay các hình tượng phổ biến trong thơ cổ như "bóng ngả về Tây", "chim bay về tổ", "ngư ông về viễn phố", hay "mục tử lại cô thôn", v.v.. rõ ràng là những hình ảnh rất cụ thể. Nói theo Barbara Adam, ở đây người ta dùng công việc để đo lường thời gian thay vì dùng thời gian để đo lường công việc như ở xã hội kỹ nghệ của chúng ta ngày nay.[1] Chính việc sáng chế ra chiếc đồng hồ và sự ra đời của múi giờ chuẩn quốc tế GMT (Greenwich Mean Time) đã làm cho thời gian trở thành một ý niệm trừu tượng, độc lập với không gian nơi người ta đang sống và với cả khung cảnh người ta đang chứng kiến, ví dụ, ở nhiều quốc gia, vào mùa hè, nhìn thấy nắng vẫn hừng sáng ở chân mây, người ta vẫn biết là trời đã tối khi đồng hồ chỉ 8 hay 9 giờ tối; ngược lại, vào mùa đông, bước ra khỏi văn phòng, nhìn thấy trời tối sầm, đèn đường đã bật sáng, người ta vẫn thấy an tâm, biết là trời chưa... tối hẳn, khi kim đồng hồ mới chỉ 5 giờ chiều, chẳng hạn.

Xu hướng toàn cầu hoá ào ạt, đặc biệt toàn cầu hoá về hệ thống truyền tin và truyền thông đại chúng, làm thay đổi hẳn bản chất của cái không gian đã bị tách rời khỏi thời gian ấy. Cách đây mấy chục năm, vào thời sơ khai của ti vi và cùng với nó, nền văn hoá thị giác, Marshall McLuhan đã tiên đoán đến việc chuyển hoá không gian từ toàn cầu đến làng trong cái gọi là "làng toàn cầu" (global village). Có lẽ còn lâu lời tiên đoán ấy mới thành sự thật. Tuy nhiên, không ai có thể thể hoài nghi những thay đổi sâu xa trong đời sống của chúng ta hiện nay.

---

[1] Barbara Adam (1990), *Time and Social Theory*, Polity Press xuất bản tại Cambridge, tr. 112 (dẫn theo John Tomlinson, 1999, *Globalization and Culture*, nxb Polity Press, tr. 49-50.)

Theo Anthony Giddens, như là hệ quả của xu hướng toàn cầu hoá, không gian (space) và địa điểm (place) không còn đồng nhất như trước: chúng bị tách làm đôi. Không gian trở thành không gian rỗng (empty space), nơi sự tương tác giữa người và người vẫn có thể được tiến hành mà không cần sự hiện diện mặt-đối-mặt trên cùng một địa điểm.[1] Theo Marc Augé, cuộc sống hiện đại, nơi con người sinh ra trong bệnh xá và chết trong bệnh viện, làm việc trong các công ty, công sở hay công xưởng và di chuyển trên các phương tiện giao thông công cộng vừa cố định (chạy theo tuyến) lại vừa thường xuyên thay đổi (tài xế khác và hành khách cũng khác), đã tạo ra những không gian phi-địa điểm (non-places), tức những không gian vô hồn, xa lạ, không có mối quan hệ gì với bản sắc của con người cả.[2]

Ngoài ra, không phải chỉ trên truyền hình hay trên internet, ngay trong đời sống hàng ngày, kinh nghiệm về toàn cầu hoá cũng có thể được cảm nhận từ văn hoá thực phẩm vốn càng ngày càng phong phú và đa dạng: chỉ cần bước vào một siêu thị nào đó, chúng ta sẽ thấy ngay một thế giới thu nhỏ qua các sản phẩm đến từ nhiều nơi trên thế giới: nước mắm Việt Nam, nước tương Trung Quốc, gạo Thái Lan, bắp Mỹ, dầu Ba Tây, cà ri Ấn Độ, phô ma Pháp, spaghetti của Ý, v.v... David Harvey gọi đó là một hình ảnh tiêu biểu của sự dồn nén không-thời gian (time-space compression), hay nói theo ngôn ngữ của Baudrillard, một tập hợp của những cái thế vì (simulacra), nơi

---

[1] Anthony Gilles (1990), *The Consequences of Modernity*, nxb Polity Press, tr. 18; John Tomlinson (1999), sđd, tr. 51-52.

[2] Marc Augé (1995), *Non-places: Introduction to the Anthropology of Supermodernity*, Verco xuất bản tại London, tr. 78; John Tomlinson (1999), sđd, tr. 109.

chúng ta có thể cảm nhận địa lý thế giới một cách gián tiếp.[1] Một cách dè dặt, John Tomlinson, một mặt, thừa nhận toàn cầu hoá không triệt tiêu hẳn tính địa phương; mặt khác, nhấn mạnh nó có khả năng mở ra một chân trời mới, giúp người ta tiếp cận với thế giới bên ngoài, có khi xa lơ xa lắc, một cách cụ thể và nhanh chóng. Nhất là nhanh chóng. Biểu hiện cụ thể nhất của xu hướng toàn cầu hoá trong thập niên đầu tiên của thế kỷ 21 là ở phương diện viễn thông. Ngày trước, truyền thông được đánh giá qua tính rõ ràng và chính xác. Bây giờ, nó được đánh giá chủ yếu ở tốc độ. Tính tức thì (immediacy) trở thành một đặc điểm của văn hoá toàn cầu thời hiện đại.[2]

Và toàn cầu hoá cũng có nghĩa là giải lãnh thổ hoá.

Người đầu tiên nêu lên khái niệm giải lãnh thổ hoá là hai triết gia người Pháp Gilles Deleuze và Félix Guattari trong cuốn *Anti-Oedipus* xuất bản vào năm 1972 và đặc biệt trong cuốn *Kafka: Tiến tới một nền văn học nhỏ/phụ* (*Kafka: Pour une littérature mineure*)[3] xuất bản năm 1975. Nói "đặc biệt" vì chính qua cuốn sau, khái niệm giải lãnh thổ hoá mới trở thành phổ biến trong lãnh vực nghiên cứu văn học và văn hoá, từ đó, được xem là một kích thước mới của toàn cầu hoá. Cuốn sách ấy khá mỏng, chưa tới 100 trang, nhưng đưa ra được nhiều phát hiện độc đáo và thú vị. Về Kafka: Deleuze và Guattari

---

[1] Xem John Tomlinson (1999), sđd, tr. 121.

[2] John Tomlinson, "Cultural Globalization" in trong tập *The Blackwell Companion to Globalization* do George Ritzer biên tập (2007), Blackwell xuất bản tại Oxford, tr. 359-363.

[3] Bản tiếng Anh *Kafka: Towards a Minor Literature* do Dana Polan dịch, Réda Bensmaia viết lời nói đầu, University of Minnesota Press xuất bản tại Minneapolis năm 1986.

không nhìn Kafka như một thiên tài, một gã khổng lồ, kẻ vươn tới những đỉnh cao lồng lộng hay tạo ra những bước ngoặt hiếm hoi trong lịch sử văn học thế giới mà chỉ như một cây bút thuộc dòng văn học nhỏ/phụ (minor literature),[1] nằm ngoài các phạm trù và các hệ thống ước lệ về thể loại và phong cách có sẵn. Và về văn học nói chung: lý tưởng của người cầm bút là được trở thành nhỏ/phụ (becoming-minor) với niềm tin là "không có gì chính yếu hay cách mạng trừ cái nhỏ/phụ"; là "ghét mọi ngôn ngữ của các bậc thầy", là "làm một người ngoại quốc trong chính ngôn ngữ của mình".[2] Dĩ nhiên nhỏ/phụ không phải là dở hay yếu. Nhỏ/phụ, chỉ vì nó đứng vào thế đối lập với đa số, với tính chính thống và với truyền thống đầy những điển phạm nguy nga nhưng cố định, cứng nhắc và rất nặng nề. Trong ý nghĩa như thế, Deleuze và Guattari nhấn mạnh: "Một dòng văn học nhỏ/phụ không xuất phát từ một ngôn ngữ nhỏ/phụ: nó được một thiểu số hình thành từ bên trong một ngôn ngữ lớn/chính (major language)" qua chiến lược viết như một kẻ sử dụng đa ngữ, biến cái ngôn ngữ vốn quen thuộc trở thành xa lạ, và không ngại vi phạm vào một số quy phạm và luật lệ của ngôn ngữ, sẵn sàng vượt qua mọi biên giới và rào cản để theo đuổi đến cùng các thí nghiệm mang tính cách tân của mình.

Theo Deleuze và Guattari, một dòng văn học nhỏ/phụ như

---

[1] Trong tiếng Anh, "minor" vừa có nghĩa là nhỏ (về số lượng, kích thước hay tuổi tác) vừa có nghĩa là phụ. Tôi không tìm ra từ nào trong tiếng Việt diễn tả cả hai ý này nên đành dùng hình thức nhỏ/phụ.

[2] Deleuze & Guattari, sđd, tr. 26. Nguyên văn: "There is nothing that is major or revolutionary except the minor. To hate all languages of masters [...] To be sort of foreigner within his own language."

thế có ba đặc điểm chính: thứ nhất, nó được viết từ một ngôn ngữ bị giải lãnh thổ hoá (như trường hợp thứ tiếng Đức mà Kafka, người gốc Do Thái, sử dụng ở Tiệp Khắc; hay thứ tiếng Anh của những người da đen ở Mỹ hiện nay); thứ hai, mọi thứ thuộc văn học nhỏ/phụ đều mang tính chính trị (khác với một dòng văn học lớn/chính nơi sự quan tâm của các cá nhân dễ dàng giao thoa với nhau, nơi xã hội chỉ được xem như một môi trường hay như một bối cảnh, ở các dòng văn học nhỏ/phụ, ngược lại, không gian chật chội buộc mọi ý đồ cá nhân phải tức khắc gắn liền với chính trị, được xem như một phản ứng mang ý nghĩa chính trị rõ rệt); và thứ ba, trong dòng văn học nhỏ/phụ, mọi thứ đều có giá trị tập thể (lý do, theo Deleuze và Guattari, đơn giản là vì trong các dòng văn học nhỏ/phụ, tài năng vốn hiếm hoi, nên mỗi phát biểu của họ đều nhanh chóng trở thành một cách phát ngôn tập thể).[1]

Trong ba đặc điểm nêu trên, đặc điểm đầu tiên cũng là đặc điểm quan trọng nhất: giải lãnh thổ hoá. Hiểu theo nghĩa đơn giản là sự ly dị giữa yếu tố văn hoá và các yếu tố địa lý hay xã hội, giải lãnh thổ hoá có nhiều phạm vi khác nhau: ngôn ngữ, văn học và văn hoá; có nhiều cấp độ khác nhau: cá nhân, cộng đồng và quốc gia. Ở khía cạnh nào đó, có thể nói giải lãnh thổ hoá là số mệnh của con người: hầu như không ai là không giải lãnh thổ hoá ngôn ngữ và không bị ngôn ngữ giải lãnh thổ hoá. Deleuze và Guattari viết: "Giàu hay nghèo, ngôn ngữ nào cũng ám chỉ một sự giải lãnh thổ hoá của miệng, lưỡi và răng. Miệng, lưỡi và răng tìm thấy lãnh thổ đầu tiên của chúng ở

---

[1] Như trên, tr. 16-7. Các ví dụ để trong ngoặc đơn cũng đều của Deleuze và Guattari.

thực phẩm. Để phát âm, miệng, lưỡi và răng giải lãnh thổ hoá. Như vậy, đã có khúc gãy giữa ăn và nói, hơn nữa, dưới mọi hình thức, giữa ăn và viết. Không còn hoài nghi gì nữa, viết trong khi ăn vẫn dễ hơn là nói trong khi ăn nhiều, nhưng viết lại có thể đi xa hơn trong việc chuyển hoá chữ vào những điều có thể cạnh tranh với thực phẩm. Một khúc gãy giữa nội dung và sự diễn tả. Để nói, và nhất là, để viết, là nhịn đói."[1] Một số nhà phân tâm học cũng đồng ý như vậy. Theo Jacques Lacan, luôn luôn có cái Khác trong ngôn ngữ mà người ta sử dụng bởi bản thân vô thức, yếu tố ít nhiều chi phối việc sử dụng ngôn ngữ cũng là "diễn ngôn của cái Khác": học nói bao giờ cũng là một cuộc tranh đấu dữ dội của mọi đứa trẻ bởi vì chúng phải tập nói những điều phức tạp hơn hẳn khả năng phát âm của chúng; hậu quả là, để có thể nói cho người khác hiểu, chúng phải đặt ước muốn của người khác lên trên ước muốn của chính chúng,[2] nghĩa là, nói cách khác, ngay từ khởi thuỷ của một đời người, ngôn ngữ đã bị tha hoá. Một số nhà nghiên cứu khác có cách đặt tên các ngôn ngữ Caribbean và Creole rất hay (và hầu như không thể dịch ra tiếng Việt): "the m[O]ther tongue", có thể được hiểu vừa là "mother tongue" (tiếng mẹ đẻ) vừa là "other tongue" (ngôn ngữ khác) cùng lúc. Cái ngôn ngữ vừa thuộc về mẹ lại vừa thuộc về kẻ khác ấy chắc chắn là một thứ ngôn ngữ bị giải lãnh thổ hoá.

Deleuze và Guattari nhấn mạnh: cái nhỏ/phụ không nhất thiết gắn liền với một nền văn học nào; đó chỉ là những điều

---

[1] Như trên, tr. 19-20.

[2] Jacques Lacan, "The Agency of the Letter in the Unconscious or Reason Since Freud" in trong tập *Critical Theory Since 1965* do Hazard Adams và Leroy Searle biên tập, nxb Florida State University Press, 1986, tr. 738-56.

kiện cách mạng cho mọi dòng văn học nằm ngay trong tâm điểm của một nền văn học được xem là lớn.[1] Tuy nhiên, rõ ràng là những điều kiện ấy, nói chung, gần hơn, và do đó, có ảnh hưởng sâu đậm hơn ở ít nhất ba nhóm: một, văn học của những quốc gia hay sắc tộc có dân số thấp; văn học của các nhóm thiểu số bị áp bức,[2] và cuối cùng, văn học của những người tiền vệ hiện đại (và hậu hiện đại, dĩ nhiên), những kẻ, nói theo chữ của Deleuze và Guattari, muốn trở thành những gã du mục, những người di dân hay những tên *gypsies* trong quan hệ với ngôn ngữ của chính họ.[3] Điều quan trọng cần chú ý là: tính chất giải lãnh thổ hoá của ngôn ngữ không phải chỉ là một tình trạng, một thực trạng, mà còn là một điều kiện, hơn nữa, một "điều kiện cách mạng" cho mọi dòng văn học nhỏ nằm giữa cái gọi là văn học lớn.[4]

Trong ý nghĩa như thế, giải lãnh thổ hoá ngôn ngữ không phải chỉ là một số mệnh mà còn có thể là một lựa chọn, hơn nữa, theo Deleuze và Guattari, nên là một lựa chọn dứt khoát và quyết liệt; càng dứt khoát và càng quyết liệt bao nhiêu thì càng tốt bấy nhiêu. Có lẽ không có ví dụ hay bài học nào rõ ràng hơn là kinh nghiệm viết lách của Franz Kafka. Thời ấy, ở Prague (thuộc Cộng Hoà Séc, Czech Republic, bây giờ), phần lớn dân

---

[1] Deleuze & Guattari, sđd, tr. 18.

[2] Theo Ronald Bogue (2003), trong cuốn *Deleuze on Literature* (New York: Routledge), trong vài trường hợp, hai nhóm đầu trùng nhau, nhưng điều đó không phải lúc nào cũng xảy ra. Không phải lúc nào cái gọi thiểu số cũng ít ỏi. Về số lượng, những người da màu khá đông, nhưng ở đâu, trừ quê hương của họ, họ cũng bị xem là thiểu số. Phụ nữ, chiếm một nửa hoặc hơn một nửa dân số thế giới, một thời gian rất dài, cũng bị xem là thiểu số, v.v... (tr. 112).

[3] Deleuze & Guattari, sđd, tr. 19.

[4] Chữ "điều kiện cách mạng" là chữ của Deleuze và Guattari, sđd., tr. 18.

chúng nói tiếng Tiệp, chỉ có một thiểu số nói tiếng Đức, chủ yếu học từ nhà trường chứ không phải từ đời sống, thứ tiếng Đức nặng tính hành chính và công quyền, không có màu sắc và rất ít sinh khí, lại bị ảnh hưởng nặng nề của tiếng Tiệp, không phải chỉ ở trong cách phát âm mà còn cả trong từ vựng và cú pháp nữa.[1] Rõ ràng đó là một thứ tiếng Đức bị giải lãnh thổ hoá. Thế nhưng hầu hết những người chọn viết văn bằng tiếng Đức ở Prague lúc ấy đều không biết điều đó, đều không dám nhìn nhận điều đó: họ cố gắng viết như người Đức, hơn nữa, còn cố gắng làm giàu có một cách giả tạo cái thứ tiếng Đức ấy bằng cách khai thác những hình ảnh tượng trưng, những giấc mơ ngày (oneirism) và những cách diễn đạt bí hiểm, tối tăm. Đó là cách tiếp cận của trường phái Prague, của Gustav Meyrink và nhiều người khác, trong đó có cả Max Brod, bạn thân của Kafka và cũng là một tác giả đa năng. Theo Deleuze và Guattari, đó chỉ là một nỗ lực tuyệt vọng nhằm tái lãnh thổ hoá mang tính tượng trưng (symbolic reterritorialization), dựa trên các cổ mẫu (archetypes) và thuật giả kim, không có tác động nào khác ngoài việc làm nổi bật khoảng cách đối với dân chúng, những người đang sử dụng tiếng Đức thực sự ngay trên đất nước của họ. Kafka chọn một con đường khác, đúng hơn, ông sáng tạo một con đường khác: ông chọn thứ tiếng Đức nghèo nàn và khô hạn đang được sử dụng tại Prague. Ông biết nó bị giải lãnh thổ hoá. Ông chấp nhận nó. Hơn nữa, ông còn muốn đẩy tính chất giải lãnh thổ ấy thật xa. Đến tận cùng.[2] Nhờ đó, ông tạo được một

---

[1] Thời ấy, ở Prague, khoảng 80% dân số nói tiếng Séc, khoảng 5% là người Đức, và còn lại là những người gốc Do Thái nói tiếng Đức. (Dẫn theo Roland Bogue, 2003, sđd, tr. 95.)

[2] Deleuze & Guattari, sđd., tr. 25.

phong cách ngôn ngữ giản dị, mạnh mẽ, lạnh lùng, đầy cá tính và cũng đầy tính cách tân, qua đó, làm thay đổi hẳn khung cảnh văn học của thời đại ông cũng như sau ông: nó không phải chỉ nới rộng diện tích văn học mà còn dường như tạo hẳn một thứ hệ thống quy phạm mới để có thể dung hợp được những cái mới lạ mà nó mang lại.

Một loại ngôn ngữ bị giải lãnh thổ hoá như thế cũng có thể tìm thấy ở Việt Nam trong suốt cả thời trung đại, từ thế kỷ 10 đến tận cuối thế kỷ 19, khi ngôn ngữ văn học chính thống là chữ Hán, thứ ngôn ngữ mà người Việt Nam học để đọc và để viết chứ không phải để nói. Dĩ nhiên, trước hết đó là một sự thất bại của lịch sử: sau khi đã giành được độc lập về chính trị, không có ai đủ viễn kiến và can đảm để đi nốt chặng đường còn lại: tranh đấu cho nền độc lập về văn hoá với một văn tự riêng và một nền học thuật riêng. Giới cầm bút làm trầm trọng thêm sự thất bại ấy bằng cách phủ nhận tính chất giải lãnh thổ hoá của thứ chữ Hán Việt, mê mải chạy theo ngôn ngữ chính ở Trung Hoa với hy vọng được nhập vào dòng văn học lớn ấy, được xếp vào những phạm trù "tiền Hán" hay những "thịnh Đường", v.v... Ngay cả khi viết bằng chữ Nôm, người ta vẫn viết dưới ánh sáng mỹ học của nền văn học bằng chữ Hán, nghĩa là buộc chữ Nôm phải bị giải lãnh thổ hoá ngay chính trên quê hương của nó. Chỉ có một số người, thường, trong một giai đoạn nào đó, đi đến tận cùng - một cách tự giác hay, nhiều hơn, tự phát - con đường "văn học nhỏ/phụ" mới đạt được những thành công đáng kể: không phải ngẫu nhiên mà những bài thơ được chúng ta ngày nay đánh giá cao nhất phần lớn là những bài thơ có vẻ bỡn cợt, nhí nhách, tuyệt đối không có chút gì là "ngôn chí" hay "tải đạo", từ những bài thơ tương truyền của Hồ Xuân Hương đến những bài kiểu "Khạc chẳng ra cho, nuốt chẳng vào" hay "Cam, tốc ra thăm gốc hải đường" của Nguyễn Gia Thiều, "Tau ở nhà tau, tau nhớ mi" của Nguyễn Công Trứ, "Một trà, một rượu, một đàn bà" của Trần Tế Xương, "Cũng phải xơi, ngơi, cũng phải chơi" của Tuy Lý Vương, v.v... Cái hay của chúng ở đâu nếu, trước hết, không phải ở thái độ dám đi vào con đường nhỏ và thách thức với dòng văn học chính thống, đầy quyền uy của thời đại? nếu không phải ở thái độ theo đuổi đến cùng tính chất giải lãnh thổ hoá không những về phương diện ngôn ngữ mà còn cả về phương diện tư tưởng mỹ học? Những điều này dường như cũng đúng ngay trong trường hợp của Nguyễn Du, khi ông viết *Truyện Kiều* từ cảm hứng của một tác phẩm thuộc loại nhỏ/phụ ở Trung Hoa: *Kim Vân Kiều truyện* của Thanh Tâm Tài Nhân. Chọn Việt hoá một tác phẩm như thế rõ ràng Nguyễn Du đã không hề có ý định đi vào con đường lớn, con đường chính thống và chính mạch của thời đại ông.

Ở thời điểm hiện nay, không có dòng văn học nào nhỏ hơn dòng văn học lưu vong và không có ngôn ngữ nào bị giải lãnh thổ hoá bằng ngôn ngữ của cộng đồng lưu vong. Văn học lưu vong nhỏ không những so với văn học ở cố quốc (nếu còn có cố quốc!) mà còn nhỏ, thậm chí rất nhỏ so với văn học chính mạch ở quốc gia nơi họ đang định cư. Ngôn ngữ của cộng đồng lưu vong bị giải lãnh thổ hoá ở cả hai bình diện: ở ngôn ngữ mới, nơi người lưu vong bị xem là kẻ mới nhập cư và thiếu hẳn những bề dày văn hoá vốn gắn liền với ngôn ngữ ấy, và ở ngôn ngữ cũ, nơi đã thành một cái gì xa lơ xa lắc, có khi chỉ thuần là một hoài niệm.

Mặc dù có nhiều cách định nghĩa, phân tích và đánh giá khác

nhau về khái niệm lưu vong, hầu như mọi học giả đều đồng ý với nhau về một điều: đặc điểm nổi bật nhất của lưu vong là tính chất giải lãnh thổ. Lưu vong là những kẻ đã đánh mất một quê hương và sẽ không bao giờ tìm lại được một quê hương thực sự nào nữa dù quê hương không bao giờ ngừng là một ám ảnh đầy day dứt đối với họ. Điều này đúng không phải chỉ với những loại lưu vong phi quốc gia (stateless diaspora) mà còn đúng cả với loại lưu vong vẫn còn liên hệ, dưới hình thức này hay hình thức khác, bằng những mức độ khác nhau, với cố quốc (state-linked diaspora).[1]

---

[1] Xem Gabriel Sheffer (2003), *Diaspora Politics at Home Abroad*, nxb Cambridge University Press, tr. 148. Trong cuốn này, Gabriel Sheffer chia lưu vong thành nhiều loại: loại lưu vong lịch sử (historical diaspora) xảy ra thời cổ đại và Trung đại mà tiêu biểu hơn cả là các cuộc thất tán của người Do Thái và người Armenians; loại lưu vong hiện đại (modern diaspora) bắt đầu từ thế kỷ 17 đến giữa thế kỷ 20 trong đó đáng kể nhất là hiện tượng người Phi châu bị bắt và bán làm nô lệ ở châu Âu và châu Mỹ; và cuối cùng, loại lưu vong vừa mới manh nha (incipient diaspora) từ khoảng chiến tranh thế giới lần thứ hai đến nay như người Palestine, người Kurds và người Tibet (tr. 148). Chưa hết. Gabriel Sheffer còn chia ra làm hai loại lưu vong: một, lưu vong nhưng vẫn còn cố quốc, một cõi để đi về hoặc mơ được trở về (state-linked diaspora) và hai, lưu vong trong tình trạng vong quốc hoàn toàn (stateless diaspora) (tr. 148). Ranh giới giữa hai loại lưu vong này không phải lúc nào cũng được phân định rõ rệt. Nó lại càng không bất biến. Từ giữa thế kỷ 20 trở về trước, Do Thái là một cộng đồng lưu vong vô tổ quốc; sau đó, khi nhà nước Do Thái được khôi phục, những người Do Thái còn lưu lạc ở xứ người lại biến thành lưu vong nhưng vẫn còn có cố quốc. Nhưng cũng từ giữa thế kỷ 20, với sự khôi phục của quốc gia Do Thái, người Palestine lại trở thành những người lưu vong vô tổ quốc. Những sự biến đổi này xuất hiện với một nhịp điệu tương đối nhanh ở ba thời điểm chính gắn liền với ba biến động lớn nhất trong thế kỷ 20: đệ nhất thế chiến, đệ nhị thế chiến và sự sụp đổ của chủ nghĩa xã hội ở Liên xô và các nước Đông Âu; cả ba đều dẫn đến sự ra đời của nhiều quốc gia độc lập, biến nhiều cộng đồng lưu vong loại hai trở thành cộng đồng lưu vong loại một.

Tuy nhiên, trước khi phân tích thêm về điểm này, chúng ta cần lưu ý đến sự khác biệt trong quan điểm truyền thống và quan điểm hậu hiện đại về khái niệm lưu vong. Những lý thuyết gia theo quan điểm truyền thống thường gắn liền khái niệm lưu vong với kinh nghiệm của người Do Thái, sau đó, với người Phi châu, cuối cùng, mở rộng, bao gồm cả những người ly hương vì những cuộc nội chiến hay xung đột chính trị trong nước: tất cả đều chia sẻ với nhau kinh nghiệm về tính vô gia cư (homelessness), vô trú xứ (placelessness) và vô quốc gia (statelessness). Tuy khá đa dạng, nhưng đặc điểm chung của những cách nhìn vừa nêu là tính chất tĩnh tại: người ta nhìn các cộng đồng đồng lưu vong như một thực tế đã có sẵn và bất biến, lúc nào cũng đẫm đầy tính bi kịch, nếu không hớt hải chạy trốn các hiểm hoạ từ thiên nhiên hoặc từ các chế độ độc tài và tàn bạo thì cũng bị bắt và bán đi làm nô lệ như người Phi châu ngày xưa hoặc bị xua đuổi ra khỏi chính quê hương của mình như người Do Thái mấy ngàn năm trước hay người Palestine hiện nay. Các nhà hậu hiện đại thì khác. Họ nhìn lưu vong như những điều kiện sinh sống ở đó người lưu vong cảm nghiệm tính chất phân thân của mình: vừa thuộc về nơi này lại vừa thuộc về một nơi khác, vừa không nguôi nhớ nhung về quê cũ lại vừa lo vun đắp sự nghiệp trên vùng đất mới, vừa sống trong ký ức lại vừa lo toan cho tương lai. Cách nhìn này có ưu điểm là nhìn lưu vong như một tiến trình (process) diễn ra trên mọi cấp độ, từ chính trị, kinh tế đến văn hoá, v.v...trong một bối cảnh toàn cầu hoá và hỗn dung văn hoá mạnh mẽ và toàn diện.

Là một tiến trình, lưu vong mang tính nguyên hợp (syncretic), do đó, nó mang cả tính chất xuyên sắc tộc (transethnic) và xuyên quốc gia (transnational); cũng do đó, lúc nào nó cũng ở trong trạng thái vượt biên (crossing borders). Có điều các cuộc vượt biên này không bao giờ hoàn tất. Vượt qua biên giới này, người ta lại đối diện với trùng trùng các biên giới khác. Sống lưu vong là sống với các biên giới, hơn nữa, sống giữa các biên giới. Không có biên giới nào là cố định vĩnh viễn, nhất là các biên giới sắc tộc và văn hoá: sống giữa các biên giới, do đó, không phải chỉ là sống ở-giữa (in-between) như cái điều người ta thường nói mà còn là sống với sự bất định, ở đó, tấm bản đồ luôn luôn được vẽ lại, các đường ranh luôn luôn được tái duyệt. Do đó, nhiều người gọi nơi ở của người lưu vong là một thứ địa phương tính vô giới hạn (nonlimited locality). Nghĩa là không thực sự ở đâu cả. Cái gọi là "không ở đâu cả" của người lưu vong, thật ra, khác rất xa với cái "không ở đâu cả" của những người *gypsies*, những kẻ sinh ra để dấn thân vào một cuộc lang thang bất tận và tuyệt đối không có ý niệm gì về quê quán hay gốc gác. Người lưu vong, ngược lại, không thuộc về nơi nào là vì mọi không gian đều bị lọc qua lăng kính của quê gốc trong khi chính cái gọi là quê gốc lại chỉ là một kết tập của hồi ức và dự phóng, một cái gì vừa thuộc về quá khứ lại vừa thuộc về tương lai. Làm quen với một không gian, do đó, với người lưu vong, là một chuỗi kinh nghiệm về giải lãnh thổ hoá và tái lãnh thổ hoá liên tục. Kinh nghiệm lưu vong trở thành tự sự lưu vong (diasporic narratives), những câu chuyện kể và quan trọng hơn, những định nghĩa về lưu vong.

Bản chất của tự sự là quan hệ và vận động. Chính quan hệ chứ không phải sự kiện, kể cả sự kiện lịch sử, quy định bản chất và bản sắc của lưu vong. Bởi vậy, tuy có nhiều bất đồng, các nhà nghiên cứu về lưu vong xuất phát từ cách nhìn hậu hiện đại đều tập trung chủ yếu vào các quan hệ: một, quan hệ với quê gốc; hai, quan hệ với nơi nhập cư; ba, quan hệ giữa những người lưu vong với nhau; và bốn, quan hệ giữa tất cả những điều vừa kể với ý niệm về bản sắc. Ở cả bốn mối quan hệ chính ấy, nổi bật lên hai yếu tố chung khác: vai trò của tưởng tượng và vai trò của ký ức. Khi xem bản sắc hình thành từ các quan hệ trong khi các quan hệ lại chịu sự tác động mạnh mẽ của tưởng tượng và hồi ức, phần lớn các nhà hậu hiện đại về lưu vong tự nhiên trở thành những người phản yếu tính luận (anti-essentialists), những kẻ không tin vào sự hiện hữu của các yếu-tính-tiền-hiện-hữu, những ý niệm có sẵn và bất biến, bất chấp những biến thiên bên trong hay bên ngoài.

Cả tưởng tượng lẫn ký ức dùng ở đây đều không phải là năng lực cá nhân, dù là một cá nhân thiên tài, mà là của tập thể. Một thứ tưởng tượng tập thể và một thứ ký ức tập thể. Chức năng của tưởng tượng tập thể là biến các thành viên sống khá xa cách về không gian, thậm chí, xa nhau cả hàng ngàn cây số, hàng chục ngàn cây số, từ quốc gia này sang quốc gia khác, từ châu lục này sang châu lục khác, thành một thứ cộng đồng có bản sắc khá giống nhau, ít nhất đủ để tồn tại dưới một cái tên chung, ví dụ cộng đồng lưu vong Việt Nam trên thế giới. Vai trò tưởng tượng ở đây cũng giống vai trò tưởng tượng trong cái gọi là "cộng đồng tưởng tượng" (imagined community) của Benedict Anderson, trên đó, hình thành các quốc gia theo nghĩa hiện đại mà chúng ta đang sử dụng.[1] Về ký ức tập thể, Andreas Huyssen nhắc một chi tiết không phải ai cũng để ý: từ

---

[1] Benedict Anderson (1991), *Imagined Community: Reflections on the Origin and Spread of Nationalism*, Verco xuất bản tại London.

khoảng thập niên 1960 đến nay, đặc biệt là từ cuối thế kỷ 20 đến nay, ký ức tập thể càng lúc càng được toàn cầu hoá (chủ yếu là qua ký ức về Holocaust, sau đó, về chủ nghĩa cộng sản và về cuộc chiến tranh lạnh, trong đó có chiến tranh Việt Nam), hình thành nên một thứ văn hoá ký ức (culture of memory) và một thứ diễn ngôn ký ức (memory discourse) vốn gắn liền với sự phát triển vượt bậc của truyền thông đại chúng và tâm lý hậu thuộc địa.[1] Ký ức tập thể càng có vai trò đặc biệt trong các cộng đồng lưu vong.

Tính quan hệ làm cho lưu vong trở thành sự lai ghép (hybridity) trong khi tính vận động làm lưu vong trở thành một bộ trường thiên tiểu thuyết lai ghép không bao giờ có điểm kết thúc. Sự lai ghép ấy được hình thành như một sự tương tác với môi trường toàn cầu hoá chung quanh, với áp lực tích hợp của nền văn hoá chính mạch trong quốc gia người lưu vong sinh sống, với sức hút của các nhóm đồng hương sống rải rác ở các quốc gia khác, và nhất là với ký ức, một thứ ký ức không ngừng được làm lại và được viết lại, hay nói theo chữ của Cattel và Climo, một thứ "biện chứng pháp của nhớ và quên" (dialectics of remembering and forgetting).[2]

Thứ biện chứng pháp này có tính chính trị rất rõ rệt: người ta thường lựa chọn, có thể một cách vô thức, những gì cần được nhớ và cần truyền lại cho các thế hệ sau. Nhưng "người ta"

---

[1] Xem bài "Present Pasts: Media, Politics, Amnesia" của Andreas Huyssen in trong cuốn *Globalization* do Arjun Appadurai biên tập (2001), Duke University Press xuất bản tại Durham, tr. 57-77.

[2] Jacob J. Climo & Maria G. Cattell (biên tập) (2002), *Social Memory and History: Anthropological Perspectives*, Altamira Press xuất bản tại Walnut Creek, tr. 1.

trong câu vừa viết là ai? Là cá nhân và cũng là tập thể. Bị quy định bởi một số điều kiện lịch sử và văn hoá chung, giữa các cá nhân trong một cộng đồng lưu vong thường có một sự đồng thuận nhất định. Tuy nhiên do phần lớn sự đồng thuận này diễn ra trong vô thức, nó chỉ dừng lại ở một số nét lớn, chính và, quan trọng hơn, có tính giai đoạn, nghĩa là rất hay bị biến động: ký ức tập thể của cộng đồng lưu vong, do đó, bị phân mảnh (fragmented) trầm trọng: đó không phải là một thứ thông sử mà là những mảnh vụn và đầy khúc xạ của lịch sử. Khúc xạ từ kinh nghiệm ngọt ngào hay cay đắng ở quê nhà; khúc xạ từ kinh nghiệm tìm kiếm vùng đất mới để ở và kinh nghiệm tái định cư và hội nhập trên vùng đất mới. Do đó, nhớ cũng là một cách vẽ bản đồ (mapping) cho không gian lưu vong. Sự lựa chọn và sự diễn dịch khác nhau về quá khứ khiến Nhớ trở thành một dự phóng: cách kể lại quá khứ trở thành một cách định hình bản sắc cho cả cộng đồng không những chỉ trong hiện tại mà cả trong tương lai nữa. Có thể cùng chia sẻ một quá khứ chung với một số điều kiện và biến động chung, người ta có thể bị phân hoá một cách sâu sắc theo cách nhớ và cái điều được "chọn" (có thể một cách vô thức) để nhớ.

Có điều, dù việc vẽ bản đồ lưu vong có thay đổi nhanh và lớn đến mấy thì nó vẫn không thể xoá nhoà mọi biên giới để người ta có thể thanh thản rời bỏ cái không gian ở-giữa thường xuyên giao động do những ảnh hưởng đến từ ký ức và tưởng tượng cũng như những thay đổi trong môi trường chính trị, xã hội, văn hoá và ngoại giao chung quanh. Nhiều người (có lẽ đi tiên phong là Homi Bhabha trong cuốn *The Location of Culture* xuất bản năm 1994) gọi cái không gian ở-giữa ấy là kích thước thứ ba hay nền văn hoá thứ ba. Tuy nhiên không phải ai cũng thừa nhận và chấp nhận sự hiện hữu, nhất là sự độc lập của cái nền văn hoá thứ ba ấy. Từ đầu thế kỷ thứ 20 trở đi, như là một phản ứng trước làn sóng di dân ào ạt từ khắp nơi đến Bắc Mỹ, châu Âu và châu Úc, nhiều chính phủ đã áp dụng chính sách đồng hoá đối với mọi người nhập cư: họ bị buộc phải từ bỏ bản sắc văn hoá truyền thống của họ để nhập vào dòng văn hoá chính mạch, hiểu theo nghĩa là dòng văn hoá Âu Mỹ. Nước Mỹ rất tự hào về chính sách đồng hoá này khi ví nước họ như một cái nồi hầm (melting pot) khổng lồ có thể làm chảy tan hết tất cả mọi sự dị biệt về văn hoá vốn là hành lý của những người nhập cư. Nhưng từ giữa thế kỷ 20 trở đi, kẻ sớm người muộn, dần dần người ta nhận ra chính sách đồng hoá vừa ít hiệu quả lại vừa không cần thiết. Những người Mỹ gốc từ Phi châu dù đã sống ngay trong lòng nước Mỹ cả hàng mấy trăm năm vẫn không bị đồng hoá hẳn. Những người Trung Hoa sống rải rác ở nhiều quốc gia khác nhau từ thế hệ này sang thế hệ khác vẫn giữ được nét gì riêng của họ. Từ thực tế ấy, nhiều chính phủ dần dần chấp nhận chính sách đa văn hoá (multiculturalism), trong đó, trọng tâm là "cultural pluralism", chúng ta thường dịch là đa nguyên về văn hoá, với nội dung chính là chấp nhận và tôn trọng những nét đặc thù của các nền văn hoá khác. Thú thực, tôi không thích chữ "đa nguyên" lắm: nó quy chiếu chủ yếu vào cái nguồn (nguyên), vào sự khác biệt ở cái gốc ban đầu (trong quá khứ). Đó chỉ là một khía cạnh của *cultural pluralism*. Một khía cạnh khác là *cultural pluralism* chấp nhận sự hiện diện của các nền văn hoá khác nhau (trong hiện tại), và, quan trọng không kém, nó cổ vũ cho những chiều hướng phát triển khác nhau (trong tương lai), ở đó sự đặc thù của mỗi nền văn hoá sắc tộc sẽ góp phần làm giàu có và đa dạng hoá nền văn hoá quốc gia.

Trong lãnh vực văn học, những nét đặc thù ấy lại càng được khuyến khích, hơn nữa, chúng là điều kiện để người cầm bút có thể tồn tại trong một thế giới, ở đó, sự độc đáo là biểu hiện quan trọng nhất của tài năng. Cái gọi là "đặc thù" ấy, ở người cầm bút lưu vong, trong thế đứng giải lãnh thổ hoá, thật ra, chỉ là một sự lai ghép (hybridity). Nói cho cùng, các cây bút lưu vong thực sự không có con đường nào khác ngoài việc đi hết con đường đầy tính lai ghép của mình. Viết bằng tiếng mẹ đẻ hay bằng ngôn ngữ mới ở nơi mình định cư cũng được. Tuỳ khả năng và tuỳ sở thích của mỗi người. Nhưng điều quan trọng nhất là cách sử dụng ngôn ngữ và cách lựa chọn quan điểm mỹ học: chúng phải thuộc cái mà Deleuze và Guattari gọi là nền văn học nhỏ/phụ. Biện minh cho cuốn *Những vần thơ quỷ* (The Satanic Verses), cuốn sách bị các quốc gia Hồi giáo, đứng đầu là Iran, lên án kịch liệt, Salman Rushdie cho cuốn sách đã được viết ra từ chính kinh nghiệm mất gốc, đứt đoạn và biến hình vốn gắn liền với kinh nghiệm di dân trên khắp thế giới. Theo ông, "*Những vần thơ quỷ* tuyên dương tính chất lai ghép, sự pha tạp, trộn lẫn và biến dạng đến từ những kết hợp mới mẻ và bất ngờ của nhân loại, của các nền văn hoá, các ý tưởng, chính trị, điện ảnh và ca khúc. Nó hài lòng trong sự lai giống và sợ hãi tính chất chuyên chế của sự thuần nhất. [...] Nó là bản tình ca của cái bản ngã lai giống của chúng ta."[1]

Đó là với đất nước mới và với thế giới nói chung, còn với quê gốc thì sao? Thì cũng vậy. Các cây bút lưu vong cũng không thể có đóng góp nào khác ngoài tư cách lưu vong và những hệ

[1] Salman Rushdie (1991), *Imaginary Homelands*, Granta Books xuất bản tại London, tr. 394.

quả từ tư cách lưu vong của mình, trong đó nổi bật nhất vẫn là cái bản sắc lai ghép vốn là đặc điểm của những kẻ sống giữa các biên giới, sống xuyên qua các biên giới. Lâu nay, một số người nhiệt tình và giàu tinh thần dân tộc cũng như tinh thần trách nhiệm đề cập xa gần đến cuộc hội nhập của văn học lưu vong vào với văn học trong nước. Theo tôi, đó chỉ là điều hão huyền, thậm chí, nhảm nhí. Nhà văn thực sự không cần hội nhập hay tái hội nhập vào đâu cả. Trong lãnh vực chính trị, kinh tế hay văn hoá, người ta cần hội nhập để sống còn. Nhưng trong lãnh vực văn học nghệ thuật, hội nhập chỉ có nghĩa là chết. Nhà văn, nhà thơ không cần hội nhập: với họ, hội nhập bao giờ cũng mang nghĩa xấu, là quay lưng lại với con đường nhỏ dành cho những kẻ sáng tạo, nghĩa là, nói cách khác, thực chất là một hành động đầu hàng. Không có gì đáng ngạc nhiên khi, chẳng hạn, nhìn lại tạp chí *Hợp Lưu* vốn cổ vũ cho sự hội nhập giữa trong và ngoài nước trong gần hai thập niên vừa qua, chúng ta không thấy bất cứ sự đóng góp đáng kể nào về phương diện văn học và mỹ học cả. Đóng góp về phương diện sinh hoạt? Có. Đó là tờ báo đẹp, có lúc thu hút được nhiều cây bút thuộc loại tài hoa nhất ở hải ngoại. Đóng góp về phương diện xã hội? Có. Quan hệ giữa những người cầm bút trong và ngoài nước, qua tạp chí *Hợp Lưu*, rõ ràng là sâu đậm hơn. Đóng góp về phương diện chính trị? Có thể cũng có. Những quan điểm cực đoan và những chủ trương phân hoá trong cộng đồng, nhờ *Hợp Lưu*, có phần nhạt dần. Nhưng trong phạm vi văn học, *Hợp Lưu* có mang lại bất cứ một sự thay đổi nào trong phương hướng sáng tác hay trong ý thức thẩm mỹ? Không. Hoàn toàn không. Mà không cũng phải: văn học lưu vong không thể đóng góp được gì khi rời chỗ đứng giải lãnh thổ của mình.

Tuy nhiên, điều đáng để ý nhất là: tính chất giải lãnh thổ hoá trong ngôn ngữ cũng như trong mỹ học không những chỉ hiện hữu trong cộng đồng lưu vong mà còn có thể tìm thấy, và càng ngày càng thấy rõ, ở ngay trong một bộ phận đáng kể của nền văn học nội địa. Bộ phận ấy trước đây còn lén lút, kiểu làm thơ chui và viết văn chui, chỉ dành cho một nhúm bạn bè đọc (ví dụ các cây bút trong nhóm Nhân Văn - Giai Phẩm ở miền Bắc), sau, công khai hơn, qua những tác phẩm được công bố ở hải ngoại (ví dụ nhiều tác phẩm của Dương Thu Hương trước khi bà quyết định xin tị nạn tại Pháp vào năm 2006), cuối cùng, gần đây nhất, qua những tác phẩm được xuất bản không chính thức (nghĩa là không xin phép và không nộp lưu chiểu) trong nước[1]

---

[1] Mấy năm gần đây có ít nhất hai nhà xuất bản như thế được dư luận chú ý nhiều; nhà xuất bản Giấy Vụn (của nhóm Mở Miệng) và nhà xuất bản Cửa. Cả hai đều ở Sài Gòn. Tuy nhiên, người đi tiên phong trong việc xuất bản dưới hình thức photocopy trong nước có lẽ là Nguyễn Quốc Chánh. Bài tựa tập thơ *Của căn cước ẩn dụ* (tháng 11-2001) là một bài viết hay. Xin trích cả bài để bạn đọc tham khảo:

"Thật ngô nghê khi vừa muốn tự do vừa muốn cơ chế chuyên chính cho phép. Tôi đã hơn hai lần ngu như vậy. Và trớ trêu cả hai lần (tuy nhọc nhằn) nhưng đều được phép.

Mặc dù gọi là xin, nhưng thực ra có gì cho không đâu. Đúng tên của nó phải gọi là mua và bán. Mua giấy phép và bán quyền được phép in và phát hành. Đã mua và bán, lẽ ra phải thoải mái. Đằng này vừa muốn bán vừa sợ mất quyền chuyên chế. Và kẻ mua, vẫn không mua được cái thứ mà đúng ra không nên có trên đời. Đó là giấy phép.

Marx. Ông ta triết lý, tự do là nhận thức cái tất yếu. Các môn đệ mông muội ứng dụng nó như một thứ an thần, gây mê cho cái gọi là tự do của họ. Đối với họ, tự do là đồng nghĩa với chấp nhận. Chấp nhận để yên thân. Và yên thân chính là cách nhận thức cái tất yếu hiệu qủa nhất. Mèo vồ chuột là quy luật. Nhưng phải xin phép để phát ngôn thì không thể là quy luật. Có thể kế hoạch sinh đẻ, nhưng không thể kế hoạch tiếng khóc chào đời của một đứa bé. Có thể hạn chế phần ăn của người béo phì, nhưng không thể kiểm duyệt một người béo phì kêu ca về chứng thèm ăn của họ.

Cái phản động của Marx ở chỗ, coi xã hội là một cuộc đấu giai cấp. Con người và tự do của nó, chỉ có, khi ý thức về cái gọi là tất yếu của cuộc đấu giai cấp ấy. Hệ qủa của những trận đấu này, sinh ra hàng loạt kiểu anh hùng. Chủ nghĩa anh hùng và biến thái của nó đã phá hủy cái bào thai tự nhiên của xã hội. Từ chỗ cho rằng xã hội là xã hội của đấu giai cấp, nên con người bị căng ra thành những mặt trận. Mặt trận y tế, mặt trận giáo dục, mặt trận văn nghệ… Cái nguy của những mặt trận này là đặt con người trong thế nghi kỵ và thù địch nhau.

Một quốc gia gọi là tự do, nhưng không có tự do cá nhân, tự do của quốc gia đó chẳng khác gì một thứ vải liệm. Một quốc gia gọi là tự do, mà không có dân chủ, quốc gia đó chỉ là một quần thể sơ khai. Một người không có tự do cá nhân, người đó sẽ có thừa khả năng của một sinh vật, nhưng không đủ lý do cho một con người. Huống chi là một người viết. Tự do cá nhân không có nghĩa là tách khỏi và biệt lập. Chỉ tách khỏi và biệt lập với cái âm mưu quy đồng tự do cá nhân vào mẫu số chung nhân danh tự do dân tộc.

Nỗi sợ bị chụp mũ nhanh chống biến thành một kinh nghiệm suy đồi. Nó hủy hoại tài năng bằng những thủ thuật được mã hóa dưới dạng gọi là viết-lách. Lách trong khi viết được coi là khôn khéo, nhưng thực ra nó là thứ khôn vặt. Một loại tâm lý đã thành truyền thống của kẻ bị trị. Và người Việt, dường như đã chột hẳn ý chí làm người. Đó là ý thức về tự do cá nhân.

Người gọi là trí thức, lẽ ra là những cá nhân tự do chủ nghĩa hoàn hảo nhất. Nhưng thực tế họ chỉ là thành phần dật dờ, tự thỏa mãn ẩn ức bằng những chuyện tiếu lâm. Rồi lui về hợp thức hóa cái thân phận đoan trang bằng cách bói, suy tôn và thần thánh hóa Kiều. Từ bản dịch lục bát một cuốn truyện Tầu, thế mà đã mấy thế kỷ vẫn còn là sách gối đầu giường. Hay nói đúng hơn, nó là cái hầm mộ tập thể, không ngớt mai táng cho những số phận tinh thần của trí thức Việt Nam.

Bạo lực có thể tạm thời mang lại cái gọi là tự do dân tộc. Nhưng tự do cá nhân không thể có bằng sự chiến thắng của súng đạn. Nó phải là một cuộc nội chiến trong mỗi người. Để loại khỏi ý thức những tín điều phản động. Đã hàng ngàn năm ăn sâu và gặm mòn thân phận những người vốn lầm than, nhỏ bé và cả tin. Họ, dù trải qua bao nhiêu tai họa nhưng vẫn cả tin. Vẫn nhỏ bé. Chỉ có điều thói đạo đức giả, cơ hội và tính láu cá thì mỗi ngày một nhuần nhuyễn hơn...Chính cái tơi tả trong tinh thần như vậy, nên những tín điều phản động xưa nay dưới mọi hình tướng mới có cơ hoành hành.

Viết, in & phát hành trong sự cho phép, là một cách tiếp tay với sự phản hay chỉ công bố trên các tạp chí mạng (ví dụ Talawas, Da Màu hay Tiền Vệ) hoặc các trang blog. Tất cả những cây bút thuộc các hiện tượng vừa kể đều sống và sáng tác trong tình trạng phân cách với ngôn ngữ chính thống, văn học chính thống và văn hoá chính thống trong nước. Mối quan hệ tưởng là tự nhiên và tất yếu giữa viết và đọc, giữa những người cầm bút và các độc giả của họ, giữa tác phẩm và môi trường xuất bản cũng như phát hành chung quanh, giữa cái biểu đạt (signifier) và cái được biểu đạt (signified) trong ngôn ngữ bị lung lay, và có khi gãy đổ hẳn. Dưới áp lực của chế độ kiểm duyệt khe khắt cũng như của hệ thống truyền thông đại chúng đầy dối trá, ngôn ngữ không còn phản ánh hiện thực nữa. Nó trở thành khuôn sáo, máy móc, khô cứng và giả tạo. Theo tôi, những kiểu diễn đạt cố tình nói sai (ví dụ cách dùng chữ "hơi bị" trong những câu có ý nghĩa tích cực: "Cô ấy hơi bị đẹp"), dùng tên riêng hay một từ nhiều âm tiết để chỉ lấy một âm có nghĩa thích hợp (ví dụ: "Campuchia đi!" thay cho "chia đi", "Hà Văn Lâu" thay cho "lâu", "Lương Văn Can" thay cho "can", v.v...) đều là những cách bày tỏ thái độ, bằng việc nói ngược hoặc sự phá phách đối với các quy luật và quy ước ngôn ngữ, của xã hội. Nói cách khác, chính cái ngôn ngữ văn học trong nước hiện nay cũng bị giải lãnh thổ hoá. Nhiều người cầm bút chấp nhận tình trạng giải lãnh thổ hoá ấy và chấp nhận đi vào dòng văn học nhỏ/phụ: họ sử dụng cái ngôn ngữ bị cấm kỵ, bày tỏ những thái

---

động theo nghĩa là kéo dài những biến tướng. Bởi nó ít có tác dụng thúc đẩy. Mà chỉ thêm những kẻ đồng lõa với âm mưu bóp chết tự do cá nhân.

Tôi có mấy chục người quen, một ít người bạn, và chỉ với cái văn minh vi tính, thơ tôi có thể được đọc một cách sạch sẽ mà không phải khom xuống để chui qua sự khám xét nào."

độ bị cấm kỵ, theo đuổi những phong cách bị cấm kỵ và thậm chí, phổ biến tác phẩm dưới những hình thức bị cấm kỵ.

Một trong những người đi tiên phong đồng thời cũng là người phát ngôn một cách hùng hồn nhất cho sự chọn lựa ấy là nhà thơ Nguyễn Quốc Chánh. Trong lời nói đầu tập thơ *Của căn cước ẩn dụ* in (bằng cách photocopy và không xin phép chính quyền năm 2001), ông giải thích tại sao ông từ chối đi vào con đường chính thống:

> Viết, in và phát hành trong sự cho phép, là một cách tiếp tay với sự phản động theo nghĩa là kéo dài những biến tướng. Bởi nó ít có tác dụng thúc đẩy. Mà chỉ thêm những kẻ đồng loã với âm mưu bóp chết tự do cá nhân.
>
> Tôi có mấy chục người quen, một ít người bạn, và chỉ với cái văn minh vi tính, thơ tôi có thể được đọc một cách sạch sẽ mà không phải khom xuống để chui qua sự khám xét nào.

Nhiều người gọi họ là những nhà thơ và những nhà văn phản kháng. Có thể. Nhưng chắc chắn không phải là tất cả, thậm chí không phải là số đông. Theo chỗ tôi biết, rất nhiều người trong họ không có thái độ chính trị gì thật rõ rệt. Và họ cũng không hề muốn dấn thân vào chính trị. Họ chỉ thuần là trí thức và văn nghệ sĩ. Họ chỉ muốn sáng tác theo cái hướng mà họ nghĩ là đúng, hay và đẹp. Thế thôi. Hướng ấy chính là cái hướng nhỏ/phụ, ở ngoài chính thống, do đó, ở ngoài khuôn sáo, và cũng có nghĩa là ở ngoài sự tự huỷ.

Chứ không phải sao? Dòng chính thống nào lại không phải là lối mòn và không phải là một thứ đại lộ cho đám đông phi-bản sắc? Dòng chính thống dưới một chế độ độc tài lại càng có tính tự huỷ lớn. Cứ nhìn lại văn học miền Bắc trong suốt hai mươi năm chiến tranh (1954-75) và sau đó, văn học cả nước trong mười năm đầu thời kỳ hậu chiến (1975-85) thì rõ. Những tên tuổi một thời từng được xem là những tài năng kiệt xuất thời tiền chiến, sau này, lại được xem như những ngọn cờ đầu của "văn học cách mạng" bây giờ ra sao? Hầu hết đều lụi tàn. Đọc tác phẩm của họ: chỉ thấy sự sa đoạ về tài năng. Đọc các bài bút ký và hồi ký viết về họ: chỉ thấy sự sa đoạ về nhân cách.[1] Chính họ, nhiều người, nhìn lại sự nghiệp của mình,

---

[1] Các bài bút ký và hồi ký ấy, ví dụ các bài về Xuân Diệu, Huy Cận, Hoài Thanh, v.v... có thể dễ dàng tìm thấy khắp nơi. Thú vị nhất có lẽ vẫn là tập *Chân dung nhà văn* của Xuân Sách, trong đó có mấy chân dung tiêu biểu:

Về Huy Cận:
Các vị La hán chùa Tây phương
Các vị già quá tôi thì béo
Năm xưa tôi hát vũ trụ ca
Bây giờ tôi hát đất nở hoa
Tôi hát chiến tranh như trẩy hội
Đừng nên xấu hổ khi nói dối
Trời mỗi ngày lại sáng có sao đâu

Về Chế Lan Viên:
Điêu tàn ư? Đâu chỉ có điêu tàn
Ta nghĩ tới vàng sao từ thuở ấy
Chim báo bão, lựa chiều cơn gió dậy
Lựa ánh sáng trên đầu mà thay đổi sắc phù sa
Thay đổi cả cơn mơ
Ai dám bảo con tầu không mộng tưởng
Mỗi đêm khuya không uống một vầng trăng
Lòng ta cũng như tầu, ta cũng uống
Mặt anh em trong suối cạn hội nhà văn

Về Hoài Thanh:
Vị nghệ thuật nửa cuộc đời
Nửa đời sau lại vị người ngồi trên
Thi nhân còn một chút duyên

không tránh được cảm giác ngượng ngùng và xấu hổ. Chế Lan Viên, trong các bài thơ gọi là "di cảo", chẳng hạn.[1] Thuộc thế hệ trẻ hơn, Nguyễn Khải, gần đây, trong bài tuỳ bút dài "Đi tìm cái Tôi đã mất",[2] chẳng hạn. Trong khi đó, những người chọn (hoặc bị buộc phải chọn) con đường văn học nhỏ/phụ, ngược lại, cứ càng ngày càng toả sáng. Như Trần Dần, Đặng Đình Hưng, Lê Đạt, Hoàng Cầm và những người trẻ hơn một tí, Dương Tường, Hoàng Hưng, Phan Đan, v.v... Những tác phẩm được họ sáng tác trong thầm lặng đã làm mới ngôn ngữ

Lại vò cho nát lại lèn cho đau
Bình thơ tới thuở bạc đầu
Vẫn chưa thể tất nổi câu nhân tình
Giật mình mình lại thương mình
Tàn canh tỉnh rượu bóng hình cũng tan.

Tập *Chân dung nhà văn* này có thể tìm thấy dễ dàng trên internet.

[1] Ví dụ bài "Trừ đi":

Sau này anh đọc thơ tôi nên nhớ
Có phải tôi viết đâu? Một nửa
Cái cần viết vào thơ, tôi đã giết đi rồi!
Giết một tiếng đau, giết một tiếng cười,
Giết một kỷ niệm, giết một ước mơ,
Tôi giết cái cánh sắp bay...trước khi tôi viết
Tôi giết bão táp ngoài khơi cho được yên ổn trên bờ
Và giết luôn mặt trời trên biển,
Giết mưa và giết cả cỏ mọc trong mưa luôn thể
Cho nên câu thơ tôi gày còm như thế
Tôi viết bằng xương thôi, không có thịt của mình.
Và thơ này rơi đến tay anh
Anh bảo đấy là tôi?
Không phải!
Nhưng cũng chính là tôi - người có lỗi!
Đã giết đi bao nhiêu cái
Có khi không có tội như mình!

[2] Xem toàn bài này trên http://www.diendan.org/sang-tac/111i-tim-cai-toi-111a-mat

thơ, đã mở rộng diện tích của thơ, trong đó có nhiều vùng còn chập chùng bóng tối của vô thức. Chính họ, cùng với một số nhà thơ ở miền Nam vào cuối thập niên 1950, trong đó nổi bật nhất là Thanh Tâm Tuyền, Bùi Giáng và Tô Thuỳ Yên, đã đẩy thơ Việt Nam tiến xa và tiến sâu về hướng hiện đại hoá. Có thể nói bài học lớn nhất mà lịch sử mấy chục năm vừa qua dạy chúng ta là sự thất bại của dòng văn học chính thống. Cũng có thể nói thêm: phép mầu lớn nhất của đảng Cộng sản trong lãnh vực văn học nghệ thuật là: họ chạm bàn tay lãnh đạo của họ vào đâu, ở đó liền bị biến ngay thành rác rưởi.[1]

Cũng có cái hay: đối diện với nguy cơ "rác hoá" ấy, những người cầm bút tài hoa và can đảm nhất không còn lựa chọn nào khác ngoài việc đi hẳn vào dòng văn học nhỏ/phụ, đi thật xa vào con đường giải lãnh thổ hoá để trở thành những kẻ lưu vong, có khi ngay trên đất nước của mình. Nhờ đó, bằng những tác phẩm giàu tính sáng tạo, họ tạo ra được một thứ đối mỹ học (counter-aesthetics) và đối tự sự (counter-narratives)

---

[1] Ngoài trường hợp suy đồi về tài năng và nhân cách của các tác giả đã thành danh trước năm 1945, sau này sống ở miền Bắc đã nhắc ở trên, có thể dẫn thêm bằng chứng khác về "tính hiệu quả" của sự "lãnh đạo của Đảng": tờ báo *Văn Nghệ* của Hội Nhà Văn: trước, thời Nguyên Ngọc làm Tổng biên tập, tờ báo vừa được đánh giá cao về nghệ thuật vừa được mọi người, từ giới cầm bút đến giới độc giả nói chung, yêu thích; sau, khi Nguyên Ngọc bị phê phán và bị cách chức, tờ báo được Đảng chăm sóc cẩn thận; hậu quả: không ai thèm đọc nữa! Trong lãnh vực báo chí, gần đây cũng có trường hợp tương tự: tờ báo *Tuổi Trẻ* vốn là tờ báo thuộc loại có uy tín và bán chạy nhất ở Việt Nam, nhưng từ khi Đảng thay đổi Ban biên tập, tăng cường sự "lãnh đạo" thì nó lại trở thành một tờ báo kém cỏi, nhạt nhẽo và số lượng phát hành giảm đi đến hơn 100.000 bản/kỳ. Xem bài Huy Đức tường thuật trên blog: http://blog.360.yahoo.com/blog-_Q78P6g5br89WVUa77qC3PG4?p=5760 (ngày 15.9.2008)

của dòng văn học chính thống. Xin lưu ý: "đối" (counter-) chứ không phải là "phản" (anti-). "Đối" theo kiểu "đối tác" (counter-part) hay "đối trọng" (counter-force) vốn khá phổ biến trong ngôn ngữ chính trị lâu nay, hay trong từ đối văn hoá (counter-culture) vốn thịnh hành ở Tây phương từ thập niên 1960 trở đi. "Đối" là tồn tại bên cạnh, độc lập và đầy tính phê phán đối với một cái gì khác có vẻ như to lớn và bề thế hơn hẳn.

Nhưng không chừng chính những cái "đối" ấy mới thuộc về tương lai. Như lịch sử đã nhiều lần chứng minh.

Tính lai ghép

Gắn liền với toàn cầu hoá và giải lãnh thổ hoá là ý niệm về tính lai ghép (hybridity). Ít phổ biến hơn, nhưng so với hai khái niệm trên, tính lai ghép lại có lịch sử lâu đời và không chừng có ảnh hưởng trên văn hoá và văn học sâu đậm hơn. Trong bài viết này, sau khi phân tích nội hàm khái niệm tính lai ghép, tôi muốn chứng minh hai điều: một, tính lai ghép là một trong những đặc điểm nổi bật nhất của văn hoá và văn học Việt Nam; và hai, tương lai của văn hoá và văn học Việt Nam cũng đều nằm ở tính lai ghép.

Nhưng, trước hết, tính lai ghép là gì? Nhiều người cho khái niệm tính lai ghép như một con kỳ nhông cứ thay đổi ý nghĩa theo từng ngữ cảnh và văn cảnh. Vittoria Borso cho đó là một thuật ngữ đáng bị nghi vấn: nó đặt trên giả thiết về sự tồn tại của một nền văn hoá thuần khiết.[1] Nilos Papastergiadis thì cho

---

[1] Vitteria Borso, "Hybrid Perceptions, a Phenomenological Approach to the Relationship Between Mass Media and Hybridity" in trong *New Hybridities* do Frank Heidermann và Alfonso de Toro biên tập (2004) từ những bài tham luận trong một cuộc hội nghị tại Kloster Seeon, Đức, tr. 39. Có thể xem cuốn sách trên internet:

khái niệm tính lai ghép chứa đựng trong bản thân nó những ý tưởng thật kỳ lạ.[2] Kỳ lạ đến độ Homi Bhabha, một trong những lý thuyết gia hàng đầu của tính lai ghép, gọi đó là một sự nguỵ trang (camouflage),[3] hơn nữa, một thứ dị giáo (heresy).[4] Tất cả những cách nói ấy đều nhằm bày tỏ một điểm: đằng sau khái niệm tính lai ghép, có bao nhiêu là ý tưởng khác biệt, thậm chí, mâu thuẫn, chồng chéo ngổn ngang, thách thức mọi nỗ lực khái quát hoá của những người làm công tác khoa học.

Mà thật. Lịch sử tính lai ghép cơ hồ dài bằng hoặc gần bằng lịch sử nhân loại. Trong tiếng Anh, lai ghép, (hybridity) có gốc gác từ tiếng La Tinh, *hybrida*, thoạt đầu, được sử dụng để chỉ những con heo sinh ra từ sự giao phối giữa một giống heo rừng và một giống heo đã thuần hoá; sau, chỉ con cái của một người La Mã và một người ngoại quốc, hay của một người tự do và một người nô lệ; sau nữa, chỉ tất cả những gì được hình thành từ một sự pha trộn giữa nhiều yếu tố khác biệt, ví dụ, trong sinh học, những đứa con sinh ra từ những cuộc hôn nhân dị chủng; trong thực vật học, những loại cây lai giống bằng cách chiết cành; trong ngôn ngữ học, chỉ những hiện tượng pha tiếng hoặc về phương diện ngữ âm, hoặc về phương diện từ vựng, hoặc ở cả hai phương diện ấy. Từ thế kỷ 18, từ lai ghép nổi lên như một thuật ngữ trong các lý thuyết về chủng tộc;

---

http://books.google.com.au/books?id=9LpLvevagjEC&dq=%22New+Hybridities%22+%22Toro%22&printsec=frontcover&source=bl&ots=GGu5nM7j8Z&sig=HezATb5PEc8BGyro7YOE3nGyapQ&hl=en&sa=X&oi=book_result&resnum=1&ct=result#PPA9,M1

[2] Nikos Papstergiadis (2000), *The Turbulence of Migration*, Cambridge: Polity Press, tr. 169.

[3] Homi Bhabha (1994), *The Location of Culture*, London: Routledge, tr. 193.

[4] Như trên, tr. 226.

sau, nó lắng xuống hầu như cùng lúc với sự thoái trào của chủ nghĩa thực dân; nhưng gần đây, nó xuất hiện trở lại trong lãnh vực văn hoá, triết học, xã hội học, nhân chủng học và văn học.[5] Không phải chỉ "trở lại", nó còn trở lại một cách huy hoàng, với tư cách một trong những ý niệm trung tâm của nhiều trường phái và nhiều ngành học khác nhau, từ chủ nghĩa hậu thực dân/thuộc địa đến chủ nghĩa hậu hiện đại, từ lưu vong đến toàn cầu hoá, từ Văn hoá học (Cultural Studies) đến Sắc tộc học (Ethnic Studies), v.v... Không thể bàn đến các trường phái hoặc ngành học ấy, cũng như không thể hiểu được thời đại chúng ta đang sống một cách thấu đáo nếu bỏ qua khái niệm tính lai ghép. Jan Nederveen Pieterse xem lai ghép hoá như là biểu hiện của toàn cầu hoá.[6] Pnina Werbner xem tính lai ghép như một thứ "siêu kiến tạo lý thuyết của trật tự xã hội".[7] Renato Rosaldo xem tính lai ghép như một điều kiện đang tiếp diễn và càng lúc càng phát triển của tất cả các nền văn hoá nhân loại, nơi vốn không có chỗ cho sự thuần nhất và thuần khiết, bởi vì mọi thứ đều ở trong trạng thái xuyên văn hoá hoá (transculturation) với hai động tác mượn và cho mượn diễn ra hầu như cùng lúc.[8]

---

[5] Về lịch sử phát triển của từ "hybridity" vừa kể, tôi nhặt nhạnh và tổng hợp từ nhiều nguồn khác nhau trên internet và các sách tham khảo (được liệt kê trong các phần chú thích của bài này).

[6] Jan Nederveen Pieterse, "Globalization as Hybridization" in trong cuốn *Global Modernities* do Mike Featherstone, Scott Lash và Roland Robertson biên tập (1995), London: Sage Publications, tr. 45-68.

[7] Pnina Werbner, "Introduction: the Dialectis of Cultural Hybridity" in trong cuốn *Debating Cultural Hybridity* do Fnina Werbner và Tariq Modood biên tập (1997), London và New Jersey: Zeb Books, tr. 1. Nguyên văn: "Hibridity is here a theoretical metaconstruction of social order."

[8] Renato Rosaldo, "Forword", in trong cuốn *Hybrid Cultures, Strategies for*

Có thể nói, trong mấy chục năm vừa qua, ít có khái niệm nào thay đổi nhiều và triệt để như khái niệm tính lai ghép: Trước, nó gắn liền với ý niệm chủng tộc; sau, với ý niệm về bản sắc. Trước, trong diễn ngôn thực dân luận (colonial discourse), nó chỉ những gì bị xem như thứ cấp và hạ đẳng; sau, trong diễn ngôn hậu thực dân luận (postcolonial discourse), nó lại được xem như một nét đặc thù và độc đáo. Trước, trong mắt nhìn của các nhà hiện đại chủ nghĩa, nó là một sự bất toàn; sau, dưới nhãn quan hậu hiện đại, nó lại được xem như là một thành tựu. Trước, thời biên giới giữa các quốc gia nếu không bị khoá chặt thì cũng bị canh phòng cẩn mật, nó bị xem như một tội lỗi và một sự đe doạ; sau, thời toàn cầu hoá, nó lại biến thành cái gì hiển nhiên, như một tất yếu, không thể tránh được. Trước, nó bị xem như một thứ thành kiến đầy tinh thần kỳ thị và đơn giản; sau, nó trở thành một khái niệm phức tạp trong học thuật đến độ Alfonso de Toro cho là nó có thể được phân tích từ ít nhất bảy lãnh vực hay cấp độ khác nhau: một phạm trù nhận thức luận; một phạm trù lý thuyết hay phương pháp luận; một phạm trù của lý thuyết văn hoá; một phạm trù xuyên môi giới (transmediatical category, như việc sử dụng nhiều phương tiện giao tiếp khác nhau, nhiều hệ thống tín hiệu và nhiều hệ mỹ học khác nhau); một phạm trù thành thị (urban category, như là các hình thức và loại hình tổ chức khác nhau); một phạm trù của cơ thể[9] (ví dụ: liên quan đến dục vọng, dục tính, quyền lực, bạo động, ký ức, lịch sử hay kiến

---

Entering and Leaving Modernity của Néstor Garía Canclini (1995), Minneapolis: University of Minnesota Press, tr. xv.

[9] Allfonso de Toro còn gọi là một lãnh thổ của cơ thể (as territory of the body).

thức); và như một phạm trù khoa học và kỹ thuật.[10]

Cũng có thể nói, những thay đổi trong cách nhận thức về khái niệm tính lai ghép phản ánh sự tiến hoá của văn minh nhân loại nói chung: trước, kéo dài cả mấy ngàn năm, từ Đông sang Tây, ở đâu người ta cũng đều đề cao tính thuần nhất và bất biến trong nguồn gốc của các loài cũng như trong các thành phần và các giá trị trong xã hội; và ở đâu người ta cũng tìm đủ mọi cách để bảo vệ tính thuần nhất và bất biến ấy, trong đó, đáng kể nhất là cách đặt ra vô số luật lệ trong hôn nhân và trong việc di dân; sau, người ta lại đề cao tính đa nguyên và đa phương mà biểu hiện rõ nhất, về phương diện văn hoá, chính là hiện tượng lai ghép. Trước, cũng kéo dài cả hàng ngàn, thậm chí, hàng chục ngàn năm hay hơn nữa, loài người có khuynh hướng giải quyết các bất đồng và xung đột bằng bạo lực; sau, bằng các nỗ lực thương thảo (negotiation): tính lai ghép là một trong những dấu ấn tiêu biểu nhất của quá trình thương thảo liên lỉ nhằm định hình bản sắc của một cá nhân cũng như của một cộng đồng.

Tất cả những sự thay đổi trong cách nhận thức về tính lai ghép nêu trên đều bắt đầu từ một nguồn: phát kiến của Mikhail Bakhtin, một lý thuyết gia người Nga, người đã sử dụng từ "tính lai ghép" như một thuật ngữ triết học và văn học, đồng thời tách nó ra khỏi những thành kiến về chủng tộc hay chủng loại vốn phổ biến trong các lãnh vực động vật học, thực vật học và thực dân luận.[11]

---

[10] Frank Heidermann và Alfonso de Toro (2004) sđd., tr. 11 và 24.

[11] Theo Robert J.C. Young (1995) trong cuốn *Colonial Desire: Hybridity in Theory, Culture and Race*, từ năm 1862, từ "lai ghép" (hybridity) đã được sử

Thật ra, trong nhiều thuật ngữ quan trọng do Bakhtin đưa ra, tính lai ghép chỉ chiếm một vị trí khiêm tốn, xuất hiện một cách hoạ hoằn và rải rác trong nhiều văn bản, và chỉ thực sự thu hút sự chú ý của giới học giả trong thời gian gần đây, tuy nhiên, nó lại gợi mở nhiều phương hướng nghiên cứu mới, giúp soi sáng nhiều hiện tượng ngôn ngữ, văn học và văn hoá một cách bất ngờ và thú vị. Theo Bakhtin, một trong những đặc điểm nổi bật nhất của ngôn ngữ và của tiểu thuyết (hay văn học nói chung) là tính dị hành ngôn (heteroglossia / different-speech-ness[12]), ở đó, mọi hình thức diễn ngôn, đặc biệt là tiểu thuyết, bao gồm nhiều hình thức phát biểu khác nhau: lời phát biểu của các nhân vật, lời phát biểu của người kể chuyện hay ngay cả lời phát biểu của tác giả. Bakhtin xem tính dị hành ngôn như "một lời nói của ai khác trong một ngôn ngữ khác, nhằm diễn tả ý định của tác giả theo một cách đã bị khúc xạ".[13] Kiểu phát biểu như thế tạo ra một hình thức diễn ngôn đặc biệt: diễn ngôn nhị trùng thanh (double-voiced discourse), ở đó có hai người lên tiếng cùng một lúc, diễn tả hai ý định khác nhau cùng một lúc: "một ý định trực tiếp của nhân vật, kẻ đang lên tiếng, và một ý định bị khúc xạ của tác giả."[14] Trong một diễn ngôn như thế, lúc nào cũng có hai giọng, hai ý

---

dụng để chỉ hiện tượng vay mượn trong lãnh vực ngôn ngữ (tr. 6). (Dẫn theo Eleni Kefala, "Kalokyris and Borges: A Study of their Syncretist Aesthetics", *Journal of Modern Greek Studies*, số 23, 2005, tr. 72.)

[12] Cũng có người dịch *heteroglossia* sang tiếng Anh là "differentiated speech".

[13] M.M. Bakhtin (1981), *The Dialogic Imagination, Four Essays* do Michael Holquist biên tập, Caryl Emerson và Michael Holquist dịch từ tiếng Nga, University of Texas Press xuất bản tại Austin, tr. 324.

[14] Như trên.

nghĩa và hai lối diễn tả khác nhau: chúng dường như đang đối thoại với nhau. Bakhtin gọi quan hệ đối thoại ấy là tính tương thoại (dialogism),[15] một đặc điểm lớn của văn học, đặc biệt của tiểu thuyết. Tính tương thoại làm cho mọi lời nói đều trích dẫn hoặc quy chiếu vào một hay nhiều lời nói khác, một hay nhiều cái gì khác, có liên quan mật thiết với các hệ thống giá trị trong xã hội (đúng/sai; tốt/xấu, đẹp/xấu, v.v...); do đó, mọi lời nói đều biểu đạt một cái gì đó lớn hơn cái tôi của người phát ngôn: chúng biến thành văn hoá. Một trong những thủ pháp chính để hiện thực hoá tính tương thoại và tính nhị trùng thanh là tính lai ghép.

Theo Bakhtin, tính lai ghép là "sự trộn lẫn của hai ngôn ngữ xã hội trong giới hạn của một lời nói duy nhất, một sự đối đầu bên trong phạm vi của một lời nói, giữa hai ý thức ngôn ngữ khác nhau, bị phân cách bởi thời đại, giai cấp xã hội hay một yếu tố gì khác."[16] Tính lai ghép không chỉ là thủ pháp của tiểu thuyết mà còn là một hệ thống tổ chức kéo các ngôn ngữ lại gần nhau, dùng ngôn ngữ này làm sáng tỏ ngôn ngữ kia. Nó là hệ thống thủ pháp (system of devices) để làm ngôn ngữ trở thành giàu có. Bakhtin tin là những sự lai ghép hữu cơ (organic), từ trong vô thức là những kiểu thức phát triển quan trọng nhất trong đời sống và sự tiến hoá của mọi ngôn ngữ. "Chúng ta cũng có thể nói, về phương diện lịch sử, ngôn ngữ,

---

[15] Ở Việt Nam, nhiều người dịch "dialogism" là đối thoại (dialogue). Thật ra, như Sue Vice (1997, *Introducing Bakhtin*, Manchester: Manchester University Press, tr. 45) nhấn mạnh, *dialogism* có nghĩa là "nhị trùng thanh" (double voicedness) hơn là liên quan đến đối thoại mặc dù Bakhtin thường nêu lên sự gần gũi giữa *dialogism* như một hiện tượng ngôn ngữ rộng lớn và *dialogue* như việc đối đáp qua lại trong đời sống hằng ngày.

[16] M.M. Bakhtin (1981), sđd., tr. 358.

tất cả các ngôn ngữ, thay đổi, trước hết, bằng cách lai ghép, bằng cách trộn lẫn các ngôn ngữ khác nhau cùng cộng sinh trong biên giới của một phương ngữ duy nhất, một ngôn ngữ toàn dân duy nhất."[17] Ngoài kiểu lai ghép từ trong vô thức này, trong ngôn ngữ, còn một kiểu lai ghép khác: lai ghép một cách có chủ đích (intentional hybrid), ở đó, người ta nhận thức về ngôn ngữ này từ góc nhìn của một ngôn ngữ khác: "Hình ảnh của ngôn ngữ chỉ được cấu trúc từ quan điểm của một ngôn ngữ khác, ngôn ngữ được xem là chuẩn mực."[18]

Lai ghép có chủ đích không phải là lai ghép những ý thức ngôn ngữ vô ngã mà là hai ý thức ngôn ngữ đã được cá nhân hoá và hai ý định ngôn ngữ mang tính cá nhân rõ rệt. Đó là sự lai ghép ở bình diện ngữ nghĩa; không phải ngữ nghĩa hay logic ở dạng trừu tượng mà là những ngữ nghĩa cụ thể và có tính xã hội; bởi vậy, sự lai ghép ở đây có thể dẫn đến những xung đột giữa những nhân sinh quan và vũ trụ quan khác nhau. Lai ghép hữu cơ, ngược lại, được tiến hành từ trong vô thức, dẫn đến sự ra đời của những cách nhìn hiện thực mới mẻ nhưng tiệm tiến, không gây nên những đứt đoạn hay khủng hoảng: lịch sử vẫn tiếp tục phát triển một cách lặng lẽ và êm đềm. Trong khi tính lai ghép hữu cơ là động lực sơ khởi của mọi sự tiến hoá của ngôn ngữ, tính lai ghép có chủ đích là một trong những thủ pháp cơ bản nhất nhằm cấu trúc hoá hình ảnh của một ngôn ngữ.[19]

Theo Robert Young, cách phân loại của Bakhtin cung cấp

---

[17] Như trên, tr. 358-9.
[18] Như trên, tr. 359.
[19] Như trên, tr. 360-1.

mô hình biện chứng hữu hiệu để tìm hiểu các quan hệ tương tác trong đời sống văn hoá của nhân loại;[20] theo Pnina Werbner, mô hình biện chứng này có thể giải thích tính chất cộng sinh của xu hướng thay đổi và xu hướng kháng cự lại mọi thay đổi trong các nhóm sắc tộc cũng như các quốc gia.[21] Nói cách khác, dưới mắt nhiều nhà nghiên cứu, trong lãnh vực văn học và nghệ thuật, tính lai ghép có thể được nhìn thấy qua sự pha trộn của nhiều thể loại, nhiều phương thức diễn tả, nhiều ngôn ngữ và nhiều văn bản khác nhau trong những bối cảnh không gian và thời gian khác nhau: mọi văn bản, do đó, đều được viết trên biên giới của hai ý thức và hai chủ thể. Có thể xem tính lai ghép như một tiến trình tu từ của sự thương thảo văn hoá (a rhetorical process of cultural negotiation) giữa nhiều nhóm và nhiều sắc tộc trong một cộng đồng. Với ý nghĩa như thế, tính lai ghép trở thành một hình thức can thiệp chính trị (a form of political intervention). Xin lưu ý là: Khác với Ferdinand de Saussure, người phân biệt *ngôn* (language) và *ngữ* (speech), Bakhtin quan niệm không có từ nào thực sự hiện hữu trước khi chúng được nói lên hay viết ra: mọi từ ngữ, do đó, đều mang dấu ấn của người phát ngôn. Vì những dấu ấn ấy, mọi ngôn ngữ đều phản ánh những cách nhìn riêng biệt, thể hiện qua ý nghĩa và giá trị của từng từ. Cũng chính vì vậy, mọi phát ngôn đều bao hàm một cách bày tỏ thái độ.

---

[20] Robert Young (1995), *Colonial Desire: Hybridity in Theory, Culture and Race*, London: Routledge, tr. 22.

[21] Pnina Werbner (1997), "Introduction: The Dialectics of Cultural Hybridity", in trong cuốn *Debating Cultural Identity: Multi-Cultural Identities and the Politics of Anti-Racism* do Pnina Werbner và Tariq Modood biên tập, London & New Jersey: Zed Books, tr. 1-26.

Tính lai ghép lại càng là một cách bày tỏ thái độ: Đó là phát hiện của một số lý thuyết gia hậu thực dân/thuộc địa, những người đã tiếp nhận và tái đại chúng hoá (repopularize) khái niệm tính lai ghép, áp dụng nó vào việc tìm hiểu các sản phẩm văn học và văn hoá ở châu Á, châu Phi, châu Mỹ La Tinh và các cộng đồng lưu vong ở rải rác trên thế giới, đặc biệt ở Tây phương. Theo Edward Said, tính lai ghép giải phóng các nền văn hoá hậu thực dân/thuộc địa ra khỏi cả tính giáo điều của chủ nghĩa thực dân lẫn thứ yếu tính luận (essentialism) hẹp hòi vốn gắn liền với bản thân các nền văn hoá hậu thực dân/thuộc địa.[22]

Trong số các lý thuyết gia về tính lai ghép hiện nay, có hai tên tuổi nổi bật, được nhắc nhở nhiều nhất: Homi Bhabha và Néstor García Canclini. Trong khi Bhabha chuyên về khía cạnh tâm lý học và văn học, Canclini chuyên về nhân chủng học và xã hội học; trong khi Bhabha tập trung vào tính lai ghép trong chính trị văn hoá (cultural politics), Canclini tập trung vào tính lai ghép trong văn hoá chính trị (political culture); trong khi Bhabha xuất phát từ sự phê phán đối với chủ nghĩa hậu thực dân (postcolonial criticism), Canclini xuất phát từ trường phái Mỹ La Tinh (Latin-Americanism); trong khi Bhabha tin tính lai ghép được hình thành từ sự giao tiếp giữa thực dân và dân chúng ở các thuộc địa, Canclini cho nguyên nhân chính tạo ra tính lai ghép chủ yếu là quá trình đô thị hoá. Giữa hai người, có ảnh hưởng nhất là Homi Bhabha. Theo Homi Bhabha, lai ghép là một tiến trình qua đó nhà cầm

---

[22] Dẫn theo Evan Mwangi, "Hybridity in Emergent East African Poetry: A Reading of Susan N.Kiguli and Her Contemporaries", *Africa Today*, tập 53, số 3 Mùa xuân 2007, tr, 41-62.

quyền thực dân âm mưu phiên dịch bản sắc của những kẻ bị trị như một cái Khác (the Other) trong một cái khung lý thuyết mà họ cho là có giá trị phổ quát nhưng cuối cùng, âm mưu ấy đã thất bại, và thay vào đó, một cái gì vừa quen thuộc lại vừa mới lạ ra đời như một thứ đối tự sự (counter-narrative) của những điển phạm ở Tây phương. Điều quan trọng cần chú ý là, với Bhabha, lai ghép không phải là một sự vật, một cái gì đã hoàn tất và tĩnh tại, mà là một quá trình: lai ghép đối đầu với cái logic thống trị của diễn ngôn quyền lực và mở ra một không gian thứ ba (third space) hay không gian của cái thứ ba (space of thirdness), ở đó, ý nghĩa luôn luôn ở-giữa (in-between), không phải cái/chỗ này mà cũng không phải cái/chỗ kia (neither-nor) và không bao giờ ổn định cả.[23]

Ngoài Bhabha và Canclini, còn khá nhiều lý thuyết gia khác về tính lai ghép. Tuy nhiên, để cho gọn, tôi chỉ xin tóm tắt lại thành mấy luận điểm chính để chúng ta dễ hình dung diện mạo phức tạp của tính lai ghép với tư cách là một khái niệm trong học thuật.

Về phương diện xã hội học, tính lai ghép được sử dụng để giải thích hiện tượng pha tạp về không gian lẫn thời gian ở một số nơi được gọi là "thành thị của nông dân" (cities of peasants) nơi phương thức sản xuất tư bản và tiền tư bản đan xen nhau, và nơi tính tiền hiện đại, tính hiện đại và cả tính hậu hiện đại cùng tồn tại.[24] Về phương diện bản thể luận (ontology), tính lai ghép được dùng để diễn dịch ý niệm bản sắc trong một thời

---

[23] Homi Bhabha (1994), sđd., tr. 36-9.

[24] Ví dụ, nhiều thành phố ở Việt Nam, ngay cả Hà Nội, hiện nay có thể xem là những thành thị của nông dân như vậy.

đại đầy hoài nghi và bất định, đặc biệt đối với sự thuần nhất của các chủng tộc và các nền văn hoá, một huyền thoại do chủ nghĩa thực dân và phát xít dựng lên để biện chính cho hành động xâm lược hà khắc của các đế quốc.[25] Về phương diện nhận thức luận (epistemology), tính lai ghép được dùng để giải thích sự tiến hoá của lịch sử như một quá trình tương giao và tương tác giữa những sự dị biệt, một cuộc thương thảo bất tận nhằm tạo nên sự hài hoà trong xã hội cũng như trên thế giới. Về phương diện xã hội, tính lai ghép dẫn đến việc giải phân cấp (dehierarchization) và tạo thành những quan hệ xuyên phạm trù (cross-catergory) nối liền những không gian vốn bị ngăn cách bởi ý niệm truyền thống về quốc gia, chủng tộc và giai cấp. Về phương diện văn hoá, tính lai ghép không trực tiếp gắn liền với chính sách đa văn hoá (multiculturalism) nhưng lại là bằng chứng hùng hồn cho xu hướng liên văn hoá (interculturalism) hoặc xuyên văn hoá (transculturalism) vốn có mặt ở mọi nơi và mọi lúc, đặc biệt, trong thời hiện đại và hậu hiện đại, khi các phương tiện giao thông và truyền thông được phát triển mạnh mẽ. Về phương diện chính trị, bản thân sự tồn tại và việc thừa nhận sự tồn tại của tính lai ghép góp phần làm nhạt dần sự phân biệt giữa chính mạch và ngoại biên trong cách tư duy về quyền lực, đồng thời, chứng minh những thái độ mang tính bộ lạc (tribalism) hay tính tỉnh lẻ (provincialism) là hoàn toàn không còn thích hợp, nếu không

---

[25] Vittoria Borso đề nghị không nên nhìn tính lai ghép từ góc độ bản thể luận mà chỉ như một công cụ nhận thức luận, một phương pháp để nhận thức thế giới và một phương thức để định hình các diễn ngôn về thế giới (a method to configurate discourses on the world). Xem Frank Heidermann và Alfonso de Toro (2004), sđd., tr. 41.

muốn nói là một sự phản động đối với lịch sử. Về phương diện thẩm mỹ, tính lai ghép đề cao cái đẹp của sự kết hợp và sự đa dạng trong bối cảnh toàn cầu hoá. Về phương diện nghệ thuật, như là hệ quả của quan điểm thẩm mỹ vừa nêu, văn hoá lai ghép là một tiến trình phi tâm hoá (decentered process): nó không thuộc văn hoá địa phương cũng không thuộc văn hoá toàn cầu, do đó, nó có nhiều khả năng đổi mới và sáng tạo hơn hẳn những nền văn hoá độc tôn và khép kín; đồng thời, nó cũng là một tiến trình giải điển phạm hoá (decanonization): một nỗ lực vượt ra ngoài những cái khung sáng tác cứng nhắc đã có từ trước.

Không phải khía cạnh nào ở trên cũng gây nên những phản ứng như nhau. Nói chung, tính lai ghép trong khoa học và trong nghệ thuật tương đối dễ được công nhận hơn trong các lãnh vực khác. Tuy nhiên, mức độ công nhận ấy cũng lại tuỳ thuộc vào địa phương và thời điểm nữa. Ở những vùng giáp giới, hơn nữa, lại là vùng giáp giới trong những thời gian yên ổn kéo dài, ý niệm về tính lai ghép tương đối dễ được hoan nghênh hơn. Ngoài ra, còn có vấn đề "tuổi đất": ở những vùng đất mới, truyền thống văn hoá chưa quá nặng nề, tính lai ghép dễ được nẩy nở hơn những vùng đất cũ vốn thường bị đè bẹp dưới những niềm tự hào về quá khứ.

Không đồng ý về cách lý giải và đánh giá nhưng hầu như nhà nghiên cứu nào cũng công nhận điều này: mọi nền văn hoá trên thế giới đều có tính lai ghép.[26] Chỉ khác nhau ở mức độ.

---

[26] Edward W. Said (1993), *Culture and Imperialism*, London: Vintage, tr. xxix; Marwan M. Kraidy (2005), sđd., tr. 75; và Adam Ruper (1999), *Culture, The Anthropologists' Account*, Cambridge: Havard University Press, tr. 13.

Có những nước mức độ lai ghép đậm đặc và rõ rệt đến độ người ta xem nó như một bản sắc của quốc gia. Mễ Tây Cơ, Zanzibar hay nguyên vùng châu Mỹ La Tinh là ví dụ.[27] Nước Mỹ là một ví dụ khác, nơi, nói theo lời một ký giả của tờ *Washington Post*, "không có nơi nào tính chất pha trộn lại rõ ràng bằng", ở đó, người ta xào qua xáo lại các chủng tộc, sắc tộc, tuổi tác và giai cấp lại thành một món nộm (salad).[28] Nhiều nước chủ trương độc văn hoá (monocultural) và tự hào về tính độc văn hoá ấy, thật ra, cũng là một thứ văn hoá lai ghép. Như nước Anh, chẳng hạn. Cái gọi là văn hoá Anh hiện nay là sự tổng hợp của các nền văn hoá thuộc nhiều sắc tộc khác nhau: Celts, Angles, Saxons, Dannes, Romans và Normans. Hầu hết các quốc gia thuộc vùng Đông Nam Á, đều chịu ảnh hưởng của văn hoá Ấn Độ, Trung Hoa và Mã Lai.[29]

Trong Đông Nam Á, có Việt Nam.

Trong bảng giá trị của người Việt Nam, những cái "thuần" và những cái "tinh" bao giờ cũng được đánh giá cao hơn những cái "lai" và những cái "tạp". Thậm chí, trong cách hiểu thông thường, "lai" cũng có nghĩa là "tạp", là dở: lai giống, về phương diện huyết thống, là tạp chủng; về phương diện văn hoá, là lai căn(g): đằng sau mỗi từ là một thiên kiến nặng nề. Trong quá khứ, người Việt không khuyến khích các cuộc hôn nhân dị chủng, đã đành; họ cũng không thích cả việc các cô

---

[27] Trong rất nhiều công trình nghiên cứu về tính lai ghép ở châu Mỹ Latin, cuốn *Hybrid Cultures* của Néstor García Canclini (1995), sđd., được giới nghiên cứu đánh giá rất cao và thường xuyên được trích dẫn.

[28] Dẫn theo Marwan M. Kraidy (2005), sđd., tr. 75.

[29] Xem Jan Nederveen Pieterse (2004), *Globalization and Culture, Global Mélange*, Lanham: Rowman &Littlefield Publishers, tr. 102-3.

gái trong làng lấy chồng ở làng khác nữa kia.[30] Biên giới thu lại ở đầu làng. Từ làng này sang làng khác sống đã bị xem là dân "ngụ cư". Mà đã là ngụ cư thì chỉ có thể là những công dân hạng hai mà thôi.[31] Dấu ấn của chủ nghĩa địa phương ấy chưa chắc đã phai nhoà trong tâm thức người Việt Nam hiện nay.

Tuy vậy, nhìn lại văn học và văn hoá Việt Nam, không ai có thể phủ nhận được một sự thực: tính lai ghép.

Trong truyện ngắn "Vàng lửa" của Nguyễn Huy Thiệp, có một nhân vật người Pháp tên Phăng nhận xét về Việt Nam: "Đặc điểm lớn nhất của xứ sở này là nhược tiểu. Đây là một cô gái đồng trinh bị nền văn minh Trung Hoa cưỡng hiếp. Cô gái ấy vừa thích thú, vừa nhục nhã, vừa căm thù nó."[32] Cái hình ảnh mang tính ẩn dụ từng gây tranh cãi, hơn nữa, phẫn nộ ấy, thật ra, không hẳn chính xác, và nhất là, không đầy đủ. Thứ nhất, trước khi bị văn minh Trung Hoa cưỡng hiếp, không chắc cô gái ấy còn "đồng trinh" khi phải chung chạ và cọ xát dữ dội với các nền văn minh khác trong nhóm Bách Việt hay văn minh Nam Á nói chung. Thứ hai, cô gái ấy không phải chỉ bị Trung Hoa cưỡng hiếp thôi đâu. Phải kể Pháp nữa chứ. Đó là cưỡng hiếp. Còn ngoại hôn thì vô số: với Chàm, với Miên, với Nga, với Mỹ và với một số dân tộc thiểu số cùng sống chung với Việt Nam (nghĩa là người Kinh) trên một dải đất

---

[30] Tục ngữ có câu "Lấy chồng khó giữa làng hơn lấy chồng sang thiên hạ." Ngoài ra, theo tục, lấy vợ trong làng thì nộp cheo nhẹ (gọi là "cheo nội"); ngược lại lấy vợ làng khác, mức độ tiền cheo phải nộp cho làng đàng gái rất cao, có khi gấp hai gấp ba lần mức cheo bình thường.

[31] Bình thường, dân ngụ cư phải ở trong làng hơn ba đời và có chút điền sản mới được phép trở thành dân chính cư.

[32] Nguyễn Huy Thiệp (1999), *Như những ngọn gió*, Hà Nội: Văn Học, tr. 335-6.

nhỏ xíu. Cứ nhìn ngay vào tiếng Việt thì biết. Tôi đang có trước mặt cuốn *Tiếp xúc ngôn ngữ ở Đông Nam Á* do Phan Ngọc và Phạm Đức Dương biên soạn. Thấy, về từ nguyên của tiếng Việt, ngoài những từ vay mượn từ chữ Hán cũng như các ngoại ngữ khác mà chúng ta đều biết, có những từ dễ ngỡ là thuần Việt nhưng vẫn có xuất xứ từ một ngôn ngữ hay một nhóm ngôn ngữ khác. Chẳng hạn, các số đếm: *một, hai, ba*; những bộ phận cơ thể: *mặt, mũi, miệng*; những hiện tượng tự nhiên: *trời, đất, trăng, gió*; những vật quen thuộc: *rú, sông, cá*...; những hoạt động sơ đẳng: *đi, sống, chạy, bắn*... đều thuộc gốc Nam Á. Trong khi đó, một số từ chỉ những bộ phận cơ thể khác: *bụng, cổ, lưng*; những hiện tượng tự nhiên: *đồng, móc*; những sự vật và những hành động thông thường nhất: *gà, vịt, bè, gáy, nghiêng, cứng, rụng*, v.v... đều thuộc gốc Thái.[33] Cách phát âm các nguyên âm rất đặc biệt của người Quảng Nam do đâu mà có? Henry Maspéro trả lời: Do ảnh hưởng của tiếng Chàm![34] Lại liếc sang cuốn *Tầm nguyên tự điển Việt Nam* của Lê Ngọc Trụ, thấy thêm: những chữ như "mật", "mít" hay "mứt" dễ ngỡ là gốc Việt, té ra lại là những từ gốc Phạn.[35] Nếu chịu khó đọc thêm cuốn *Nguồn gốc Mã Lai của dân tộc Việt Nam* của Bình Nguyên Lộc[36] nữa thì số lượng những từ mang tính lai ghép ấy không biết bao nhiêu mà kể.

Có gì đáng ngạc nhiên không? Chắc là không. Tính lai ghép

---

[33] Phan Ngọc và Phạm Đức Dương (1983), *Tiếp xúc ngôn ngữ ở Đông Nam Á*, Hà Nội: Viện Đông Nam Á, tr. 145.

[34] Như trên, tr. 46.

[35] Lê Ngọc Trụ (1993), *Tầm nguyên tự điển Việt Nam*, Thành phố HCM: nxb Thành phố HCM, tr. 52.

[36] Trọn cuốn sách này đã được đưa lên Talawas.org.

của văn hoá Việt Nam thể hiện ngay trong truyền thuyết lập quốc khi Lạc Long Quân lấy Âu Cơ, Rồng lấy Tiên, người miền dưới lấy người miền cao. Nó cũng thể hiện ngay trong cách miêu tả vị trí địa lý của đất nước mà lâu nay các học giả vẫn thường lặp đi lặp lại mỗi lần nói đến văn minh Việt Nam: nằm giữa Trung Hoa và Ấn Độ, nhờ đó, tiếp thu được cả hai nền văn hoá thuộc loại cổ kính và phong phú nhất thế giới: một ở Bắc Á và một ở Nam Á. Chưa hết. Trong quá trình Nam tiến, Việt Nam vừa chinh phạt về lãnh thổ vừa tiếp nhận ảnh hưởng về văn hoá của Chiêm Thành và Campuchia; sau đó, nhân một bất hạnh của lịch sử, Việt Nam bị Pháp xâm chiếm, qua đó, người Việt lại có cơ hội tiếp xúc trực tiếp, ngay trong học đường và đời sống hàng ngày, với một nền văn minh khác, đến từ phương Tây xa xôi và hoàn toàn xa lạ. Dấu ấn của Ấn Độ, Trung Hoa và Pháp bàng bạc trong toàn bộ đời sống vật chất cũng như tinh thần của Việt Nam, từ ẩm thực đến tôn giáo, phong tục, kiến trúc, âm nhạc và đặc biệt, văn học. Trong văn học, những dấu ấn ấy có thể được tìm thấy ở mọi lãnh vực: từ ngôn ngữ (đặc biệt văn tự) đến hệ thống thể loại và, quan trọng hơn, quan điểm văn học, bao gồm lý tưởng thẩm mỹ và quan niệm về chức năng của văn học. Tìm cho được một sự khác biệt có tính hệ thống giữa văn học trung đại Việt Nam và văn học Trung Hoa không phải là điều dễ. Tìm ra sự khác biệt trong tư tưởng văn học lại càng không dễ. Bước sang thời hiện đại, cũng vậy. Trong cuốn *Thi nhân Việt Nam*, Hoài Thanh chia phong trào Thơ Mới thành ba dòng: dòng chịu ảnh hưởng của thơ Đường, dòng chịu ảnh hưởng của thơ Pháp và dòng "có tính cách Việt Nam rõ rệt". Tuy nhiên, Hoài Thanh lại nhấn mạnh ngay: cái dòng thơ cuối ấy không phải là không chịu ảnh hưởng của ai cả. Thực ra, nó vẫn "chịu ảnh hưởng phương Tây", chỉ có điều là với một mức độ "rất ít".[37] Rất ít là thế nào? Vấn đề là ở quan hệ: "rất ít" ở đây chủ yếu là đặt trong tương quan so sánh với các nhà thơ chịu ảnh hưởng thơ Pháp một sách sâu đậm như Thế Lữ, Xuân Diệu hay Chế Lan Viên. Còn về phương diện thể thơ và cảm hứng mang tính cách cá nhân chủ nghĩa và lãng mạn chủ nghĩa, có người nào trong số các nhà thơ nổi danh trong phong trào Thơ Mới mà lại không chịu ảnh hưởng của phương Tây chứ? Dĩ nhiên, những ảnh hưởng ấy không hề làm tầm vóc của các nhà thơ ấy thấp xuống. Nó chỉ làm cho những niềm tin vào một thứ bản sắc thuần nhất và thuần khiết trong văn học trở thành lố bịch mà thôi. Thực chất Thơ Mới, cũng như văn học thời 1930-45 nói chung, là một thứ lai ghép: mỗi tài năng lớn là một đứa con lai của hai hoặc nhiều nền văn hoá khác nhau.

Mà nhìn rộng ra toàn bộ văn học cổ điển Việt Nam, từ khởi thuỷ cho đến đầu thế kỷ 20, tính chất lai ghép vẫn là đặc điểm nổi bật nhất. Mỗi nhà nho cầm bút là một sự lai ghép. Là người Việt Nam, nhưng tất cả tinh hoa trí thức và văn nghệ họ thụ đắc được đều đến từ nền Hán học. Ngay cả các tác phẩm viết bằng chữ Nôm cũng là những sự lai ghép. Đến mấy lần lai ghép. Bản thân cách cấu tạo chữ Nôm là lai ghép, đã hẳn. Việc sử dụng chữ Nôm để sáng tác cũng lại là lai ghép: lai ghép giữa quan điểm đạo đức và mỹ học của một trí thức Hán học với một thứ ngôn ngữ đời thường vốn bị chê là nôm na mách qué. Nhiều người còn gia tăng tính lai ghép ấy bằng cách vay mượn cả cốt truyện từ Trung Hoa, trong đó có hai truyện thơ được

---

[37] Hoài Thanh & Hoài Chân (1967), *Thi nhân Việt Nam*, Sài Gòn: Thiều Quang (tái bản), tr. 29-38.

xem là xuất sắc của Việt Nam: *Hoa Tiên* và *Truyện Kiều*. Ngoài phần văn học đặc tuyển, thời trung đại, còn có dòng văn học khác khá lớn: các truyện Nôm bình dân. Ai là tác giả? Câu trả lời đã có từ lâu: những người có học nhưng không đỗ đạt cao và làm quan lớn, tức các nho sĩ bình dân; cũng tức là những thành phần lai ghép.

Từ khi Pháp chiếm và bình định xong Việt Nam, tức vào cuối thế kỷ 19 trở đi, ám ảnh nặng nề nhất của giới trí thức và văn nghệ sĩ Việt Nam vẫn là sự lai ghép. Có điều, khác với các thế hệ trước, nỗ lực lai ghép của họ có nhiều tính tự giác hơn: phần lớn họ biết là họ phải lai ghép: nếu không, họ sẽ bị đào thải và tiêu diệt; họ cũng biết cả cái hướng lai ghép: giữa Đông phương và Tây phương; và họ biết cả cách thức lai ghép: qua giáo dục, tuyên truyền và các phương tiện truyền thông đại chúng. Khi một số nhà cách mạng tung ra phong trào Đông Du và đến với Nhật Bản, họ cũng đến với cái nước Nhật Bản đã được hiện đại hoá và Tây phương hoá. Những khẩu hiệu kèm theo những ẩn dụ được hô hào nhiều nhất trong mấy thập niên đầu của thế kỷ 20 như "Âu hoá", "cải lương" hay "bình cũ rượu mới", v.v... thực chất đều là những nỗ lực lai ghép hoá.

Và khi lai ghép như thế, họ tạo ra cả truyền thống nữa.

Nói đến văn hoá, người Việt thường nói đến truyền thống; và nói đến truyền thống, người Việt thường tin đó là cái gì có gốc rễ sâu xa trong lịch sử, thậm chí, tiền sử. Theo tôi, đó chỉ là một ảo tưởng, hay nói theo chữ của Jean-Paul Sartre, một hình thức nguỵ tín (mauvaise foi). Theo tôi, hầu hết những yếu tố được gọi là tiêu biểu nhất của truyền thống văn hoá Việt Nam đều ra đời vào đầu thế kỷ 20. Nhưng, trước hết, hãy để ý: khi giới thiệu văn hoá truyền thống Việt Nam với nước ngoài, chúng ta thường giới thiệu cái gì? Về phương diện trang phục: chắc chắn đó là chiếc áo dài (dịch sang tiếng Anh, bao giờ người ta cũng thêm chữ "truyền thống" (traditional) vào, thành ra: Vietnamese traditional long dress). Về ẩm thực: chắc chắn đó là phở. Tại Úc, trong mấy năm vừa qua, có một phong trào giới thiệu văn hoá truyền thống Việt Nam khá rầm rộ và thành công mang tên "I Love Phở" kết hợp việc mạn đàm và triển lãm về phở, thậm chí, nấu và bán luôn cả phở. Về mỹ thuật, nói đến truyền thống, người ta nhắc đến sơn lụa và sơn mài. Về âm nhạc: cải lương. Về tôn giáo: Cao Đài (trong các tôn giáo lớn có khoảng từ vài ba triệu tín đồ trở lên, Cao Đài là tôn giáo duy nhất mang tính bản địa).

Tất cả các hiện tượng được xem là tiêu biểu cho văn hoá truyền thống vừa kể không những khá mới mà còn được hình thành như những sự lai ghép. Hơn nữa, ngay chính cái yếu tố chủng tộc, nòng cốt của chủ nghĩa quốc gia (nationalism) vốn là nền tảng của mọi hoạt động chính trị tại Việt Nam lâu nay, theo tôi, cũng là sản phẩm lai ghép được hình thành vào đầu thế kỷ 20: đối diện với nguy cơ bị đồng hoá về cả phương diện huyết thống lẫn phương diện văn hoá từ thực dân Pháp, người Việt Nam đã sáng tạo nên khái niệm "hồn nước", cổ vũ cho quan niệm "đồng văn" và "đồng chủng" và từ đó, khái niệm "châu Á" (hay Á-tế-á theo cách gọi thời bấy giờ) để tạo nên một liên minh mới với Trung Hoa và nhất là với Nhật Bản như một sự đối lập với sự đe doạ từ phương Tây, và cuối cùng, để tạo nên độ sâu và độ rộng cho chiến lược ấy, người Việt đã phục hồi lại truyền thuyết con Rồng cháu Tiên vốn đã có từ trước nhưng rất ít được lưu ý.[38]

Tại sao những sự lai ghép ở đầu thế kỷ 20 lại nhanh chóng trở thành truyền thống của dân tộc như thế? Tôi ngờ là có bốn lý do chính. Thứ nhất là vai trò của sách báo. Nên nhớ, Benedict Anderson, khi chứng minh khái niệm quốc gia chỉ là một cộng đồng tưởng tượng (imagined community), đã nêu lên vai trò của kỹ nghệ sách báo như một trong những yếu tố chính biến một số hình ảnh thành một sự tưởng tượng tập thể, qua đó, nối kết mọi thành viên trong xã hội, vốn khác hẳn nhau về gia thế, giáo dục, điều kiện sống, và có khi, cả sắc tộc nữa, thành một cộng đồng chung.[39] Ở Việt Nam, trong thập niên 1920 và 1930, sách báo, đặc biệt là báo, từ *Đông Dương tạp chí* đến *Nam Phong*, sau đó, *Phong Hoá*, cũng đóng vai trò tương tự. Nếu không có tờ báo *Phong Hoá* và nhóm Tự Lực văn đoàn, chắc chắn hình ảnh chiếc áo dài Le Mur, và sau đó, áo dài nói chung, không thể phổ cập trong cả nước nhanh đến thế. Thứ hai là sự phát triển của thương mại. Xưa, mang tiếng là một nước, nhưng do chính sách trọng nông ức thương của triều đình và của cả hệ thống ý thức hệ cầm quyền lúc bấy giờ, việc buôn bán chỉ có tính chất cò con, thường giới hạn trong việc trao đổi hàng hoá ở từng địa phương nhỏ. Sau, thời Pháp thuộc, thương mại mới có cơ hội phát triển. Với sự phát triển ấy, hình ảnh chiếc áo dài trên trang báo nhanh chóng xuất

---

[38] Xem thêm chi tiết về lập luận này trong bài "Tính chất thuộc địa và hậu thuộc địa trong văn học Việt Nam của Nguyễn Hưng Quốc in trong cuốn *Văn học Việt Nam từ điểm nhìn h(ậu h)iện đại*, nxb Văn Nghệ, California, 2000, tr. 301-322.

[39] Benedict Anderson (1991), *Imagined Communities: Reflection on the Origin and Spread of Nationalism*, London: Verso.

hiện trong các tiệm may và các tiệm bán quần áo thời trang. Lý do thứ ba: vai trò của giao thông, và sau đó, của sự chuyển động dân số. Trước, nói là thống nhất, nhưng chuyện vào Nam ra Bắc chỉ là giấc mơ của tuyệt đại đa số quần chúng. Sau, nhờ sự phát triển của các tuyến đường xe lửa, việc giao lưu giữa các miền mới trở thành dễ dàng. Chiến tranh lại làm tăng tốc độ của việc giao lưu ấy. Năm 1954, có gần một triệu sứ giả của phở lũ lượt vào Nam: từ một món ăn chủ yếu ở Hà Nội, cái gọi là phở Bắc ấy, một thoắt, biến ngay thành phở toàn quốc. Trước, bún bò Huế chỉ quanh quẩn ở Huế; sau, từ Tết Mậu Thân, cùng với người Huế, bún lan tràn khắp nơi, trở thành món ăn khoái khẩu của cả những người chưa đến Huế bao giờ.[40]

Ngoài ba lý do nêu trên, tôi cho còn thêm lý do này nữa, không chừng là lý do quan trọng và căn bản nhất: Mấy chục năm đầu của thế kỷ 20 là thời gian xây dựng khái niệm quốc gia Việt Nam. Xây dựng lại từ đầu. Xây dựng trên nền tảng của một đất nước đã mất chủ quyền. Hơn nữa, còn xây dựng trên nền tảng của một nền văn hoá đã mục ruỗng và tan nát, với nó, người ta không có một tương lai nào khác ngoài viễn cảnh vong quốc và nô lệ triền miên. Nghiên cứu về mấy thập niên đầu tiên của thế kỷ 20, theo tôi, giới cầm bút Việt Nam thường ít để ý đến hai khía cạnh quan trọng: thứ nhất, nỗ lực đập phá truyền thống của giới nho sĩ, và thứ hai, nỗ lực nối liền bản sắc dân tộc với bản sắc khu vực Á châu. Khía cạnh thứ nhất tương đối dễ thấy: đầu tiên giới nho sĩ phê phán lối giáo dục từ

---

[40] Xem bài "Theo chân một món ăn" in lại trong *Tuỳ bút* của Võ Phiến (1986), Califormia: Văn Nghệ, tr. 84-88.

chương; sau đó, phê phán nền Hán học nói chung; sau đó nữa, phê phán một số hủ tục, vận động cho phong trào cắt búi tó,[41] bỏ áo dài khăn đóng trong cách trang phục của nam giới, tẩy trắng răng cho phụ nữ; đi xa hơn, phê phán kịch liệt, gần như là nhục mạ, tính cách và khả năng của người Việt Nam: ngu dốt, lười biếng, hèn nhát, ích kỷ, tham lam, v.v... Ai viết những lời nhục mạ gay gắt ấy? Thưa, đó là những trí thức cách mạng hàng đầu của Việt Nam: từ Phan Châu Trinh cho đến Phan Bội Châu đấy![42] Trong bài "Hải ngoại huyết thư" sáng tác năm 1906, Phan Bội Châu có những câu nhận xét về đồng bào của mình: "Ngu mà ngu thế, thật rành là ngu", "nhục mà nhục thế, thật là nhục thay!", v.v...[43] Có lẽ chưa bao giờ, trong lịch sử Việt Nam, giới trí thức lại phản tỉnh và tự phê bình giới mình cũng như dân tộc mình một cách gay gắt kịch liệt như vậy. Cơ hồ họ muốn phá tan thành bình địa tất cả các miếu đường Việt Nam. Để từ đó, dựng lên những nền tảng văn hoá mới.

---

[41] Theo Đặng Thai Mai (1974), *Văn thơ cách mạng Việt Nam đầu thế kỷ 20*, nxb Văn Học, Hà Nội, đi kèm với phong trào này, có một bài vè do Phan Khôi sáng tác:

Tay cầm cái lược,
Tay cầm cái kéo,
Cúp hè! Cúp hè!
Thẳng thẳng cho khéo!
Bỏ cái hèn này!
Bỏ cái dại này!
Cho khôn cho mạnh:
Ở với ông Tây!
(tr. 68)

[42] Xem Đặng Thai Mai (1974), sđd.

[43] Xem bài "Hải ngoại huyết thư" trên trang web:
http://vi.wikisource.org/wiki/H%E1%BA%A3i_ngo%E1%BA%A1i_huy%E1%BA%BFt_th%C6%B0

Nền tảng ấy là gì? Theo Gesa Westermann, khi tìm kiếm một bản sắc chung và thống nhất cho dân tộc Việt Nam trong công cuộc đấu tranh chống Pháp, Phan Bội Châu cũng như một số chí sĩ cách mạng khác ở đầu thế kỷ 20, đã chọn bản sắc Á châu thay vì bản sắc Việt Nam. Nói cách khác, ở buổi đầu của thời kỳ hiện đại hoá, người Việt Nam đã đồng nhất bản sắc chính trị với bản sắc văn hoá, và sau đó, đồng nhất bản sắc văn hoá dân tộc với bản sắc châu Á nói chung với hy vọng là tạo được thế liên hiệp với cường quốc duy nhất ở châu Á lúc bấy giờ. Theo Gesa Westermann, việc xem bản sắc khu vực như một bản sắc dân tộc ấy có thể được xem như một sự lai ghép hậu thực dân/thuộc địa.[44]

Con đường tự đồng nhất bản sắc dân tộc và bản sắc Á châu nhanh chóng dẫn đến ngõ cụt với sự thành công dễ dàng của thực dân Pháp trong quá trình bình định Việt Nam, và đặc biệt với việc Phan Bội Châu bị bắt, bị cấm cố, và sau đó, bị an trí cho đến ngày qua đời. Văn hoá Việt Nam tan hoang như một bình địa: cái cũ bị phá sập trong khi cái mới vẫn chưa có hình thù gì cả. Theo tôi, đó chính là môi trường thuận lợi cho các nỗ lực sáng tạo và cách tân của thế hệ trí thức tân học xuất hiện từ thập niên 1920 đến thập niên 1940, mà cao điểm là thập niên 1930 với những thành tựu huy hoàng không những trong các lãnh vực văn học (sáng tác, phê bình và lý luận: hầu như tất cả các thể loại căn bản của nền văn học hiện đại ở Việt Nam đều xuất hiện trong thời kỳ này), nghệ thuật (nhất là hội

---

[44] Gesa Westermann, "Benefiting from a shared identity – 'Asianisms' in Southeast Asia and Japan, a case study in Vietnamee national identity" in *New Hybridities: Societies and Cultures in Transition*, do Frank Heideman và Alfonso de Toro biên tập (2004), tài liệu đã dẫn.

hoạ và âm nhạc) mà còn cả trong phong cách sống: từ cách ăn đến cách mặc, cách ở, v.v... Dân chúng, từ trí thức đến bình dân, không có chọn lựa nào khác ngoài việc nắm bắt ngay những gì vừa mới xuất hiện: những chiếc áo dài dù mới mẻ, song cũng xứng đáng được xem là biểu tượng của quốc gia hơn là những chiếc áo tứ thân quá mộc mạc chứ? Cuối cùng, những yếu tố có tính lai ghép nhất đã được chọn.

Cứ thế, tiếp tục. Toàn những sự lai ghép.

Theo tôi, không có hình ảnh nào tiêu biểu cho bản sắc văn hoá và xã hội Việt Nam cho bằng đạo Cao Đài, một tôn giáo có tính nguyên hợp (syncretism) cao nhất và rõ rệt nhất Việt Nam. Về triết lý, nó thâu tóm hầu như toàn bộ những gì dễ thâu tóm nhất: từ Phật giáo đến Đạo giáo, Nho giáo và Thiên Chúa giáo. Về biểu tượng, nó đặt lên bàn thờ hầu như tất cả những nhân vật có tầm vóc trong lịch sử nhân loại mà người Việt Nam ở những thập niên đầu của thế kỷ 20 có thể biết được: ngoài những người sáng lập các tôn giáo vừa dẫn, còn có Quan Công, Tôn Dật Tiên, Trạng Trình Nguyễn Bỉnh Khiêm, Descartes, Victor Hugo, Shakespeare, Louis Pasteur và cả Lenin nữa! Văn hoá Việt Nam từ năm 1945 đến nay cũng thế. Cũng là một thứ văn hoá nguyên hợp hay, dùng theo chữ được chọn cho bài viết này, văn hoá lai ghép. Lai ghép giữa hai xu hướng hiện đại hoá: một, qua con đường thực dân, từ thực dân cũ đến thực dân mới; và một qua con đường của chủ nghĩa cộng sản. Hai con đường này, thật ra, có rất nhiều điểm tương đồng. Anne Raffin cho "tính hiện đại cộng sản chỉ là một yếu tố của chủ nghĩa hậu thuộc địa ở Việt Nam".[45]

---

[45] Anne Raffin, "Postcolonial Vietnam: hybrid modernity", in trên

Văn hoá và văn học Việt Nam là một sự lai ghép. Đành vậy. Nhưng có gì lạ đâu? Nếu mọi nền văn hoá đều có tính lai ghép thì sự lai ghép trong văn học và văn hoá có gì là đặc biệt? Tại sao nó phải thành vấn đề? Theo tôi, có ít nhất hai lý do chính. Thứ nhất, như đã nói ở trên, mức độ lai ghép ở mỗi nền văn hoá một khác. Trong một nền văn hoá, sự lai ghép ở mỗi địa phương khác nhau vừa ở mức độ vừa ở tính chất. Cứ nhìn ở Việt Nam thì thấy. Tính chất lai ghép ở mỗi vùng khác hẳn nhau. Ở miền Trung, ngoài ảnh hưởng của Trung Hoa, còn có ảnh hưởng của Chàm. Ở miền Bắc, ảnh hưởng của Trung Hoa chủ yếu đến từ con đường bác học (sách vở và hệ thống giáo dục); ở miền Nam, chủ yếu từ con đường bình dân qua những người Minh Hương làm nông hay làm nghề buôn bán. Thứ hai, đã đành mọi nền văn hoá đều có tính lai ghép, nhưng chưa bao giờ tốc độ lai ghép lại nhanh và tính chất phức tạp của sự lai ghép lại lớn như bây giờ. Jan Nederveen Pieterse nhận xét: ở thời đương đại, cái gọi là lai ghép hoá thực chất là lai ghép hoá các nền văn hoá lai ghép.[46]

Tính chất lai ghép (hoặc lai ghép cái đã – đã từng lai ghép) của văn học và văn hoá Việt Nam hiện nay đang tăng tốc chủ yếu nhờ hai yếu tố: xu hướng toàn cầu hoá và sự vững mạnh của cộng đồng lưu vong.

Xin lưu ý là: không những gắn liền với chủ nghĩa hậu thực dân/thuộc địa, tính lai ghép còn gắn liền với xu hướng toàn cầu hoá. Marwan M. Kraidy gọi tính lai ghép là một thứ logic

---

Postcolonial Studies, tập 11, số 3, 2008, tr. 342. Nguyên văn: “We argue that communist modernity is one element of Vietnamese postcolonialism.”

[46] Jan Nederveen Pieterse (2004), sđd., tr. 82.

văn hoá của toàn cầu hoá,[47] một hoán dụ của toàn cầu hoá,[48] và là một trong những quan niệm tiêu biểu nhất của kỷ nguyên hiện nay.[49] Jan Nederveen Pieterse xem tiến trình toàn cầu hoá như một tiến trình lai ghép hoá và xem tính lai ghép như những nhánh rễ tua tủa, chằng chịt dưới nền của văn hoá.[50] Xu hướng toàn cầu hoá thường dẫn đến hai phản ứng trái ngược nhau: một đằng là nhất thể hoá với sự du nhập, sau đó, đồng hoá của những ảnh hưởng đến từ bên ngoài, đặc biệt từ những quốc gia mạnh về kinh tế và về truyền thông đại chúng; đằng khác là địa phương hoá với nỗ lực quay về với truyền thống, dùng truyền thống để đối chọi lại những sự uy hiếp mang tầm vóc quốc tế. Tuy nhiên, một là, những cái gọi là du nhập từ nước ngoài không bao giờ có thể giữ được trọn vẹn hình hài nguyên thuỷ của chúng: chúng nhất định bị khúc xạ qua lăng kính địa phương của người Việt Nam; hai là, cái gọi là truyền thống được sử dụng như một thứ chiến hào chống lại toàn cầu hoá ấy không bao giờ có thể là một truyền-thống-đã-có-từ-trước: bao giờ nó cũng là thứ truyền thống được tái tạo hay tái kiến trúc để đối phó với một nguy cơ chưa từng có. Nói cách khác, dù toàn cầu hoá được tiến hành theo bất cứ chiều nào, kết quả cũng sẽ là một: tính chất lai ghép. Chỉ khác ở mức độ.

Sự kết hợp giữa tính lai ghép và toàn cầu hoá cũng chính là sự khủng hoảng của những khái niệm vốn quen thuộc và có

---

[47] Marwan M. Kraidy (2005), *Hybridity, or the Cultural Logic of Globalization*, Philadelphia: Temple University Press. Ý câu trên lấy từ nhan đề cuốn sách.

[48] Như trên, tr. viii. Nguyên văn: "Hybridity is a metonym of globalization".

[49] Như trên, tr. 1. Nguyên văn: "Hybridity is one of the emblematic notions of our era."

[50] Jan Nederveen Pieterse (2004), sđd., tr. 59-71.

lúc ngỡ là vững chắc như khái niệm bản sắc văn hoá và chủ nghĩa quốc gia. Nếu văn hoá của một nước thực chất chỉ là một sự lai ghép thì bản sắc của nó nằm ở đâu? Nếu chủng tộc và sắc tộc cũng là một sự lai ghép thì chủ nghĩa quốc gia - vốn được xây dựng chủ yếu trên các yếu tố có tính chủng tộc và sắc tộc - sẽ như thế nào? Câu trả lời cho cả hai là: cả cái gọi là bản sắc văn hoá lẫn chủ nghĩa quốc gia nhất định sẽ thay đổi. Benedict Anderson cho quốc gia chỉ là một cộng đồng tưởng tượng. Mà đã là một cộng đồng tưởng tượng thì dĩ nhiên nó không thể bất biến được: cũng như ký ức tập thể, tưởng tượng tập thể không ngừng thay đổi để đáp ứng những biến động của thời đại. Homi Bhabha cũng tin như thế. Ông cho cái gọi là dân tộc hay quốc gia không ngừng được tạo, rồi được tái tạo và chừng nào quá trình tạo và tái tạo này chưa chấm dứt thì không thể có một dân tộc hay một quốc gia nào có thể cắm rễ vững vàng được trong cái quan niệm về nguồn gốc thuần nhất của mình.[51] Trong phạm vi Việt Nam, những người sáng lập tờ báo mạng Talawas ở Đức có lẽ cũng tin như thế: Talawas là "ta là gì?" trong thời đại toàn cầu hoá và đầy tính lai ghép: Ta là (tiếng Việt) + was (gì, tiếng Đức). Talawas có thể có nhiều biến dạng khác nhau: talawhat (tiếng Anh), talaquoi (tiếng Pháp), talaqué (tiếng Tây Ban Nha), talacosa (tiếng Ý), v.v... Gần đây, một khái niệm mới ra đời và đang dần dần trở thành phổ biến: chủ nghĩa hậu quốc gia (postnationalism), ở đó, người ta có thể xây dựng một bản sắc vượt ra ngoài những truyền thống được quy định trong khuôn khổ của lãnh thổ địa lý và của lịch sử

---

[51] Homi Bhabha, "Introduction: Narrating the Nation" in trong cuốn *Narration and Nation* do Homi Bhabha biên tập (1990), London: Routledge, tr. 1-7.

một dân tộc. Khối Thị trường chung Châu Âu hiện nay là một thứ hậu quốc gia như thế. Các quốc gia mà một bộ phận khá lớn dân chúng chọn đời sống lưu vong cũng là những hậu quốc gia như thế. Bản sắc của các hậu quốc gia ấy sinh ra từ đâu? Thì cũng từ những tưởng tượng chung được nuôi dưỡng bằng các phương tiện thông tin và truyền thông đại chúng như văn chương, báo chí và phim ảnh, v.v... Trong những hậu quốc gia như thế, người ta có yêu nước? Có. Nhưng đó là một thứ chủ nghĩa yêu nước hiến định (constitutional patriotism), một khái niệm do Jurgen Habermas đưa ra với nội dung chính là: sự chia sẻ những giá trị mà mọi người đồng thuận hơn là dựa trên một nguồn gốc hay một lịch sử chung.[52]

Việt Nam có thể khác? Chủ nghĩa biệt lệ (separatism) và chủ nghĩa ngoại lệ (exceptionalism), hay, nói theo chữ tôi đã dùng trước đây, chủ nghĩa mình-thì-khác,[53] dường như là truyền thống của Việt Nam, tuy nhiên, tôi không tin là chúng có thể đứng vững trước làn sóng toàn cầu hoá. Hai yếu tố chủng tộc và lãnh thổ vốn là hai tiền đề chính của chủ nghĩa quốc gia, kể cả chủ nghĩa quốc gia Việt Nam, không ngừng bị đánh phá ngay từ bên trong. Ảnh hưởng của khối ASEAN càng ngày càng mạnh, khái niệm biên giới càng lúc càng mờ nhạt. Trước

---

[52] Trường Đại học Princeton của Mỹ có tổ chức một cuộc hội thảo về đề tài Chủ nghĩa yêu nước hiến định này trong hai ngày 8-9 tháng Tư 2006. Xem bài "Constitutional Patritoism: An Introduction" của Jan-Werner Muller và Kim Lane Scheppele đăng trên tờ *International Journal of Constitutional Law* 6, 2008, tr. 67-71 hoặc trên internet:
http://icon.oxfordjournals.org/cgi/content/full/6/1/67

[53] Xem bài "Chủ nghĩa mình-thì-khác" trên Tiền Vệ:
http://www.tienve.org/home/literature/viewLiterature.do?action=viewArtwork&artworkId=4867

hết, mờ nhạt ở phương diện kinh tế, sau đó, ở chính trị, và cuối cùng, một lúc nào đó, sẽ ở văn hoá. Số người Việt ở nước ngoài càng lúc càng đông và quan hệ giữa trong và ngoài càng ngày càng chặt chẽ cũng là một áp lực đối với ý niệm về biên giới và lãnh thổ. Ngoài ra, còn có xu hướng hôn nhân dị chủng ngày càng lớn mạnh nữa. Tất cả đều góp phần làm xô lệch ý niệm quốc gia. Thì cứ mở ti vi xem các trận bóng đá ở Việt Nam thì thấy rõ. Ngay trong cái gọi là đội tuyển quốc gia Việt Nam cũng có một thủ môn cao nghều nghệu đến gần hai thước vốn là người Brazil nhập quốc tịch Việt với tên Phan Văn Santos. Đã có một, sao lại không có hai, ba, bốn, năm hay nhiều hơn nữa? Như đội tuyển bóng đá quốc gia Úc, chẳng hạn, gồm các cầu thủ đến từ vô số các quốc gia khác nhau và cũng đá cho vô số các đội bóng thuộc các quốc gia khác nhau trên khắp thế giới. Điểm chung của họ là gì? Là cái quốc tịch Úc. Vậy thôi. Ở đây, sân cỏ đi tiền phong. Rồi các lãnh vực khác cũng thế. Cũng dần dần đi vào con đường toàn cầu hoá và cùng với nó, con đường lai ghép.

Nói cho cùng, chính cái gọi là "kinh tế thị trường theo định hướng xã hội chủ nghĩa" ở Việt Nam hiện nay cũng là một sự lai ghép. Chứ còn gì nữa? Có điều, đó là sự lai ghép từ bên trên xuống, do đó, có tính cưỡng chế, cũng do đó, dễ mang trong nó những nghịch lý khiến nó trở thành sự thách thức, rồi sau đó, thế nào cũng bị biến thành một trò cười, đối với lịch sử. Đáng chú ý hơn là những sự lai ghép từ dưới lên, trong đó, đáng kể hơn hết là những sự lai ghép hữu cơ hay vô thức, theo cách nói của Bakhtin, những sự lai ghép diễn ra một cách thầm lặng trong quá trình tương tác giữa Việt Nam và thế giới; và những sự lai ghép có chủ đích của giới trí thức và văn nghệ sĩ có ý hướng cách tân hoặc có cơ hội tiếp xúc với thế giới bên ngoài nhiều.

Một trong những biện pháp chính thúc đẩy xu hướng lai ghép có chủ đích và cũng là một biểu hiện của toàn cầu hoá là dịch thuật. Liên quan đến chuyện dịch thuật, có một khái niệm mới được nhiều lý thuyết gia về văn hoá và văn học sử dụng: dịch văn hoá (cultural translation). Trước, trong cách nhìn truyền thống, dịch là chuyển một văn bản từ ngôn ngữ này sang ngôn ngữ khác. Gần đây, người ta thấy vấn đề không phải chỉ là ngôn ngữ. Dịch còn có một kích thước khác: văn hoá. Nhưng đó không phải là một kích thước một chiều: từ văn hoá trong nguyên tác đến văn hoá của dịch phẩm. Không phải. Dịch là một sự tương tác và là một cuộc đối thoại giữa hai nền văn hoá khác nhau.[54] Với nhiều nhà nghiên cứu, trong đó có Homi Bhabha, dịch văn hoá và lai ghép là hai từ đồng nghĩa.[55] Arjun Appadurai đề nghị thay thế chữ dịch văn hoá thành giải lãnh thổ hoá qua sự chuyển đổi một kinh nghiệm địa phương sang một môi trường xã hội và sắc tộc mới.[56] Jacques Derrida, một mặt, cho dịch là một cách nghiệm sinh về tính bất khả: "Trong một nghĩa nào đó, không có gì không thể dịch; nhưng trong một nghĩa khác, mọi thứ đều bất khả dịch; dịch là một tên gọi khác của sự bất khả"; mặt khác, cho dịch

---

[54] Cuốn *New Trends in Translation and Cultural Identity* do Micaela Munoz-Calvo, Carmen Buesa-Gómez và M. Ánngeles Ruiz-Moneva do Cambridge Scholars Publishing xuất bản năm 2008 có nhiều bài thú vị về vấn đề này.

[55] Homi Bhabha (1994), sđd., chương cuối.

[56] Arjun Appadurai, "Global Ethnoscapes: Notes and Queries for a Transnational Anthropology", in trong cuốn *Recapturing Anthropology: Working in the Present* do Richard G. Fox biên tập, Santa Fe: School of American Research Press, xuất bản năm 1991, tr. 191-210.

giả là một kẻ nổi loạn chống lại chủ nghĩa yêu nước - được hiểu như một cái khung nhận thức riêng biệt và khép kín.[57] Salman Rushdie, nhà văn gốc Ấn, người, qua cuốn *Những vần thơ quỷ* (The Satanic Verses), từng tuyên dương sự lai ghép và bản ngã lai ghép,[58] cho chúng ta, tất cả chúng ta, là "những người được dịch" (we are translated men)[59] với nghĩa, theo cách hiểu của tôi, không có ai và không có nền văn hoá nào thực sự là "bản gốc" cả. Điều thú vị nữa: động tác dịch văn hoá không phải chỉ được thực hiện khi chúng ta chuyển đổi ngôn ngữ của một văn bản hoàn chỉnh nào đó. Trong xu thế toàn cầu hoá hiện nay, khi chúng ta thường xuyên tiếp xúc với những ngôn ngữ khác qua các phương tiện truyền thông hay sách báo, internet (hoặc ngay trong đời sống, đối với những người lưu vong), dịch là một kinh nghiệm thường nhật: mỗi động thái nghe hay đọc đều trở thành một động thái dịch; từ đó, mỗi động thái nói và viết cũng trở thành một động thái dịch. Sống trong trạng thái dịch liên tục như vậy, thực chất là sống thường trực trên những biên giới, sống thường trực với những cuộc thương thảo về văn hoá, luôn luôn đối chiếu, lúc nào cũng đóng cả hai vai: trong cuộc và ngoài cuộc. Có nghĩa là sống với kinh nghiệm liên ngôn ngữ (interlingual) và liên văn hoá (intercultural). Kết quả: dù muốn hay không, tính lai ghép cũng càng ngày càng đậm.

Dịch, như một công tác theo nghĩa truyền thống, người ta

---

[57] Jacques Derri (1996/1998), *Monolingualism of the Other, or the Prosthesis of Origin*, Stanford: Standford University Press, tr. 56-57.

[58] Salman Rushdie (1991), *Imaginary Homelands, Essays and Criticism 1981-1991*, London: Granta Books, tr. 394.

[59] Như trên, tr. 17.

thường đối diện với một trong hai chủ trương: một, mang độc giả đến với tác giả, nghĩa là trung thành tuyệt đối với tác giả, bất kể điều đó có thể gây nên cảm giác xa lạ và khó hiểu đối với người đọc, dễ gợi ấn tượng là theo xu hướng "ngoại quốc hoá" (foreignization); và hai, mang tác giả đến với độc giả, nghĩa là cố gắng nội hoá (domesticization) tác phẩm, làm cho bản dịch càng dễ hiểu và dễ cảm chừng nào càng tốt chừng ấy. Về phương diện lý thuyết, rất khó chứng minh chủ trương nào là đúng. Nhưng trong việc dịch, với tư cách một kinh nghiệm cá nhân thường nhật, hai chủ trương trên ít khi thành vấn đề và cũng ít khi rõ ràng. Tất cả nằm ở lựa chọn: mình muốn gì? Theo tôi, nguyên tắc chính ở đây là: chính việc dịch theo hướng "ngoại quốc hoá", giữ nguyên tính lạ (strangeness) của điều mình muốn dịch bao nhiêu càng làm cho bản thân mình cũng như dân tộc mình trở thành giàu có bấy nhiêu.[60]

Không những dịch, viết cũng thế. Viết theo giọng thuần Việt có cái hay riêng. Viết như dịch – dĩ nhiên là dịch hay - cũng có cái hay khác. Hay ở chỗ: nó làm nổi bật tính ở-giữa của những người sẵn sàng chấp nhận đối thoại với thế giới trong thời toàn cầu hoá. Hay, còn ở chỗ: nó góp phần giải truyền thống (detraditionalization) và thúc đẩy tiến trình đổi mới văn học Việt Nam.

Cho đến nay, tiến trình đổi mới ấy có thành tựu gì đáng kể? Theo tôi, thành tựu đáng kể nhất là phần lớn giới cầm bút đều ý thức được tầm quan trọng và tính khẩn thiết của nhu cầu đổi mới. Người ta chưa hình dung cái mới ấy như thế nào, nhưng

---

[60] Ở đây, tôi chỉ bàn đến việc dịch từ tiếng nước ngoài sang tiếng Việt mà thôi.

diện mạo cái cũ thì đã rõ: đó là tất cả những phương pháp sáng tác và quan điểm thẩm mỹ giữ vai trò độc tôn suốt cả hơn nửa thế kỷ vừa qua. Có lẽ đó là điều quan trọng nhất. Công lao đến một phần từ các lý thuyết mới cũng như sự tiếp xúc rộng rãi với thế giới bên ngoài, và phần khác, đến từ những nỗ lực sáng tạo và phê phán của một số người cầm bút, trong đó, ở Việt Nam, không thể không kể đến vai trò của những nhà thơ thuộc khuynh hướng "thơ dơ" hay "thơ rác"[61] Nổi bật nhất ở họ chưa phải là ở sáng tác mà là ở thái độ văn học. Không phải thái độ trong văn học mà là chính thái-độ-văn-học: thái độ gắn liền với một quan điểm và một niềm tin mang tính thẩm mỹ. Với thái độ ấy, họ hình thành một thứ đối-thi ca (counter-poetry) tồn tại song song với dòng thơ lãng mạn chủ nghĩa mang tính cán bộ[62] vẫn còn nặng nề trong văn học Việt Nam. Hiệu ứng chính của thái độ ấy là nó làm cho nhiều người lâu nay cứ ngỡ là đang ở trong văn học bỗng bất ngờ phát hiện là mình đang nghênh ngang trên một sân khấu cải lương hay đang phá nát văn chương bằng cách góp phần ủng hộ và/hoặc thực hiện những chính sách giáo điều, thô bạo và ngu xuẩn.

---

[61] "Thơ rác" hay "thơ dơ" là tên nhóm Mở Miệng ở Sài Gòn tự nhận. Ở Hà Nội cũng có một số nhà thơ có khuynh hướng sáng tác rất gần với nhóm Mở Miệng: Đặng Thân và Nguyễn Đình Chính. Về chuyện "thơ rác" và "thơ dơ", xin xem thêm bài viết của Đoàn Cầm Thi, "Một nền thơ mới Việt Nam: Sự xuất hiện của dòng thơ mới tại Sài Gòn" đăng trên Tiền Vệ:

http://www.tienve.org/home/literature/viewLiterature.do?action=viewArtwork&artworkId=4448

Nguyên bản tiếng Pháp đăng trên:

http://remue.net/article.php?id_article=1337

[62] "Tính cán bộ" tôi dùng ở đây không phải là thơ của các cán bộ mà là thơ được sáng tác trong tinh thần của cán bộ, tức tinh thần phục tùng, hay đúng hơn, tinh thần đồng ca hoặc tinh thần bầy đàn.

Sự phát hiện ấy làm hồi phục lại trong lương tâm của người ta những điểm sáng ngỡ đã chết hẳn: ngượng. Ngượng vì sự sáo mòn của mình. Ngượng vì sự hợm hĩnh của mình. Ngượng vì sự nhút nhát của mình. Từ ngượng sinh ra hoài nghi. Hoài nghi những tác phẩm mình đã viết. Hoài nghi cái hệ mỹ học u ơ ú ớ ù ờ mà mình đã được giáo dục và theo đuổi có khi gần hết cuộc đời. Từ nỗi ngượng và sự hoài nghi ấy, người ta sẽ đi đâu? Tôi ngờ câu hỏi ấy cũng chính là cái câu hỏi mà hiện nay những người cầm bút trong nhóm "thơ dơ" hay"'thơ rác" cũng đang trằn trọc tìm kiếm. Có thể kết quả sẽ dẫn đến sự ra đời của một sự lai ghép mới giữa cái gọi là thơ và những cái vốn bị xem là không phải thơ. Có thể.

Có thể nghĩa là chưa chắc. Chưa chắc thì cũng chẳng sao. Miễn là còn tìm kiếm. Còn tìm kiếm là còn có sẵn một không gian cho sự lai ghép: Hơn nữa, trong không khí văn hoá còn nặng tính bộ lạc của Việt Nam hiện nay, bất cứ cái gì đổ vỡ cũng đều là tín hiệu đáng mừng rỡ. Không có sự đổ vỡ ấy, mặt đất sẽ chật cứng những thần tượng giả, giả một cách bỉ ổi: chúng gắn liền với sự gian dối và hối mại quyền thế, tất cả đều ở ngoài văn chương và hoàn toàn phản văn chương.

Nói đến tinh thần lai ghép và toàn cầu hoá, không thể không nói đến cộng đồng lưu vong. Có thể nói lưu vong nằm ngay trong tâm điểm của cả tính lai ghép lẫn tính toàn cầu hoá. Mà cộng đồng lưu vong Việt Nam hiện nay khá đông: trên dưới ba triệu người ở rải rác hầu như khắp nơi trên thế giới. Cho đến nay, ở trong nước, vai trò của khối cộng động người Việt lưu vong chỉ được ghi nhận ở phương diện kinh tế. Về phương diện văn chương, Việt kiều vẫn cứ là Việt kiều. Nhưng nói đến sự "ghi nhận" là nói đến vai trò của nhà nước. Liệu nhà nước có thể giữ được vai trò ấy trong bao lâu nữa? Trên thực tế, trong quan hệ giữa các tác giả với nhau hay giữa tác giả và độc giả, qua các tờ báo mạng, ranh giới giữa trong và ngoài cứ mỗi ngày một mỏng dần và nhỏ dần. Một người đang sống ở Việt Nam, buổi sáng thức dậy, bật máy vi tính lên, có thể trang web đầu tiên được mở ra là một trang web văn học ở hải ngoại. Viết một bài tiểu luận, có khi tài liệu tham khảo đầu tiên mà tác giả ấy đọc cũng có thể là ở hải ngoại. Một cây bút ở hải ngoại cũng thế. Cũng đọc, cũng tham khảo và cũng trích dẫn một tác giả đâu đó, ở một thị trấn heo hút nào đó ở Việt Nam. Tại sao không?

Cộng đồng lưu vong nào cũng có hai quan hệ chính: với quê gốc và với quê mới. Với quê mới, lâu nay, người ta chỉ hay nói đến vấn đề hội nhập (integration). Nhưng hội nhập khác với lai ghép. Hội nhập là một công việc của ý thức; lai ghép được hiện thực hoá chủ yếu từ trong vô thức. Hội nhập là tự đồng hoá mình vào một môi trường mới trong khi vẫn có thể giữ nguyên, hay phần nào, quá khứ; lai ghép, ngược lại, là hình thành một cái-khác, cái ở-giữa, hay nói như Homi Bhabha, cái "không gian thứ ba", khác cả hai truyền thống văn hoá cũ và mới. Hội nhập chủ yếu là nỗ lực cá nhân nhưng nó lại không có sắc thái cá nhân: nó bị tan vào cái chung; lai ghép, ngược lại, có gương mặt riêng: mỗi sự lai ghép là một trường hợp đặc thù. Hội nhập, do đó, mở rộng về không gian nhưng không làm cho ai giàu có lên cả; lai ghép, ngược lại, góp phần làm cho nhân loại trở thành đa dạng, đa thanh và đa sắc hơn. Hội nhập thường củng cố vai trò của chính mạch; lai ghép, ngược lại, là một quá trình xuyên phạm trù (cross-category process), xuyên qua biên giới của các văn hoá, các quốc gia, các sắc tộc, giai cấp và giới tính khác nhau, qua đó, làm thay đổi tương quan quyền lực giữa trung tâm và ngoại biên, giữa sự cố định và sự biến đổi. Trong khi mọi thể chế chính trị mong muốn và cổ vũ cho sự hội nhập, chính sự lại ghép mới thực sự thúc đẩy tiến trình đa nguyên hoá và đa phương hoá thế giới. Trường hợp của Việt Nam cũng thế. Điều chúng ta cần nhất cũng vẫn là sự lai ghép. Chỉ có sự lai ghép mới làm cho chúng ta giàu có.

Cũng không nên quên: cái gọi là cộng đồng người Việt lưu vong hay hải ngoại, thật ra, không phải là cái gì thống nhất và thuần nhất. Đó là những mảnh lai ghép khác nhau, trong đó, chỉ có một số điểm chung: tiếng Việt, ký ức tập thể về chiến tranh và về quê hương, và một sự tưởng tượng tập thể về một cộng đồng phi biên giới (borderless community) hay xuyên quốc gia (transnational) của người Việt. Tức là phần thuộc về Việt Nam. Còn phần còn lại, cái phần liên quan đến ảnh hưởng của nền văn hoá chính mạch ở quốc gia họ định cư thì khác hẳn. Nếu chúng ta công nhận sự khác nhau giữa các nền văn hoá nói tiếng Anh với các nền văn hoá nói tiếng Pháp hay tiếng Đức, tiếng Hoa, tiếng Nhật, v.v... chúng ta không thể không công nhận một thực tế khác: những kẻ chịu ảnh hưởng của các nền văn hoá ấy không thể không có diện mạo trí thức và mỹ học khác nhau. Theo tôi, không có gì đáng ngạc nhiên khi các trí thức và văn nghệ sĩ ở các quốc gia vừa nêu có những cách nhìn khác hẳn nhau về, chẳng hạn, một ví dụ: chủ nghĩa hậu hiện đại. Nhưng khác thì đã sao? Sự khác biệt ấy chỉ làm giàu cho văn học và văn hoá Việt Nam.

Làm giàu? Về phương diện kinh tế, Pascal Zachary hoàn toàn tin như vậy. Ông quan niệm "tất cả những ai muốn hưởng lợi từ những điều kiện kinh tế đang thay đổi phải nhìn tính lai ghép như một lựa chọn đầu tiên và tối ưu". Ông giải thích sức mạnh của Mỹ chủ yếu đến từ tính lai ghép: với ông, tính lai ghép mang lại sự đổi mới trong khi tính thuần nhất chỉ mang lại sự nghèo đói. Ông đúc kết thành công thức: Lai ghép + Nội kết xã hội = Quyền lực quốc gia (hybridity + social cohesion = national power). Rồi ông hô hào: "Lai giống hay là chết!" (Mongrelize or Die!).[63] Một cách tình cờ, có một nhà văn Việt Nam cũng nghĩ như thế: Nguyễn Huy Thiệp. Cũng trong truyện ngắn "Vàng lửa" đã dẫn ở trên, nhân vật tên Phăng có một nhận xét khác về Việt Nam: "Những hoạt động kinh tế cù lần chỉ đủ sức cho một dân tộc sống khắc khoải. Vấn đề ở chỗ phải đứng lên vươn mình thành một cường quốc. Làm điều đó, phải có gan chịu đựng sự va xiết trong quan hệ với cộng đồng nhân loại. Thói hủ nho và thủ dâm chính trị sẽ không bao giờ tạo được những quan hệ trong sáng, lành mạnh. Sẽ đến lúc nền chính trị thế giới giống như món nộm suồng sã, khái niệm thanh khiết ở đấy vô nghĩa."[64]

Không phải chỉ có chính trị mới phải chịu đựng sự va xiết trong quan hệ với cộng đồng nhân loại. Ở lãnh vực nào cũng thế: từ kinh tế đến xã hội và văn hoá. Ở phạm vi nào cũng thế: từ quốc gia xuống đến từng cá nhân, trong đó dĩ nhiên có người cầm bút. Nếu không muốn nói: nhất là người cầm bút. Hơn đâu hết và hơn lúc nào hết, khái niệm thanh khiết trong văn học là điều hoàn toàn vô nghĩa. Vô nghĩa vì nó không có thật. Không thể có thật. Nếu có thật, nó chỉ có một lần duy nhất: lần đầu tiên nhân loại biết làm thơ và viết văn. Hơn nữa,

---

[63] Dẫn theo Marwan M. Kraidy (2005), sđd., tr. 87 - 93.

[64] Nguyễn Huy Thiệp (1999), sđd., tr. 337.

trong phạm vi văn học và nghệ thuật, lai ghép không phải chỉ là chuyện đương nhiên mà còn là một đức hạnh: đức hạnh của sự sáng tạo. Tinh thần lai ghép rất gần với tinh thần hậu hiện đại chủ nghĩa; nếu không muốn nói là một trong những biểu hiện của chủ nghĩa hậu hiện đại vốn cổ vũ cho sự giải khu biệt hoá. Kien Nghi Ha, trong bài "Crossing the Border", có một nhận xét khá thú vị: "tính lai ghép có thể được hiểu như là hình thức tiến bộ nhất của tính hậu hiện đại xuyên văn hoá, được tiến hành trong điều kiện toàn cầu hoá về phương diện xã hội và văn hoá". Tiếp theo là một nhận xét khác, cũng thú vị không kém: "Tính hậu hiện đại và tính lai ghép cũng chia sẻ một thái độ cách mạng dựa trên sự vượt bỏ tính hiện đại và cửa ngõ đi vào một kỷ nguyên lịch sử mới với siêu tự sự của riêng nó."[65]

Với tính lai ghép, người Việt Nam không những làm giàu cho văn học và văn hoá Việt Nam mà còn, như mọi cộng đồng di dân và lưu vong khác, có thể làm giàu cho các quốc gia nơi họ định cư: thứ nhất, nó làm cho các quốc gia ấy không thể kéo dài ảo tưởng về tình trạng độc văn hoá (monoculture) của mình mãi được; thứ hai, nó làm cho chính họ trở thành hậu hiện đại. Đó là nhận xét của Frederick Buell về các cộng đồng di dân tại Hoa Kỳ sau năm 1965:

---

[65] Kien Nghi Ha, "Crossing the Border? Hybridity as Late-Capitalistic Logic of Cultural Translation and National Modernization" trên

http://translate.eipcp.net/Actions/discursive/paris2006/index_html/abstract-ha

Tôi có cảm giác câu dịch tiếng Việt của tôi cứ lục cục, không rõ bằng câu nguyên tác trong tiếng Anh: "Postmodernity and hybridity also share a revolutionary attitude based on the overcoming of modernity and the entry into a new historic era with its own meta-narrative."

> Những bản sắc văn hoá đa chủng, lai tạo, phức tạp đã làm cho họ trở thành hậu hiện đại, và họ mang những phẩm tính này đến đất nước Hoa Kỳ ngay lúc nó đang có đầu óc địa phương, thiển cận, và thậm chí đôi khi lỗi thời. Mặc dù những nghề nghiệp họ làm ở Hoa Kỳ có thể thấp dưới đáy xã hội, nhưng họ đem những hiện thực mang tính toàn cầu và kinh nghiệm văn hoá đa phức đến Hoa Kỳ -- một đất nước còn đang cưu mang cái mặc cảm tự ti văn hoá hậu thuộc địa cũ kỹ (old postcolonial cultural inferiority complex) và đã đè nén chính cái di sản của chủ nghĩa đa văn hoá thực sự của nó bằng một chủ nghĩa độc văn hoá công khai mang tính đàn áp và thiển cận -- và đất nước này đang cực kỳ cần những điều này. Trong một hệ thống thế giới với hai vế đối lập toàn cầu/hậu thuộc địa, họ có thể giúp nâng cao vị thế và sức mạnh văn hoá của Hoa Kỳ.[66]

Với người Việt Nam, chúng ta không cần nghĩ đến chuyện làm cho Hoa Kỳ giàu có hơn. Và đất nước Hoa Kỳ có lẽ cũng chẳng chờ đợi ở chúng ta những điều như thế. Chúng ta chỉ cần nghĩ đến việc làm cho đất nước chúng ta trở thành giàu có. Đó là điều chúng ta có thể thực hiện được.

Phương cách thật dễ dàng: Lai ghép. Lai ghép nữa. Lai ghép mãi.

Lai ghép cho đến khi nào tạo được cái mới.

Tái bút dành cho một số độc giả: Dĩ nhiên lai ghép không phải là bắt chước.

---

[66] Dẫn theo Hoàng Ngọc-Tuấn, "Tiến tới một nền văn chương toàn cầu hoá" in trong cuốn *Văn học hiện đại và hậu hiện đại qua thực tiễn sáng tác và góc nhìn lý thuyết*, Văn Nghệ xuất bản tại California. Có thể xem trên:
http://www.tienve.org/home/activities/viewTopics.do?action=viewArtwork&artworkId=139

Chủ nghĩa hậu hiện đại và những cái (cần) chết trong văn học

Cả ba vấn đề đã được phân tích, toàn cầu hoá, giải lãnh thổ hoá và tính lai ghép, ở các chương trước đều dẫn đến một điểm chung: chủ nghĩa hậu hiện đại. Quan hệ giữa chúng rất phức tạp, khó có thể phân định được đâu là nguyên nhân và đâu là kết quả; đâu là chính và đâu là phụ. Tuy nhiên, có một điều khá hiển nhiên: không thể bàn đến khía cạnh này mà bỏ qua khía cạnh kia nếu chúng ta muốn có một cái nhìn toàn cảnh về văn hoá văn chương đương đại Việt Nam cũng như thế giới.

Có nhiều cách tiếp cận chủ nghĩa hậu hiện đại. Ở đây, tôi chọn cách tiếp cận từ một góc độ: những cái chết. Và cũng chỉ giới hạn ở vài cái chết chính trực tiếp liên quan đến văn học: cái chết của chân lý, cái chết của đại tự sự, cái chết của hiện thực, và cuối cùng, cái chết của các điển phạm và những thiết chế gắn liền với các điển phạm ấy.

Nhưng, trước hết, hãy nói về cái chết của chính chủ nghĩa hậu hiện đại.

Thật ra, đây chỉ là một dư luận. Một số người nói thế. Tuy nhiên, ở đây, có mấy vấn đề đáng chú ý. Thứ nhất, lời báo tang kiểu ấy xuất hiện khá sớm, ngay từ lúc thuật ngữ chủ nghĩa hậu hiện đại vẫn chưa có một nội dung nhất định, nghĩa là chưa thành một trào lưu: vào tháng 8 năm 1975, trên một tờ báo nào đó ở Mỹ, một ký giả dõng dạc tuyên bố: "Chủ nghĩa hậu hiện đại đã chết" và "bây giờ là thời của chủ nghĩa hậu - hậu hiện đại."[1] Thứ hai, cách nói "cái chết của..." cũng là một trong những sản phẩm của... chủ nghĩa hậu hiện đại. Nó bắt đầu với câu nói nổi tiếng "Thượng Đế đã chết" của Nietzsche, một người được các nhà hậu hiện đại xem là bậc tiền phong của họ. Từ giữa thế kỷ 20, trò chơi báo tang càng lúc càng thịnh hành: hết "cái chết của tiểu thuyết" thì đến "cái chết của tác giả", "cái chết của lịch sử", "cái chết của văn chương", rồi "cái chết của con người", "cái chết của lý thuyết", và rồi, chả có gì đáng ngạc nhiên cả, đến "cái chết của chủ nghĩa hậu hiện đại". Tuy nhiên, cũng xin lưu ý là trong những cách nói vừa dẫn, "chết" không có nghĩa là tận tuyệt mà chỉ có nghĩa là: hoặc không còn là yếu tố chủ đạo, hoặc không còn tồn tại như nó vẫn thường được hiểu và tin. Chết, với tư cách một cao trào, một chủ âm, một ý niệm. Trường hợp chủ nghĩa hậu hiện đại cũng thế. Ở Tây phương, chủ nghĩa hậu hiện đại đã manh nha từ giữa thế kỷ 20, đặc biệt trong các lãnh vực âm nhạc, kiến trúc, hội hoạ và văn học; được lý thuyết hoá và trở thành phổ cập từ đầu thập niên 1980. Sau gần hai chục năm thịnh phát, đặc biệt trong môi trường đại học, bước sang đầu thế kỷ 21, cơn sốt hậu hiện đại chủ nghĩa đã lắng xuống. Đã có một số học giả bàn một cách

---

[1] Dẫn theo Mike Featherstone (2007), *Consumer Culture and Postmodernism*, London: Sage, tr. 1.

nghiêm chỉnh về các di sản của chủ nghĩa hậu hiện đại. Nhưng nói đến "di sản" là nói đến một cái gì đã hoàn tất và đã thuộc về quá khứ. Thứ ba, chính sự "hoàn tất" ấy đã được nhiều người sử dụng như một luận điểm chính để chống lại việc giới thiệu và du nhập chủ nghĩa hậu hiện đại vào Việt Nam lâu nay. Xin lưu ý: bằng tiếng Việt, cho đến nay, chưa ai chống lại chủ nghĩa hậu hiện đại từ góc độ học thuật; người ta chỉ chống lại những nỗ lực giới thiệu chủ nghĩa hậu hiện đại vào văn học Việt Nam. Chống lại việc giới thiệu là chống lại cái mà người ta chưa biết. Chống lại cái người ta chưa biết là chống lại một nỗi sợ. Chống lại một nỗi sợ, thật ra, là chống lại chính mình: Cái "mình" ấy thực chất là con đẻ của một thứ mặc cảm hậu thuộc địa: với nó, người ta chỉ giới hạn sự đam mê và ngưỡng mộ đối với phương Tây ở những điểm nho nhỏ, thoang thoảng chút hương hoa dị lãm. Một số tên sách hay vài bài điểm sách. Năm bảy câu thơ. Vài ba câu nói đã thành danh ngôn. Thế thôi. Nhưng họ lại ngại ngùng trước những gì quá to tát đến từ phương Tây. Như một hệ thống ý tưởng, chẳng hạn. Một nỗ lực khảo cổ nhằm đào bới ở chiều sâu một thuật ngữ hay một vấn đề nào đó, chẳng hạn. Có phải chúng gợi nhớ những cuộc xâm lược và những âm mưu khai hoá ngày trước? Có thể. Mặc cảm hậu thuộc địa ấy lại dễ bộc phát khi nó đi liền với tinh thần cẩm nang chủ nghĩa xuất phát từ truyền thống phản trí thức kéo dài cả hàng ngàn năm khiến người Việt Nam rất ngại lý luận, và cũng chỉ thích hình thức tuyên ngôn hay những bản tóm tắt thái độ hay niềm tin, tất cả đều được trình bày một cách ngắn gọn, không cần phân tích hay chứng minh gì cả. Cả mặc cảm hậu thuộc địa lẫn tinh thần cẩm nang chủ nghĩa ấy đã ngăn chặn mọi nỗ lực tương giao và tương tác với thế giới, đặc biệt qua con đường lý thuyết và học thuật: nó từ chối tất cả những gì phức tạp và trừu tượng; nó chỉ chuộng các công thức thật đơn giản. Mà chủ nghĩa hậu hiện đại thì lại không thể biến thành công thức được. Chủ nghĩa hiện đại ít ra cũng có một đam mê chung: khám phá; một hiệu lệnh chung: "Làm mới" (Make it New!); và một thái độ chung: quyết liệt, thậm chí, cực đoan. Còn chủ nghĩa hậu hiện đại thì không. Đi vào không gian hậu hiện đại như đi vào một mê hồn trận. Trong cuốn *Postmodern Fiction*, Brian McHale ghi nhận là dường như mỗi nhà phê bình đều "cấu tạo" một thứ chủ nghĩa hậu hiện đại xuất phát từ góc nhìn riêng của họ; và không có cách nhìn nào đúng hơn cách nhìn nào cả. Ông nêu ví dụ: chủ nghĩa hậu hiện đại, với John Barth, là thứ văn chương của sự phong dật (literature of replenishment); với Charle Newman, đó là thứ văn chương của thời kinh tế lạm phát; với Jean-François Lyotard, đó là điều kiện trí thức thời cách mạng tin học; với Ihab Hassan, đó là một giai đoạn hiệp nhất tinh thần của nhân loại.[2] Linda Hutcheon, trong cuốn *The Politics of Postmodernism*, bổ sung thêm những cách nhìn khác nữa, của Fredric Jameson, Jean Baudrillard, Alan Wilde, hay của chính Brian McHale, v.v...[3] Có điều, bổ sung đến mấy cũng không thể hết được. Ihab Hassan cho câu hỏi "chủ nghĩa hậu hiện đại là gì?" là một câu hỏi không thể giải đáp: chủ nghĩa hậu hiện đại như một bóng ma, mỗi lần người ta nghĩ đến, nó lại biến mất, sau đó, nó lại hiện về dưới một hình thức khác.[4] Hình tượng "bóng ma" này, trước đó, đã được

---

[2] Brian McHale (1987), *Postmodernist Fiction*, London: Muthuen, tr. 4.

[3] Linda Hutcheon (2002), *The Politics of Postmodernism*, London: Routledge, tr. 11.

[4] Ihab Hassan (2003), "Postmodernism" What Went Wrong?", *The Sydney Paper* Autumn 2003, tr. 39.

Vladimir Novikov sử dụng trong bài "Con ma vô diện mạo" (The Ghost with No Features) vào năm 1997 khi ông bàn đến chủ nghĩa hậu hiện đại ở Nga.[5] Đối diện với "bóng ma" ấy, Umberto Eco, một tên tuổi lừng lẫy và tiêu biểu cho cả ký hiệu học lẫn chủ nghĩa hậu hiện đại, đâm ra hoang mang: "Tôi không chắc chủ nghĩa hậu hiện đại nghĩa là gì".[6] Hoang mang như vậy cũng phải: Có thể nói, dường như mỗi tác giả lớn đều có một định nghĩa khác nhau về chủ nghĩa hậu hiện đại. Tại sao có hiện tượng ấy? Có nhiều lý do, trong đó, lý do chính là: cái gọi là chủ nghĩa hậu hiện đại ấy, thật ra, rất đa dạng, thậm chí, mâu thuẫn với nhau.[7] Theo Stefan Morawski, khái niệm chủ nghĩa hậu hiện đại bao gồm ít nhất ba lãnh vực chính: văn hoá – xã hội, nghệ thuật và triết lý. Tương ứng với ba lãnh vực ấy là ba ngành học: xã hội học về văn hoá, lý thuyết nghệ thuật, và triết học.[8] Đó là Morawski chỉ tập trung vào khía cạnh học thuật. Ngoài học thuật, chủ nghĩa hậu hiện đại còn bao trùm cả sáng tác, từ văn học đến âm nhạc, điêu khắc, hội hoạ, kiến trúc, phim ảnh, v.v... Wang Ning, từ góc nhìn của một nhà nghiên cứu người Trung Quốc, hình dung tám hình thức khác nhau của chủ nghĩa hậu hiện đại: một, một hiện tượng văn hoá căn bản ở các xã hội hậu kỹ nghệ - tuy, thỉnh thoảng cũng có mặt ở các một số quốc gia đang phát triển; hai, một thế giới quan đề cao tính đa nguyên, phân mảnh và phi tâm hoá; ba, một trào lưu

[5] Theo Mark Lipovetsky, trong bài "Russian Literary Postmodernism in the 1990s" đăng trên *Seer*, số 79, tháng Giêng năm 2001, tr. 31.

[6] Umberto Eco (2002), *On Literature*, Orlando: A Harvest Book, tr. 212.

[7] Elizabeth A. Flynn (1997), "Rescuing Postmodernism", *College Composition and Communication*, số 48 (tháng 12. 1997), tr. 543.

[8] Stefan Morawski (1996), *The Troubles with Postmodernism*, London: Routledge, tr. 1.

văn học nghệ thuật ra đời sau, như một kế tục hoặc một phản ứng ngược với, chủ nghĩa hiện đại; bốn, một phong cách tự sự dựa trên sự hoài nghi đối với các đại tự sự; năm, một mã diễn dịch (interpretive code) hoặc một chiến lược đọc xuất phát từ nhãn quan hậu hiện đại; sáu, một khuynh hướng triết lý gắn liền với sự khủng hoảng về tính biểu hiện; bảy, một chiến lược văn hoá được các nhà phê bình thuộc Thế giới Thứ Ba, trong đó có châu Á, sử dụng để chống lại chủ nghĩa thực dân văn hoá và chủ nghĩa bá quyền về ngôn ngữ (linguistic hegemonism); và tám, một phương thức phê phán nổi lên sau sự thất bại của chủ nghĩa cấu trúc và chịu ảnh hưởng của trào lưu hậu cấu trúc luận, đặc biệt của Foucault và Derrida.[9] Như thế, có thể nói chủ nghĩa hậu hiện đại có nhiều cấp độ: rộng, nó chỉ những điều kiện văn hoá, triết lý sống và phong cách sống của cả một thời đại; hẹp, nó chỉ một trào lưu sáng tác với quan điểm mỹ học và kỹ thuật cũng như thủ pháp riêng, khác với những tác phẩm ra đời trong quỹ đạo hiện đại chủ nghĩa trước đó. Đối diện với cái mới mênh mông và khá mù mịt như thế, nhiều người chọn một thái độ dễ dãi nhất: bịt mắt và quay lưng lại. Lý do được nêu lên để biện chính cho thái độ ấy: chủ nghĩa hậu hiện đại đã thuộc về quá khứ; bây giờ mới nói đến nó là muộn rồi; nó đã cũ rồi; du nhập một cái cũ như vậy vào Việt Nam làm gì nữa?

Quan niệm của tôi là: Chưa muộn.

Hơn nữa, dù muộn vẫn còn hơn là không bao giờ.

Nhưng liên quan đến chuyện "muộn", có mấy điều xin được

---

[9] Wang Ning, "The Mapping of Chinese Postmodernism", in trong *tập Postmodernism and China* do Arif Dirlik và Xudong Zhang biên tập (2000), Durham: Duke University Press, tr. 22-23.

nhấn mạnh: Thứ nhất, nói cho ngay, trong lãnh vực văn học nghệ thuật, không có sự tiếp nhận nào là "muộn" cả. Chỉ có bắt chước là muộn, lúc nào cũng muộn, ngay cả bắt chước một hiện tượng vừa mới xuất hiện tức thì, đâu đó. Còn tiếp nhận – theo nghĩa thông qua sự sáng tạo bằng tư duy của mình và qua tiếng mẹ đẻ của mình - thì bao giờ cũng cần thiết và kịp thời. Ngay cả một sự tiếp nhận thông minh và sáng tạo nền văn học cổ điển hay tân cổ điển, cách đây mấy trăm năm hay cả ngàn năm cũng có thể hữu ích và không thể bị xem là muộn được. Thứ hai, không có một hiện tượng văn học nào không cần được tiếp nhận chỉ vì nó đã có ở đâu đó rồi. Nhớ đến một cách nói hết sức thú vị của Phạm Thị Hoài trong bài "Chờ" đăng trên tạp chí *Việt* số 3 (1999): không nên "chỉ hít khói nhà hàng xóm mà no và chẳng thiết tự nấu nướng nữa."[10] Thứ ba, thái độ phản đối việc tiếp nhận chủ nghĩa hậu hiện đại chỉ vì lý do nó không còn mới sẽ trở thành vô nghĩa, vô nghĩa một cách hài hước, hơn nữa, lố bịch, nếu người ta vẫn tiếp tục thanh thản, thậm chí, tự hào với những quan điểm thẩm mỹ hay phương pháp sáng tác cũ hơn nó, thậm chí, cũ hơn cả mấy chục năm (như chủ nghĩa siêu thực, chủ nghĩa hiện sinh hay Tiểu thuyết mới), cả trăm năm (như chủ nghĩa tượng trưng) hay cả mấy trăm năm (như chủ nghĩa hiện thực hay lãng mạn). Thứ tư, công việc "tiếp nhận" không phải chỉ là vấn đề học tập hay bắt chước mà là, thực chất là: sống, suy nghĩ và viết lách với những người cùng thời với mình, ở cái tầm thời đại của

---

[10] Phạm Thị Hoài, "Chờ", Tạp chí *Việt* (Melbourne, Úc) số 3 (1999), tr. 35. Có thể xem bài này trên Tiền Vệ:
http://www.tienve.org/home/literature/viewLiterature.do?action=viewArtwork&artworkId=243

mình, trong thế đối thoại với cái-đang-có trong phạm vi cả thế giới: đó là ý nghĩa đích thực của toàn cầu hoá trong lãnh vực trí thức và văn học nghệ thuật.

Cuối cùng, liệu chúng ta đã thực sự bước qua khỏi thời hậu hiện đại? Chắc là chưa. Thời chúng ta đang sống được xem là thời các đại lý thuyết (grand theories) - trong đó có chủ nghĩa hậu hiện đại - không còn giữ địa vị thống trị nữa. Đây là thời hậu-lý thuyết (post-theory), thời sau lý thuyết (after theory), thời nhân loại dừng lại để tiêu hoá và để ngẫm nghĩ về những chặng đường phiêu lưu rộn ràng và táo bạo trong thế giới các lý thuyết vừa qua. Nhưng không nên quên sự thực này: chính thái độ hoài nghi đối với tất cả các đại lý thuyết này cũng là một trong những nội dung chính của chủ nghĩa hậu hiện đại. Do đó, cũng có thể nói chúng ta vẫn đang sống trong thời hậu hiện đại, hay nói như Gianni Vattimo, chủ nghĩa hậu hiện đại hiện nay, "ít nhiều đều là điều kiện phổ quát của chúng ta."[11] "Của chúng ta"? Thật ra, theo tôi, đó chỉ là cách nói khác của cả nhân loại. Stuart Sim, sau khi phân tích chủ nghĩa hậu hiện đại từ nhiều khía cạnh khác nhau, đi đến kết luận: chủ nghĩa hậu hiện đại đã xuyên thấm vào toàn bộ đời sống của chúng ta, không phải chỉ trong văn học nghệ thuật mà còn trong khoa học, trong chính trị, trong cách thức thực hành y khoa và tôn giáo, và ngay cả trong cách chúng ta xem ti vi nữa; nó vẫn còn là một đề tài gây tranh cãi trong giới học thuật cũng như nghệ thuật.[12] Linda Hutcheon, một trong những chuyên gia

---

[11] Gianni Vattimo, "Postmodernity and (the end of) Metaphysics" in trong cuốn *Postmodernism, What Moment?* do Pelagia Goulimari biên tập (2007), Manchester: Manchester University Press, tr. 32.

[12] Stuart Sim (2002), *Irony and Crisis, A Critical History of Postmodern*

hàng đầu về chủ nghĩa hậu hiện đại, cũng tin như thế. Theo bà, bước vào thế kỷ 21, chủ nghĩa hậu hiện đại chuyển hoá thành tính hậu hiện đại (postmodernity): từ một trào lưu tư tưởng và nghệ thuật, nó biến thành một cách sống mới, một thời đại mới (new age): những vấn đề cũng như những quan điểm vốn là những đặc trưng cơ bản của chủ nghĩa hậu hiện đại lan toả và thâm nhập vào hầu như ở mọi lãnh vực, từ tôn giáo học đến thực dân luận và nữ quyền luận.[13] Peter V. Zima khẳng định dứt khoát: Thời hậu hiện đại vẫn tiếp tục.[14] Không phải ngẫu nhiên mà câu nói "Bây giờ tất cả chúng ta đều là hậu hiện đại" (We're all postmodern now) đang được nhiều người khẳng định và nhắc nhở, đây đó. Điều này có nghĩa là việc giới thiệu chủ nghĩa hậu hiện đại vào Việt Nam vẫn chưa muộn.

Những ý kiến vừa nêu nhằm thuyết phục một điều: không nên tránh né chủ nghĩa hậu hiện đại. Tôi muốn đẩy luận điểm này thêm một bước nữa: có muốn tránh né cũng không được. Lý do: chủ nghĩa hậu hiện đại vừa là khí quyển văn hoá của một thời đại vừa là một trào lưu tư tưởng và nghệ thuật. Người ta có thể tránh né hay từ chối một trào lưu nhưng lại không thể, không có cách nào tránh né hay từ chối được khí quyển văn hoá của cái thời đại mà người ta đang sống. Nói cách khác, vấn đề không phải là chọn hay không chọn chủ nghĩa hậu hiện đại. Tiếc, chúng ta không còn được có cái quyền lựa chọn

---

Culture, Cambridge: Icon Books, tr. 251.

[13] Linda Hutcheon (2002), *The Politics of Postmodernism*, London: Routledge, tr. 170 & 181.

[14] Peter V. Zima, "Why the Postmodern Age Will Last" in trong cuốn *Beyond Postmodernism, Reassessments in Literature, Theory and Culture*, Klaus Stierstorfer biên tập (2003), Berlin: Walter de Gruyter, tr. 13-27.

ấy nữa. Tất cả những người cầm bút đang còn hoạt động hiện nay đều ra đời quá muộn, đều ít nhiều hít thở trong bầu khí quyển của chủ nghĩa hậu hiện đại, do đó, có thể nói, tất cả đều bị chủ nghĩa hậu hiện chọn. Vấn đề còn lại chỉ là ở quyết tâm và mức độ tự giác mà thôi.

Văn hoá không phải là vật thể.[15] Văn hoá là hệ thống biểu trưng và ý nghĩa. Nói đến biểu trưng và ý nghĩa là phải nói đến ít nhất ba điều: một, sự biểu hiện (representation); hai, sự diễn dịch và ba, hệ thống những niềm tin làm cơ sở cho việc diễn dịch ấy. Nói cách khác, để nhập vào được thâm cung của chủ nghĩa hậu hiện đại, tôi có cảm tưởng chúng ta phải đi xuyên qua một không gian văn hoá, rồi xuyên qua vô số những hệ thống tư tưởng khác nhau nhằm diễn dịch cái không gian văn hoá ấy, cuối cùng, chúng ta cần phải xuyên qua chính các tác phẩm văn học nghệ thuật được sáng tác trong môi trường văn hoá và triết lý ấy.

Xuyên qua một không gian văn hoá thực ra là xuyên qua một thời đại: văn hoá nào cũng có thời tính của nó. Fredric Jameson gắn chủ nghĩa hiện đại với chủ nghĩa tư bản độc quyền và chủ nghĩa hậu hiện đại với chủ nghĩa tư bản hậu kỳ (late capitalism). Các lý thuyết gia khác đều gắn liền chủ nghĩa hậu hiện đại với thời hậu kỹ nghệ, ở đó, Jean-François Lyotard chú ý nhiều đến ảnh hưởng của hiện tượng vi tính hoá của xã hội (computerization of society) trên kiến thức; Jean Baudrillard chú ý đến ảnh hưởng của các phương tiện thông

---

[15] Vật thể, trong khái niệm "văn hoá vật thể" (material culture), không hẳn là vật thể mà là một biểu trưng hay một giá trị. Chỉ vì gắn liền với biểu trưng hay giá trị ấy, vật thể mới trở thành "văn hoá vật thể".

tin đại chúng đối với quan niệm về hiện thực. Tuy nhiên, thời tính của chủ nghĩa hậu hiện đại mang một ý nghĩa khá rộng: nó không phải là một giai đoạn lịch sử với một điểm khởi đầu và kết thúc rõ rệt. Đó là lý do tại sao Lyotard từng tỏ vẻ không hài lòng mấy về cái thuật ngữ gắn liền với tên tuổi của ông. Ông viết: "'Chủ nghĩa hậu hiện đại' có lẽ là một thuật ngữ rất dở vì nó gợi lên ý tưởng về sự phân kỳ lịch sử. 'Phân kỳ' dù sao cũng còn là một lý tưởng cổ điển hay hiện đại. Chủ nghĩa hậu hiện đại, một cách đơn giản, chỉ một tâm trạng, hay đúng hơn, một trạng thái tâm thức (state of mind)."[16] Đó cũng là quan niệm của nhiều người: trung tâm của chủ nghĩa hậu hiện đại là văn hoá: với Lyotard, đó là một điều kiện nhận thức luận; với Jameson, là logic văn hoá của thời kỳ thứ ba của chủ nghĩa tư bản;[17] với Mike Featherstone, đó là văn hoá tiêu thụ ở đó đời sống được thẩm mỹ hoá;[18] với Douglas Kellner và Steven Best, là kỹ-văn hoá (technoculture);[19] với Scott Lash, đó là một hệ hình văn hoá (cultural paradigm), một chế độ ký hiệu hoá (regime of signification), nơi các khách thể văn hoá được sản xuất.[20]

Nhu cầu diễn dịch những điều kiện hay khí quyển văn hoá ấy dẫn đến sự tương hợp giữa chủ nghĩa hậu hiện đại với giải kiến tạo (deconstruction) và hậu cấu trúc luận (poststructuralism).

---

16 Jean-François Lyotard (1986-1987), "Rules and Paradoxes or Svelte Appendix" in trên *Cultural Critique*, số 5, tr. 209.

17 Hai thời kỳ trước đó là: chủ nghĩa tư bản thị trường và chủ nghĩa tư bản độc quyền hay đế quốc.

18 Mike Featherstone (2007), sđd.

19 Steven Best và Douglas Kellner (2001), *The Postmodern Adventure*, London: Routledge.

20 Scott Lash (1990), *Sociology of Postmodernism*, London: Routledge, tr. 4-5.

Giữa giải kiến tạo và hậu cấu trúc luận có một số khác biệt nho nhỏ, chẳng hạn, trong khi giải kiến tạo phổ biến ở Mỹ, hậu cấu trúc luận phổ biến ở Pháp và châu Âu nói chung; trong khi giải kiến tạo thiên về việc đọc và phân tích văn bản, hậu cấu trúc luận thiên về triết học; trong khi giải kiến tạo có thể được ứng dụng ở nhiều lãnh vực khác nhau, hậu cấu trúc luận hoạt động chủ yếu trong phạm vi ngôn ngữ học.[21] Tuy nhiên, trên các nguyên tắc lớn, giải kiến tạo và hậu cấu trúc luận có thể được xem là một, và trên thực tế, giới nghiên cứu cũng thường xem chúng là một. Quan hệ giữa giải kiến tạo/hậu cấu trúc luận và chủ nghĩa hậu hiện đại cũng vậy: vừa là một vừa không phải là một. Giải kiến tạo và hậu cấu trúc luận chỉ là một giai đoạn của chủ nghĩa hậu hiện đại. Trước, ở cuối thập niên 1950 và đầu thập niên 1960, chủ nghĩa hậu hiện đại ra đời chủ yếu như một thái độ cách tân ít nhiều mang màu sắc chính trị, nhắm đến việc đả phá nghệ-thuật-như-một-thiết-chế (art-as-institution), trong đó, lực lượng tiền phong là giới sáng tác. Phần lý thuyết còn khá non nớt, chủ yếu dừng lại ở một số nhận xét tuy cực kỳ nhạy bén và thông minh, nhưng vẫn có tính chất cảm tính và kinh nghiệm chủ nghĩa, chẳng hạn, các bài viết của Susan Sontag hay John Barth, Leslie Fiedler, v.v... Sau, từ đầu thập niên 1970, chủ nghĩa hậu hiện đại gắn liền với giải kiến tạo, và qua giải kiến tạo, gắn liền với hậu cấu trúc luận và phát triển theo chiều hướng lý thuyết hoá. Trong phạm vi lý thuyết, trước, các nhà hậu hiện đại chủ nghĩa chịu ảnh hưởng chủ yếu từ Jacques Derrida và Roland Barthes; sau, từ Michel Foucault, Jacques

---

[21] Xem mục từ "Deconstruction" trong cuốn *Encyclopedia of Postmodernism* do Victor E. Taylor và Charles E. Winquist biên tập (2001), London: Routledge, tr. 84-5.

Lacan, Jean-François Lyotard, Gilles Deleuze và Félix Guattari. Hậu cấu trúc đã mang đến cho chủ nghĩa hậu hiện đại một tầng sâu triết lý mới: giống hậu cấu trúc luận, chủ nghĩa hậu hiện đại mang tính phản-yếu tính luận (anti-essentialism) và phản-duy bản luận (anti-foundationalism): họ không tin vào những cái gọi là yếu tính bất biến hay những nguyên tắc có chức năng làm nền tảng cho mọi kiến thức của nhân loại. Giống hậu cấu trúc luận, chủ nghĩa hậu hiện đại phủ nhận niềm tin đã thành truyền thống vào chức năng tái hiện hiện thực của ngôn ngữ. Cũng giống hậu cấu trúc, chủ nghĩa hậu hiện đại quan niệm ngôn ngữ tạo nên, thay vì phản ánh, thế giới. Thế giới bao gồm cả con người. Các nhà hậu cấu trúc luận và hậu hiện đại chủ nghĩa đẩy các luận điểm của họ đi xa hơn nữa, xem chủ thể tính như cái gì được kiến tạo bởi ngôn ngữ và trong ngôn ngữ.[22] Liên quan đến ngôn ngữ, trước, dưới ảnh hưởng của Barthes và Derrida, các nhà hậu hiện đại chủ nghĩa giảm thiểu đến tối đa vai trò của tác giả - kẻ phát ngôn, và xem tác giả như đã chết, đồng thời, nhấn mạnh vào văn bản (text), vào tính văn bản (textuality), tiếp theo, tính liên văn bản (intertextuality), và từ đó, nhấn mạnh vào tính khả tác (writerly/scriptible) của tác phẩm cũng như vai trò của người đọc và các điều kiện văn hoá - xã hội vây quanh người đọc; sau, dưới ảnh hưởng của Foucault, họ lại chú trọng đến diễn ngôn (discourse) và quan hệ quyền lực đằng sau diễn ngôn và kiến thức, từ đó, dung hợp cả hậu

---

[22] Quan niệm này đã được Heidegger nhận ra, trước đây, khi ông viết: "Con người hành động như hắn là kẻ quyết định hình dạng và là chủ của ngôn ngữ, trong khi đó, thật ra, ngôn ngữ vẫn là chủ của con người." Trong Martin Heidegger (1978), *Basic Writing* (David Farrell Krell biên tập), London: Routledge, tr. 348.

thực dân luận, nữ quyền luận, thuyết lệch pha (queer theory) và chủ nghĩa đa văn hoá vào dưới chiếc ô (dù) hậu hiện đại.

Không phải chỉ là một giai đoạn, giải kiến tạo và hậu cấu trúc luận còn là một phần của chủ nghĩa hậu hiện đại. Phần nhận thức luận và phương pháp luận. Nhưng đó không phải là phương pháp luận về sáng tác. Phần phê phán. Nhưng đó không phải là phần phê phán nghệ thuật. Phần tự ý thức. Nhưng đó không phải là phần ý thức thẩm mỹ. Andreas Huyssen ghi nhận một đặc điểm: hầu hết các lý thuyết gia thuộc trường phái hậu cấu trúc luận đều chú ý, trước hết, đến các nhà văn và nhà thơ hiện đại ở cuối thế kỷ 19 và đầu thế kỷ 20 thay vì các cây bút hậu hiện đại. Với Barthes, đó là Flaubert, Proust và Bataille; với Derrida, đó là Nietzsche, Heidegger, Mallarmé và Artaud; với Foucault, đó là Nietzsche, Magritte và Bataille; với Kristeva, đó là Lautréamont, Joyce và Artaud, v.v...[23] Tôi đoán, mặc dù chia sẻ một số quan điểm chung, các lý thuyết gia hàng đầu của hậu cấu trúc luận và giới cầm bút hậu hiện đại vẫn có sự cách biệt lớn về ý thức mỹ học. Sự khác biệt về ý thức dẫn đến sự khác biệt về thực hành: trong khi các nhà hậu cấu trúc luận đưa ra chủ trương thi pháp hậu cấu trúc luận (poststructuralist poetics), ở đó, mọi cái viết (writing) đều được xem là văn bản, bất kể có tính văn chương hay không; các nhà hậu hiện đại chủ nghĩa, tuy, trên lý thuyết, chủ trương phản- đẳng cấp (anti-hierarchichal), muốn xoá bỏ ranh giới giữa tính đặc tuyển (elitism) và tính bình dân, nhưng, trên thực tế, vẫn giữ nguyên sự phân biệt giữa văn chương và phi-

---

[23] Dẫn theo Hans Bertens (1995), *The Idea of the Postmodern, a History*, London: Routledge, tr. 16.

văn chương. Còn một sự khác biệt nữa: Theo các nhà phê bình Anh, trong khi các nhà hậu cấu trúc luận có quan điểm cấp tiến về nhận thức và xây dựng về chính trị, các nhà hậu hiện đại thường bị chê là phản động và có khuynh hướng hư vô chủ nghĩa.[24] Trong tất cả các nhà hậu cấu trúc luận ở châu Âu, chỉ có một mình Lyotard là công khai bàn về chủ nghĩa hậu hiện đại, hơn nữa, góp phần lý thuyết hoá khái niệm hậu hiện đại.[25] Đó là lý do tại sao Lyotard trở thành tiếng nói tiêu biểu của chủ nghĩa hậu hiện đại, một dấu gạch nối giữa chủ nghĩa hậu hiện đại và hậu cấu trúc luận. Tuy nhiên, không nên nghĩ đó là tiếng nói duy nhất. Bên cạnh Lyotard, còn có Richard Rorty, Jean Baudrillard và Fredric Jameson, v.v... là những lý thuyết gia cũng có ảnh hưởng quan trọng không kém.

Đằng sau các lý thuyết gia và các lý thuyết, từ giải kiến tạo đến hậu cấu trúc luận và chủ nghĩa hậu hiện đại, vừa kể là một thời đại và một bầu khí quyển văn hoá hậu hiện đại. Trong khi về phương diện thời đại, rõ ràng là Việt Nam chưa bước, dù chỉ một chân, vào giai đoạn hậu kỹ nghệ hay chủ nghĩa tư bản hậu kỳ; về phương diện văn hoá, không thể chối cãi là, với làn sóng toàn cầu hoá, chủ yếu qua sự lan rộng của văn hoá tiêu thụ và văn hoá giải trí cũng như qua con đường du học và du lịch, tất cả những đặc điểm của văn hoá hậu hiện đại, với những mức độ đậm nhạt khác nhau, đang dần dần tràn vào Việt Nam và phủ lên người Việt Nam. Những đặc điểm ấy lại rất dễ nẩy nở trong môi trường hậu thuộc địa và hậu cộng sản, nơi nhiều đại tự sự đầy ảo tưởng bị sụp đổ. Chắc chắn, không

---

[24] Như trên, tr. 16.
[25] Như trên, tr. 17.

sớm thì muộn, tất cả những đặc điểm ấy sẽ tác động mạnh mẽ đến khí quyển văn hoá Việt Nam, từ đó, sẽ dẫn đến vô số những thay đổi, kể cả cái chết của những điều ngỡ như vĩnh cửu.

1. Cái chết của chân lý

Trước hết là cái chết của niềm tin đối với chân lý.

Khái niệm chân lý đã có từ lâu nhưng có lẽ hiếm khi nào nó trở thành một vấn đề, một suy tư và một ám ảnh nghiêm trọng như thời hiện đại. Trước đó, thời trung cổ, người ta tin chân lý thuộc về Thượng đế và con người chỉ có thể tìm thấy chân lý qua sự mặc khải: mọi con đường truy tìm chân lý, do đó, đồng quy vào con đường đạo đức; đó lại là thứ đạo đức được hướng dẫn bằng thần quyền: điểm cuối của con đường đồng quy, do đó, là tôn giáo. Nhưng tôn giáo là không gian của sự đón nhận chứ không phải là không gian của tìm kiếm. Chân lý trở thành một món quà cho một số người. Người nào nhận được món quà ấy và dám sống đến cùng với nó sẽ trở thành thánh thiện hơn và cuối cùng, sẽ nhận được phần thưởng; nhưng phần thưởng ấy lại nằm ở thế giới bên kia.[26] Thời hiện đại, người ta cũng tin vào sự hiện hữu của những chân lý, nhưng khác với thời trung cổ, người ta tin, thứ nhất, chân lý có tính quy luật

---

[26] Ở Việt Nam cũng như ở Trung Hoa, cho đến cuối thế kỷ 19, ít ai nhắc đến khái niệm chân lý. Mà nếu nghĩ đến chân lý, phần lớn đều xem đó là "Đạo" (theo quan niệm của Lão giáo, xem bài "The Daoist Conception of Truth: Laozi's Metaphysical Realism vs. Zhuangzi's Internal Realism" của Jeeloo Liu, in trong cuốn *Comparative Approaches to Chinese Philosophy* do Bo Mou biên tập (2003), London: Ashgate Publishing Ltd, tr. 278-93), sau đó, dưới ảnh hưởng của Tống Nho, hầu như mọi người đều đồng nhất chân lý với những lời dạy của thánh hiền.

hơn là tính thần học; thứ hai, những chân lý ấy có tính khách quan và phổ quát; thứ ba, chúng có thể được phát hiện và chứng nghiệm qua con đường khoa học và thực nghiệm; và thứ tư, việc phát hiện các chân lý ấy sẽ làm cho nhân loại ngày một hiểu biết hơn và cuộc sống ngày một tiến bộ, tốt đẹp và an bình hơn. Ở đây nổi bật lên vai trò của con người: Có thể xem phát hiện lớn nhất của tính hiện đại (modernity) là phát hiện ra con người. Thời Phục Hưng, con người đã được xem như trung tâm của vũ trụ nhưng nó chưa thiết lập cái tôi cá nhân chủ nghĩa của con người thành một trung tâm của thế giới. Chỉ đến thời hiện đại, bắt đầu từ phong trào Khai sáng (Enlightenment) vào giữa thế kỷ 17, trí tuệ, ý thức đạo đức và cái tôi mang tính cá nhân chủ nghĩa của con người mới dần dần được xem như một trung tâm tự quyết của vũ trụ, cái vị trí, trong suốt thời Trung cổ, được xem như thuộc về Thượng đế.[27] Ở con người, năng lực được đề cao nhất là lý trí: chính lý trí giúp con người nhận biết chân lý và cũng chính lý trí quyết định sự tồn tại của con người với tư cách là người: "Tôi tư duy vậy tôi hiện hữu", Descartes nói thế; "Con người là cây sậy biết tư tưởng", Pascal nói thế.

Nhưng lý trí, khả năng tư duy hay tư tưởng cũng đều có khả năng phân hoá: mỗi người một ý. Từ sự bất đồng nảy sinh nhu cầu thuyết phục. Thuyết phục bằng lý luận và bằng thực tiễn. Bằng lý luận, ý niệm chân lý trở thành một ám ảnh lớn, hơn nữa, nói như Zugmunt Bauman, một thứ "tu từ của quyền lực" (the rhetoric of power).[28] Bằng thực tiễn, qua vô số các nỗ lực

---

[27] Stanley J. Grenz (1996), *A Primer on Postmodernism*, Michigan: William B. Eerdmans, tr. 60-1.

[28] Zygmunt Bauman (1997), *Postmodernity and its Discontents*, Cambridge:

xây dựng một xã hội hiện đại. Bản chất của xã hội hiện đại ấy, với Karl Marx, là chủ nghĩa tư bản; với Émile Durkheim, là kỹ nghệ hoá; với Max Weber, là duy lý hoá; với Anthony Giddens, là tổng hợp của chủ nghĩa tư bản, chủ nghĩa kỹ nghệ (industrialism), giám sát (surveillance) và quyền lực quân sự.[29] Dù yếu tố (hay nhóm yếu tố) nào là bản chất đi nữa thì chúng cũng đều dẫn đến xu hướng cá nhân hoá về phương diện ý thức; thành thị hoá về phương diện xã hội; tự do hoá và thế tục hoá về phương diện chính trị với sự tách biệt giữa thần quyền và thế quyền, giữa Giáo hội và Nhà nước - một trong những nền tảng đầu tiên của tiến trình dân chủ hoá -, xu hướng chuyên nghiệp hoá về phương diện tổ chức – bao gồm cả việc tiêu chuẩn hoá phương thức sản xuất và lao động, từ đó dẫn đến hiện tượng khu biệt hoá giữa chuyên môn và nghiệp dư, giữa lao động trí thức và lao động chân tay, giữa tính đặc tuyển và tính bình dân, giữa đế quốc và thuộc địa. Với tất cả các nỗ lực ấy, mọi người (ít nhất là người Tây phương) hy vọng sẽ tạo được một xã hội văn minh và thiện hảo. Niềm ao ước ấy gắn liền với một nhận thức: chân lý được kiểm chứng qua thực tại.

Nhưng thực tại thì khác hẳn.

Sau mấy thế kỷ hiện đại hoá, thế kỷ 20, về một phương diện nào đó, là một thế kỷ kinh hoàng nhất trong ký ức nhân loại với hai cuộc chiến tranh thế giới và một cuộc chiến tranh lạnh, mà hậu quả là hàng chục triệu người bị giết: một con số kỷ lục

---

Polity Press, tr. 112.

[29] Anthony Giddens (1990), *The Consequences of Modernity*, Cambridge: Polity Press.

trong lịch sử. Trong các biến cố ấy, có lẽ không có biến cố nào gây sốc mạnh mẽ và lâu dài như chiến tranh thế giới lần thứ hai, ở đó, hai sự kiện nổi bật nhất là: hai quả bom nguyên tử thả xuống Nhật Bản và vụ Holocaust với hàng triệu người Do Thái (và một vài sắc dân khác) bị phát xít Đức giết chết một cách vô cùng tàn bạo. Theo Christopher Browning, một sử gia hàng đầu của Mỹ về Holocaust, biến cố Holocaust có thể được xem là một dấu mốc[30] lớn và quan trọng trong lịch sử nhân loại. Nạn diệt chủng ở đó khác hẳn các vụ diệt chủng khác ở hai yếu tố: một, ở ý định giết chết từng người, từng người Do Thái, kể cả phụ nữ và trẻ em, cho đến người cuối cùng; và hai, ở các phương tiện được sử dụng: hầu như nó huy động toàn bộ guồng máy hành chính, các khả năng kỹ thuật của các quốc gia hiện đại và văn hoá khoa học Tây phương vào âm mưu xoá trắng một chủng tộc.[31] Theo Zygmunt Bauman, Holocaust không phải chỉ là một thảm kịch đối với người Do Thái mà còn một khúc gãy phi lý của nền văn minh hiện đại.[32] Nghĩ về những vụ giết người tập thể dã man như vậy, người ta dễ tưởng tượng đến những tên sát nhân khát máu bẩm sinh và bệnh hoạn. Sự thật không phải. Phần lớn thủ phạm là những người rất bình thường. Họ tiến hành việc giết người như làm một công việc bình thường, không chút oán hận, thậm chí không hẳn đã vì kỳ thị người Do Thái. Cho nên vấn đề ở đây là guồng máy, một guồng máy hiệu lực nhưng hoàn toàn vô

---

[30] Chritopher Browning dùng chữ "watershed": đường phân thuỷ.

[31] Christopher Browning (2000), *Nazi Policy, Jewish Workers, German Killers*, Cambridge: Cambridge Press, tr. 32; dẫn theo Robert Eaglestone (2008), *The Holocaust and the Postmodern*, Oxford; Oxford University Press, tr. 1.

[32] Zygmunt Bauman (1989), *Modernity and the Holocaust*, Cambridge: Polity Press, tr. 1

ngã và vô cảm, đã biến những người bình thường nhất thành những tên sát nhân lạnh lùng. Cái guồng máy hành chính ấy là gì nếu không phải là kết quả của xu hướng duy lý hoá mà Weber đã xem như là một trung tâm của tính hiện đại? Có thể nói chính cái tính duy lý cửa quyền (bureaucartic rationality) ấy đã làm cho loại lý trí công cụ (instrumental reason) lấn át loại lý trí phê phán (critical reason) để mọi thành viên trong xã hội chỉ còn một ám ảnh duy nhất: làm sao để hoàn tất công việc, thay vì tự hỏi: tại sao phải làm như vậy?[33] Với sự thống lĩnh của lý trí công cụ, con người bị biến thành những cái máy. Chính vì vậy, nhiều người đã xem Holocaust như một điểm phân chia chủ nghĩa hiện đại và chủ nghĩa hậu hiện đại. Nói cách khác, hậu hiện đại chính là hậu-Holocaust,[34] một hình thức diễn ngôn hậu-chấn thương (post-traumatic discourse).

Diễn ngôn hậu-chấn thương là gì?

Trong cuốn *The Holocaust and the Postmodern*, Robert Eaglestone cho một biến cố như Holocaust không thể không là một ám ảnh đối với giới trí thức, không thể không tác động đến cách suy nghĩ, phê phán và đánh giá của chúng ta: nó đã làm thay đổi bản đồ trí thức thế giới: một số vấn đề được nhìn nhận khác hẳn trước (ví dụ: chủ nghĩa thực dân và vấn đề diệt chủng), một số vấn đề trở thành vô nghĩa (ví dụ: quan niệm về chủ nghĩa nhân đạo phổ quát); và một số vấn đề mới xuất hiện,

---

[33] Xem Jim McGuigan (1999), *Modernity and Postmodern Culture*, Maidenhead: Open University Press, tr. 49-50.

[34] Xem bài trả lời phỏng vấn "Modernism, Postmodernism, and Rationality After the Holocaust" của Dominick LaCapra trên:
http://www1.yadvashem.org/odot_pdf/Microsoft%20Word%20-%203865.pdf

trở thành những ám ảnh lớn đối với thời đại; trong số đó, có ý niệm về bản sắc hay bản sắc hoá (identification) vốn là những mối quan tâm chính của chủ nghĩa hậu hiện đại. Trong chiều hướng ấy, Eaglestone cho chủ nghĩa hậu hiện đại ở phương Tây bắt đầu với sự suy nghĩ về Holocaust, là một phản hồi trước Holocaust.[35] Trước đó, Hal Foster cũng cho những chấn thương do Holocaust gây ra và để lại đã ảnh hưởng đến tính ổn định của ý niệm về bản sắc của con người, hơn nữa, chúng còn làm thay đổi cả cách nhìn nhận cái thực (the real) nữa.[36] Trong lãnh vực văn học, nghệ thuật và triết học, Holocaust dẫn đến sự ra đời của chủ nghĩa thiểu tố (minimalism), nghệ thuật trừu tượng, khuynh hướng "văn chương của sự im lặng" (literature of silence),[37] và, bao trùm lên tất cả, sự đổ vỡ của vô số niềm tin, từ niềm tin vào cái gọi là bản sắc đến niềm tin vào sự tiến bộ, và quan trọng hơn hết, niềm tin vào chân lý. Hầu hết các nhà hậu hiện đại đều không tin tưởng vào cái gọi là chân lý tuyệt đối, không tin vào sự tiến bộ tuyến tính của lịch sử, và không tin vào tính duy lý và hiệu quả cải tạo xã hội của nó. Với họ, những cái gọi là chân lý không có sẵn và cần được khám phá: chúng được sáng tạo; chúng cũng không phổ quát: chúng thay đổi theo từng nền văn hoá, thậm chí, từng cá nhân; chúng không có giá trị vĩnh cửu: chúng bị biến dạng theo từng cách nhìn, thậm chí, theo sự biến dạng của ngôn ngữ; chúng không khách quan: chúng chỉ là kết quả của những sự diễn dịch; cuối cùng, chúng

---

[35] Robert Eaglestone (2008), sđd., rải rác ở các trang 2, 3, 341-2, và 346.

[36] Hal Foster (1996), *The Return of the Real*, Cambridge: The MIT Press, tr. 166-8.

[37] Charles Jencks (2007), *Critical Modernism, Where is Post-Modernism Going?*, Wiley, tr. 54.

không đáng được quan tâm vì một lẽ đơn giản: chúng không có thực.

Sự đánh mất niềm tin ấy đã khởi phát từ Nietzsche (1844-1900), người được xem như một vị thánh bổn mạng của triết học hậu hiện đại. Các nhà hậu cấu trúc luận học được ở Nietzsche rất nhiều điều, nhưng điều họ cảm thấy tâm đắc nhất là sự phê phán độc địa của Nietzsche đối với chân lý.[38] Bài học lớn mà họ học ở Nietzsche là: chân lý không phải là một chỉnh thể siêu nghiệm.[39] Theo Nietzsche, hiện thực vốn vô cùng đa dạng và phức tạp, nhưng con người, trong quá trình khái niệm hoá hiện thực, đã tước bỏ hết những khác biệt tinh tế giữa những thực thể cùng loại. Lá, chẳng hạn, ở đời có hàng tỉ chiếc lá khác nhau, nhưng bằng khái niệm "lá", con người đã hư vô tất cả các khác biệt ấy. Chỉ còn "lá" suông thôi. Đó chỉ là một chiếc lá giả. Khi kết hợp các khái niệm giả ấy lại với nhau để tạo ra những ý tưởng, con người chỉ đạt đến những ảo tưởng. Cái gọi là thế giới thực chỉ là những gì con người tạo ra bằng nhận thức của chính mình. Nietzsche kết luận một cách mỉa mai:

> Chân lý là gì? [Đó là] một đội binh cơ động của những ẩn dụ, những hoán dụ, những sự nhân cách hoá, nói tóm lại, tổng số quan hệ của con người, những điều được khai triển, hoán vị và trang điểm, một cách đầy chất thơ và chất tu từ, và cũng là những điều sau một thời gian dài được sử dụng, dường như trở thành vững chắc, như những điển phạm và những bổn phận đối với một dân tộc; chân lý là những ảo tưởng về những gì

---

[38] Mark Poster (1989), *Critical Theory and Poststructuralism, in Search of a Context*, Ithaca: Cornell University Press, tr. 15.

[39] Như trên.

người ta đã quên bẵng rằng nó vốn là ảo tưởng; những ẩn dụ đã sáo rỗng và không còn khả năng gây chút ấn tượng nào nữa; những đồng tiền cắc đã mòn hết hình ảnh, chỉ còn trơ lại một mảnh kim loại, chứ không còn là đồng tiền nữa.[40]

Thái độ hoài nghi chân lý của Nietzsche được Heidegger và Wittgenstein khai triển thêm; được củng cố bởi cuộc xuống đường rầm rộ của sinh viên Pháp vào tháng Năm 1968: đó là một sự kiện được xem như cuộc cách mạng xã hội, qua đó, tư tưởng cấp tiến càng bùng nổ; sự hoài nghi đối với các ý thức hệ cũ và cả hệ thống giáo dục cũ vốn bị xem là chỉ nhằm tạo ra những sản phẩm trí thức như một phương tiện của quyền lực và thống trị, càng thêm sâu sắc.

Có một nguyên nhân sâu xa khác góp phần gia cố nền tảng của chủ nghĩa hoài nghi ở thế kỷ 20, theo tôi, là sự phát triển của ngôn ngữ học. Nếu ngành học thống lĩnh thế giới tri thức ở thời trung cổ và thời đầu Phục Hưng là thần học; ở thời Khai sáng là triết học; ở thế kỷ 20 là khoa học, nhưng riêng trong phạm vi khoa học xã hội, ngành học mũi nhọn chắc chắn là ngôn ngữ học. Đó cũng là ngành học mẹ, từ đó, sinh ra ký hiệu học, nhân chủng học, phê bình văn học theo các phương pháp hiện đại, từ Hình thức luận đến Phê bình Mới, cấu trúc luận, hậu cấu trúc luận, v.v... Trong ngôn ngữ học, người có ảnh hưởng nhất là Ferdinand de Saussure (1857-1913). Trong lý thuyết ngôn ngữ học của Saussure, luận điểm căn bản và quan trọng nhất là: ngôn ngữ là một hệ thống ký hiệu gồm hai yếu tố chính: cái biểu đạt (signifier) và cái được biểu đạt (signified), ở

[40] Friedrich Nietzsche (1976), *The Portable Nietzsche*, Walter Kaufmann dịch và giới thiệu, New York: Penguin Books, tr. 46-7.

đó, ý nghĩa của cái biểu đạt không nảy sinh từ quan hệ tham chiếu giữa nó và hiện thực mà xuất phát từ sự khác biệt giữa nó và các ký hiệu khác trong cùng một hệ thống. Nói cách khác, trong ngôn ngữ chỉ có sự hiện hữu của cái biểu đạt và cái được biểu đạt mà thôi. Có nhiều hệ luận có thể được rút ra từ cách nhìn ấy. Thứ nhất, mọi hiện hữu đều có tính liên hệ (relational), và do đó, có ý nghĩa tương đối (relative): bất cứ cái gì có mối liên hệ với một cái gì khác đều là tương đối. Thứ hai, hiện thực bị loại hẳn ra khỏi phạm trù ý nghĩa; do đó, về phương diện văn học và nghệ thuật, chủ nghĩa hiện thực truyền thống vốn nhấn mạnh vào chức năng phản ánh hiện thực bị mất cơ sở lý thuyết để có thể đứng vững được; về phương diện triết học, quan niệm xem chân lý như sự phản ánh trung thành hiện thực vào trong ý thức cũng tức khắc bị xem là lỗi thời. Thứ ba, do mối quan hệ với hiện thực bị cắt đứt, mọi công trình nghệ thuật dựa trên ngôn ngữ đều có xu hướng khu biệt hoá (differentiation), tự trị hoá (autonomization) và đáng kể nhất, tính chất tự quy chiếu (self-referentiality), tự nó quay về với chính nó. Các nhà giải kiến tạo và hậu cấu trúc luận đã phát triển thêm khía cạnh này, trong đó, lời phát biểu "Không có gì ở ngoài văn bản"[41] của Jacques Derrida được xem như một thứ tuyên ngôn mới của chủ nghĩa hậu hiện đại. Từ khởi điểm chung ấy, Derrida càng ngày càng đẩy tư tưởng của mình ra xa Saussure. Khác với Saussure, người chủ trương ngôn ngữ và chữ viết (writing) là hai hệ thống ký hiệu khác nhau, ở đó, cái

---

41 Jacques Derrida (1982) *Of Grammatology*, Gayatri Chakravorty Spivak dịch và giới thiệu, Baltimore: The John Hopkins University Press, tr. 158. Nguyên văn: "There is nothing outside of the text [there is no outside-text; il n'y a pas de hors-texte]."

sau hiện hữu chỉ với mục đích để thể hiện cái trước; trong hệ thống ngôn ngữ, *ngôn* (language/langue), chứ không phải *ngữ* (speech/parole), mới là đối tượng đích thực của ngôn ngữ học; Derrida cho "không có ký hiệu ngôn ngữ nào có trước chữ viết"[42] và chỉ có các văn bản viết (writing) mới là kiểu mẫu để tìm hiểu về cách thức vận hành của ngôn ngữ vì những gì được viết không bị tan biến theo thời gian, do đó, còn giữ trong chúng những quá khứ với những thay đổi về ý nghĩa của chữ, hơn nữa, còn tiếp tục chi phối những văn bản khác sẽ được viết trong tương lai: với Derrida, mọi văn bản, như vậy, đều được sản xuất bằng cách chuyển hoá các văn bản khác;[43] và đọc một văn bản, cũng vậy, bao giờ cũng hướng đến những văn bản khác.[44] Tất cả sẽ tạo thành một liên văn bản bất tận: trong một liên văn bản bất tận như thế, mỗi cái được biểu đạt sẽ tự động trở thành cái biểu đạt, và như thế, ý nghĩa cứ bị triển hạn mãi. Thú thực, chữ "triển hạn" tôi dùng ở đây chỉ dịch được một trong hai ý nghĩa và đặc điểm chính của thuật ngữ "différ*a*nce" do Derrida tạo ra bằng cách kết hợp hai động từ "differ" (khác) và "defer" (trì hoãn): "Differ*a*nce" bao hàm hai hình thức: danh từ (différence) và tiếp vĩ ngữ "-ance" thường dùng để tạo ra những danh động từ, chỉ một sự diễn tiến; và hai trạng thái: không gian (differ) và thời gian (defer). Nói cách khác, "differ*a*nce" vừa có nghĩa là khác biệt vừa có nghĩa là trì hoãn,

---

[42] Jacques Derrida (1982), sđd., tr. 14.

[43] Jacques Derrida (1981), *Positions*, Chicago: Chicago University Press, tr. 37-8.

[44] Jacques Derrida (1979), "Living On: Border Lines" in trong cuốn *Deconstruction and Criticism* do Harold Bloom, Paul de Man, Jacques Derrida, Geoffrey Hartman và J. Hillis Miller biên tập (1979), New York: Seabury Press, tr. 107.

vừa có nghĩa là một cấu trúc vừa có nghĩa là một tiến trình, vừa là một hình thức vừa là sự hình thành của hình thức, vừa tĩnh vừa động, vừa đồng nhất (về ngữ âm, hai chữ "différence" và "différance" đọc giống nhau) vừa dị biệt (về hình thái, chúng vẫn là hai từ khác nhau), vừa có mặt: đó là một trong những khái niệm chính trong kho từ vựng giải kiến tạo và hậu cấu trúc luận, vừa vắng mặt: nó gợi nhớ cái quá khứ liên văn bản dài thăm thẳm phía sau, với những quan niệm khác về sự "khác biệt" trong quan điểm của Saussure, Nietzsche, Freud, Husserl và Heidegger.[45] Tuy nhiên, điều quan trọng cần nhấn mạnh ở đây là: Khi ý nghĩa bị triển hạn, chân lý, nhất là thứ chân lý khách quan và phổ quát theo cách nhìn hiện đại, cũng bị phi tâm hoá và cũng bị triển hạn theo. Mãi mãi. Bởi vậy, mọi văn bản đều trở thành bất định (undecidability). Trong một thế giới bị thống trị bởi tính bất định như thế, cái gọi là chân lý chỉ còn là một ảo ảnh.

Theo Michel Foucault, trong suốt ba thế kỷ của thời hiện đại, phương Tây đã vấp phải ba sai lầm trầm trọng: một, tin rằng có một chân lý khách quan, chờ đợi được khám phá, đâu đó; hai, tin là họ có thể sở hữu được những kiến thức như thế; và ba, tin là việc theo đuổi những kiến thức như thế sẽ có lợi cho cả nhân loại hơn là chỉ cho một giai cấp đặc biệt nào. Foucault cho là không thể có những chân lý khách quan và phổ quát.[46] Với ông, kiến thức lúc nào cũng gắn liền với quyền lực; hơn nữa, chính quyền lực sinh ra kiến thức và cũng sinh ra cả chân lý. Nói cách khác, chân lý là một thứ hư cấu.[47]

---

[45] Jacques Derrida (1981), sđd., tr. 38-40.

[46] Xem Stanley J. Grenz (1996), sđd., tr. 131.

[47] Michel Foucault (1980), *Power/Knowledge: Selected Interviews and other*

2. Cái chết của các đại tự sự

Hiện thân của cái ảo ảnh hay hư cấu ấy, về phương diện lịch sử, chính là các siêu tự sự,[48] chữ dùng của Lyotard.

Trong cuốn *The Postmodern Condition: A Report on Knowledge*, Lyotard viết: "Đơn giản hoá đến tối đa, tôi định nghĩa chủ nghĩa hậu hiện đại như là sự hoài nghi đối với các siêu tự sự".[49]

Để hiểu siêu tự sự, có lẽ cần bàn một chút về khái niệm tự sự.

Tự sự (narrative), theo nghĩa thông thường, là kể chuyện, bất cứ là chuyện gì, chuyện của người hay chuyện của mình. Có thực: cũng được, mà hư cấu: cũng được. Miễn là có sự kiện hay biến cố gì đó. Hiểu như thế, tự sự đã có từ lâu; nếu không lâu hơn thì cũng ngang ngửa với các thể loại trữ tình. Tuy nhiên, với tư cách một thuật ngữ, trước đây, chữ tự sự chỉ xuất hiện một cách thưa thớt. Hầu như chỉ giới hạn trong phạm vi phê bình và nghiên cứu văn học, đặc biệt trong lãnh vực văn xuôi, nhất là văn xuôi ở châu Âu.[50] Chỉ từ khoảng cuối thập niên 1960 và đầu thập niên 1970, cùng với sự bành trướng của cấu

---

Writings, 1972-1977 (Colin Gorden, Leon Marshall, John Mepham, và Kate Soper dịch), New York: Pantheon Books, tr. 133. Dẫn theo Stanley J. Grenz (1996), sđd., tr. 132-3.

48 Siêu tự sự (metanarrative) thỉnh thoảng còn được gọi là đại tự sự (grand narrative) hay tự sự chủ (master narrative), hay lý thuyết phổ quát (universal theory).

49 Jean-François Lyotard (1997), *The Postmodern Condition: A Report on Knowledge*, Geoff Bennington và Brian Massumi dịch, Minneapolis: University of Minnesota Press, tr. xxiv. Nguyên văn: "Simplifying to the extreme, I define postmodern as incredulity toward metanarratives."

50 Từ thập niên 1950 đến thập niên 1960, ở Mỹ và các nước nói tiếng Anh, giới nghiên cứu và phê bình vẫn còn rất mê thơ. Phê Bình Mới thịnh hành ở Mỹ thời kỳ này chủ yếu tập trung vào việc phân tích thơ.

trúc luận, việc sử dụng chữ tự sự mới nở rộ, trở thành một bước ngoặt quan trọng trong học thuật: người ta thường gọi là "bước ngoặt tự sự" (narrative turn). Nó trở thành một ngành học mới: Tự sự học (Narratology) với những tên tuổi lớn như Tzvetan Todorov, Gérald Genette, A. J. Greimas, Claude Bremond, và đặc biệt, Roland Barthes. Nói theo Wallace Martin, lý thuyết về tự sự thay thế lý thuyết tiểu thuyết ở vị trí trung tâm của mọi sự chú ý trong nghiên cứu văn học.[51] Nhưng thuật ngữ tự sự không chỉ giới hạn trong ngành Tự sự học hay nghiên cứu văn học nói chung. Nó còn lấn sang hầu hết mọi lãnh vực thuộc khoa học nhân văn, khoa học xã hội, luật và thần học. Nó tràn lên các phương tiện truyền thông đại chúng. Ở đâu cũng nghe nói đến tự sự. Trong cuốn *Postmodern Narrative Theory* xuất bản năm 1998, Mark Currie nhận xét: Nếu có một sáo ngữ liên quan đến Tự sự học đương đại thì câu đó nhất định sẽ là: "tự sự có mặt ở khắp nơi"[52] Tại sao tự sự lại trở thành phổ biến như vậy? Lý do đầu tiên có lẽ do giới nghiên cứu phát hiện ra một điều: dường như nhân loại rất mê tự sự. Chắc chắc là mê hơn các con số thống kê trong đó các sự kiện được liệt kê theo những quan hệ logic rất phức tạp. Cũng chắc chắn là mê hơn các lý thuyết mơ hồ và rối rắm. Từ xưa, nghĩa là từ thời thượng cổ, loài người đã biết dùng hình thức tự sự để đúc kết nhận thức và kinh nghiệm: thần thoại là nhận thức về nguồn gốc vũ trụ; truyền thuyết là nhận thức về nguồn gốc và lịch sử tiến hoá của dân tộc; cổ tích là nhận thức

---

[51] Wallace Martin (1986), *Recent Theories of Narrative*, Ithaca: Cornell University Press, tr. 15.

[52] Mark Currie (1998), *Postmodern Narrative Theory*, London: MacMillan Press, tr. 1.

về đạo lý làm người. Và để giải trí: truyện tiếu lâm. Hơn nữa, cũng có thể nói mọi hình thức truyền thông đều là tự sự: tin tức chúng ta nghe trên truyền thanh hay nhìn thấy trên truyền hình là tự sự. Những câu chuyện chúng ta thường vẫn kể cho bạn bè nghe hằng ngày cũng là tự sự. "Buôn dưa lê", theo cách nói ở Việt Nam hiện nay là một hình thức tự sự. Muốn nói chuyện mạch lạc, "có đầu có đuôi" là có tự sự. Nhưng tự sự không phải chỉ để đúc kết kinh nghiệm sống hay để chuyện trò. Tự sự còn là cách thức đặc biệt để suy nghĩ: suy nghĩ một cách hình tượng, cụ thể và lớp lang; một cách để sáng tạo và duy trì truyền thống của cả một cộng đồng hay dân tộc (qua thần thoại và truyền thuyết); một cách để củng cố các hệ thống giá trị và chuẩn mực trong xã hội (qua truyện cổ tích và vè). Đặc biệt hơn, tự sự là cách kiến tạo hiện thực: đó là những gì chúng ta kể và/hoặc nghe kể. Và cũng là cách kiến tạo bản ngã: Theo các nhà hậu cấu trúc luận và hậu hiện đại chủ nghĩa, bản ngã là sản phẩm chứ không phải là nguồn suối (source) của các hoạt động ngôn ngữ. Alasdair MacIntyre quan niệm "con người, trong hành động và thực hành, cũng như trong hư cấu của hắn, là một con vật kể chuyện."[53] Trong chiều hướng ấy, Holstein và Gubrium xem bản ngã của chúng ta như những hữu thể được kể chuyện (storied beings), kết quả của việc kể chuyện liên tục.[54] Chính vì vậy James Phelan

---

[53] Alasdair MacIntyre (1981), *After Virtue: A Study in Moral Theory*, London: Duckworth, tr. 201.

[54] Dẫn theo John Bryce Merrill trong bài "Stories of Narrative: On Social Scientific Uses of Narrative in Multiple Disciplines" đăng trên http://www.colorado.edu/ling/CRIL/Volume20_Issue1/paper_MERRILL.pdf

mới cảnh báo: Coi chừng sẽ có một "đế quốc tự sự"[55] ra đời! Gọi là "đế quốc" chủ yếu vì tầm ảnh hưởng lớn lao của tự sự: nó không phải chỉ là một phương pháp để tạo nên bản sắc mà nó chính là bản sắc: "Bản sắc là câu chuyện cuộc đời".[56]

Không có nền văn hoá nào không được xây dựng trên nền tảng tự sự.

Việc phổ biến rộng rãi của thuật ngữ tự sự không những là do ảnh hưởng của hình thức luận, cấu trúc luận và hậu cấu trúc luận mà, hơn nữa, theo nhiều nhà nghiên cứu, là vì nó phản ánh sự khủng hoảng về nhận thức luận của nền văn hoá đương đại. "Tự sự là những gì còn lại sau khi niềm tin vào khả tính của kiến thức đã bị sụp đổ. Nhóm từ quen thuộc thường nghe trong lãnh vực nghiên cứu khoa học 'các tự sự khoa học' hàm ý là diễn ngôn khoa học không còn phản ánh hiện thực nữa mà chỉ là một cách kiến tạo hiện thực; không còn là sự khám phá chân lý mà chỉ là cách chế tạo chân lý theo quy luật của trò chơi riêng của nó, không khác gì việc sáng tạo các cuốn truyện hư cấu. Gọi một diễn ngôn là 'tự sự' hay một 'câu chuyện' để nêu lên nghi vấn về một lời tuyên bố liên quan đến chân lý có nghĩa là đánh đồng tự sự và hư cấu."[57]

---

[55] James Phelan (2005), *Living to Tell about It: A Rhetoric and Ethics of Character Narration*, Ithaca: Cornell University Press, tr. 205-210. Dẫn theo Matti Hyvanrinen, "Towards a Conceptual History of Narrative" đọc trên http://www.helsinki.fi/collegium/e-series/volumes/volume_1/001_04_hyvarinen.pdf

[56] Dẫn theo Matti Hyvanrinen, như trên.

[57] Marie-Laure Ryan, "Narrative: Entry for the forthcoming Routledge Encyclopedia of Narrative", đọc trên: http://lamar.colostate.edu/~pwryan/narrentry.htm

Lý thuyết về chủ nghĩa hậu hiện đại của Lyotard được trình bày trong bản "tường trình về kiến thức" năm 1979 của ông ra đời trong bối cảnh khủng hoảng văn hoá như thế.

Trước hết, Lyotard nhấn mạnh phạm vi nghiên cứu của ông là ở các nước phát triển nhất, ở đó, ông tập trung vào đề tài điều kiện hậu hiện đại; trong cái gọi là điều kiện hậu hiện đại ấy, ông khoanh vùng ở điều kiện nhận thức luận (epistemological condition); trong nhận thức luận, ông chú ý, trước hết, đến kiến thức khoa học; ở kiến thức khoa học, ông phát hiện ra ba đặc điểm quan trọng đầu tiên: một, "kiến thức khoa học là một loại diễn ngôn";[58] mà đã là diễn ngôn thì đương nhiên phải có liên hệ mật thiết với ngôn ngữ; hai, kiến thức, như là hệ quả của xu hướng vi tính hoá (hay điện toán hoá) của xã hội, biến thành một thứ thông tin; và ba, từ nửa sau của thế kỷ 20, kiến thức trở thành lực lượng chính của sản xuất, hơn nữa, một thứ sản phẩm có thể đem bán. Với những đặc điểm ấy, kiến thức khoa học phải đối diện với một đối thủ mà nó phải luôn luôn sống chung, dù trong tình trạng lúc nào cũng xung đột và đầy cạnh tranh: kiến thức tự sự. Trong khi loại kiến thức khoa học được xem là có tính khách quan, phổ quát và đầy thẩm quyền, kiến thức tự sự, dưới hình thức chuyện kể, không cần bằng chứng nào ngoài nguyên tắc nhất quán của chính nó. Các nhà khoa học vẫn thường khinh bỉ loại kiến thức tự sự, tuy nhiên, họ không tránh được nó: khoa học vẫn dùng tự sự để tiến hành các thao tác của nó và biện chính cho chính nó. Nhất là khi kiến thức khoa học càng lúc càng mất thế hợp pháp (legitimation) về phương diện xã hội:

---

[58] Jean-François Lyotard (1997), sđd., tr. 3.

cái quyền quyết định cái gì đúng lại không độc lập với cái quyền quyết định cái gì là công chính. Hậu quả là khoa học phải lệ thuộc vào tự sự, nhất là các siêu tự sự hay đại tự sự để giải thích vai trò của khoa học. Lyotard nêu lên hai tự sự chính có chức năng như thế: tự sự về giải phóng (narratives of emancipation) và tự sự về tư biện (narratives of speculation). Loại tự sự thứ hai, được thừa hưởng từ chủ nghĩa duy tâm của Đức, dẫn đến xu thế "khoa học vị khoa học" (science for science's sake) vốn càng ngày càng bị lấn áp bởi loại tự sự thứ nhất, gắn liền với phong trào Khai sáng theo truyền thống Pháp, nhấn mạnh vào vai trò của khoa học trong xã hội.

Lyotard gọi các tự sự ấy là siêu tự sự. "Siêu" (meta) có thể được hiểu là vượt qua (như trong chữ siêu hình, metaphysics) hay là về (như trong chữ siêu ngôn ngữ, metalanguage, siêu phê bình, metacriticism, hay siêu hư cấu, metafiction). "Siêu" trong siêu tự sự thuộc loại thứ hai: siêu tự sự là tự sự về tự sự, là câu chuyện về các câu chuyện: đó là câu chuyện chủ, câu chuyện từ đó sinh ra và giải thích các câu chuyện khác. Để dễ hình dung, giới nghiên cứu, trong đó có cả Lyotard, thường có khuynh hướng xem siêu tự sự là đại tự sự, trong khi các câu chuyện khác, kể cả những câu chuyện chúng ta thường kể hằng ngày, là tiểu tự sự. Lớn và nhỏ. Giữa hai loại tự sự này có nhiều khác biệt: trong khi tiểu tự sự liên quan đến những kinh nghiệm cụ thể của một cá nhân hay một cộng đồng, đại sự tự mang tầm khái quát cao, có tính trừu tượng, thiên về lý tính; trong khi tiểu tự sự nhằm cụ thể hoá và bảo lưu một biến cố lịch sử nào đó, đại tự sự trực tiếp liên hệ đến một thứ Lịch Sử được viết hoa; trong khi các tiểu tự sự ngang bằng với nhau, đại tự sự nổi bật hẳn lên, có khuynh hướng quy kết mọi tự sự khác vào trong hệ thống của nó. Nhưng đặc điểm quan trọng nhất phân biệt đại tự sự với các tiểu tự sự là ở chức năng hợp pháp hoá của đại tự sự. Lyotard viết: "Bằng chữ siêu tự sự hay đại tự sự, tôi nhắm chính xác đến những tự sự có chức năng hợp pháp hoá."[59] Dĩ nhiên là không phải hợp pháp hoá chính nó. Mà là hợp pháp hoá các kiến thức, kinh nghiệm và niềm tin gắn liền với nó. Nói cách khác, đại tự sự là cách thâu tóm toàn bộ lịch sử nhân loại vào một câu chuyện duy nhất với những cấu trúc và trình tự chặt chẽ, xuyên suốt từ quá khứ đến hiện tại và cả tương lai nữa: như vậy, nó không những giải thích quá khứ và hiện tại mà còn định hướng cho tương lai. Với vai trò định hướng, đại tự sự không phải chỉ là câu chuyện có tính miêu tả hay trần thuật mà còn có tính quy phạm (normative), nếu không muốn nói là mệnh lệnh, không những giới hạn trong phạm vi chính trị mà còn trong luật pháp, đạo đức và cách suy nghĩ của con người nói chung. Chính vì hướng tới tương lai như vậy, tính hiện đại có một đặc trưng cơ bản: dự án (project). Đó là lý do tại sao Jurgen Habermas xem tính hiện đại như là một dự án chưa hoàn tất.[60]

Thời hiện đại, có nhiều thứ đại tự sự như vậy. Chủ nghĩa duy lý (rationalism) xuyên suốt toàn bộ dự án hiện đại là một siêu tự sự. Chủ nghĩa Mác cũng là một siêu tự sự khác. Hơn nữa, đó

---

[59] Jean-François Lyotard (1992), *The Postmodern Explained to Children, Correspondence 1982-1985*, nhiều người dịch, Julian Pefanis và Morgan Thomas hiệu đính, Sydney: Power Publications, tr.31. Nguyên văn: "By metanarratives or grand narratives, I mean precisely narrations with a legitimating function."

[60] Xem cuốn *Habermas and the Unfinished Project of Modernity* do Maurizio Passerin d'Entrève và Seyla Benhabib biên tập (1997), Cambridge: The MIT Press.

là một thứ siêu tự sự đầy tham vọng. Tham vọng ở tầm bao quát: nó muốn phác hoạ cả tiến trình phát triển của lịch sử nhân loại qua một mô hình chung với những thời kỳ nhất định, từ công xã nguyên thuỷ đến chiếm hữu nô lệ, phong kiến, tư bản và cuối cùng, cộng sản. Tham vọng ở ý đồ tổng hợp: quy tất cả mọi sự phát triển của lịch sử vào một điểm, điểm duy nhất: đấu tranh giai cấp. Tham vọng ở nỗ lực lý thuyết hoá: dựng mọi thứ trên hai nền tảng chính là duy vật biện chứng và duy vật lịch sử. Tham vọng ở thực tiễn: không những giải thích thế giới mà nó còn muốn thay đổi thế giới. Và tham vọng ở mục tiêu: nó cố đạt đến một thứ "Tinh thần Thế giới" (World Spirit), như là một điểm kết thúc của biện chứng pháp Tinh thần của Hegel. Nói theo Stuart Sim, "tự sự về Tinh thần Thế giới, được áp dụng một cách đặc thù, là những gì bảo đảm cho tính hiệu lực của các điều lệnh chính trị của chủ nghĩa Mác."[61]

Theo Lyotard, trong nửa sau thế kỷ 20, hầu hết các siêu tự sự ấy đều lần lượt bị sụp đổ: thực tế chứng minh là những nền tảng lý thuyết của chúng không vững chắc. "Tất cả những gì là thực đều duy lý; tất cả những gì duy lý đều thực", siêu tự sự Khai sáng nói thế. Những gì đã xảy ra tại Auschwitz, trại tập trung lớn nhất của Đức Quốc Xã thời đệ nhị thế chiến, nơi hơn một triệu người Do Thái bị giết chết một cách dã man đã chứng minh ngược lại: cái có thực không hề có lý chút nào cả. "Tất cả những gì là vô sản đều là cộng sản; tất cả cộng sản đều là vô sản", siêu tự sự Mác-xít nói thế. Nhưng các cuộc nổi dậy

---

[61] Stuart Sim (1996), *Jean-François Lyotard*, London: Prentice Hall / Harvester Wheatsheaf, tr. 31.

ở Berlin năm 1953, Budapest năm 1956, Czechoslovakia năm 1968 và Ba Lan năm 1980 đã chứng minh ngược lại: chính những người công nhân vô sản đứng lên chống lại Đảng.[62] May, trước khi mất vào năm 1998, Lyotard còn kịp nhìn thấy sự sụp đổ toàn diện của siêu tự sự xã hội chủ nghĩa: Nó không những sụp đổ về phương diện lý thuyết mà còn về thực tiễn, không những với tư cách một niềm tin mà còn với tư cách một quyền lực, không những với tư cách một ý thức hệ mà còn với tư cách một chế độ. Sụp đổ hoàn toàn.[63] Nhưng tiếc, nếu Lyotard có dịp đi thăm Việt Nam, ông sẽ thấy trên cái đất nước được xem là một trong bốn quốc gia cộng sản cuối cùng còn sót lại trên thế giới: những người giàu có nhất là các đảng viên. Càng cao cấp càng giàu.

Mất niềm tin vào các siêu tự sự cũng có nghĩa là được giải phóng khỏi những ý thức hệ mang tính tổng thể và toàn trị. Nhưng mất niềm tin vào các siêu tự sự cũng có nghĩa là mất đi "tầm nhìn từ con mắt của Thượng đế" (God's eye point of view) để có thể bao quát cả con người và cuộc đời theo hai chiều: đồng đại và lịch đại; cũng có nghĩa là mất đi mọi trung tâm cũng như mọi chuẩn mực. Thế giới chỉ còn các tiểu tự sự và mọi tiểu tự sự đều, thứ nhất, có tính địa phương; thứ hai, được hình thành từ những điều kiện xã hội và văn hoá cụ thể; thứ ba, chúng gắn liền với những chiến lược có tính thực dụng, hình thành một thứ chính trị của vấn đề (politics of issues) thay vì chính trị của ý thức hệ như thời Chiến tranh

---

[62] Jean-François Lyotard (1992), sđd., tr. 40.

[63] Trong cuốn *Postmodern Fables* do Georges Van Den Abbeele dịch, University of Minnesota Press xuất bản năm 1997, Lyotard có phân tích sự kiện bức tường Bá Linh bị sụp đổ kéo theo sự sụp đổ của toàn khối Đông Âu.

lạnh; và cuối cùng, mọi tự sự đều ngang bằng với nhau, giống như, theo cách ví von của ai đó, các mặt hàng bày bán trong một siêu thị ý tưởng. Thoát khỏi các siêu tự sự, chủ nghĩa hậu hiện đại cổ vũ cho tính đa tạp trong các quan điểm lý thuyết. Nó đề cao sự đa dạng trong cuộc sống. Nó chủ trương đa nguyên: nhìn nhận và sẵn sàng chấp nhận các giá trị xuất hiện từ các nền văn hoá khác nhau. Nó cổ vũ cho sự đa phương, ở đó chính sự khác biệt cũng là một giá trị, thậm chí là một giá trị lớn.

Nên chú ý đến nghịch lý này: Mặc dù Lyotard tuyên bố chủ nghĩa hậu hiện đại dánh dấu sự phá sản của các siêu tự sự, nhưng dường như chính sự sụp đổ của các siêu tự sự này cũng trở thành một thứ siêu tự sự mới. Các lý thuyết gia khác cũng không tỏ vẻ gì là muốn từ bỏ tham vọng phát hiện hay xây dựng những siêu tự sự của riêng mình: với Baudrillard, đó là những sự thế vì (simulations); với Jameson, đó là thứ logic của chủ nghĩa tư bản hậu kỳ (late capitalism); với Deleuze và Guattari, đó là quan niệm về cái nhỏ/phụ (minor); với Charles Jencks, đó là hiện tượng mã ghép (double code) lúc nào cũng là sự kết hợp hoặc của ký ức lịch sử và chu cảnh địa phương, hoặc của truyền thống và hiện đại. Đó chính là một vấn đề nan giải của các lý thuyết gia hậu hiện đại: một mặt, chủ nghĩa hậu hiện đại được xem là một lối phân tích mang tính phê phán có khả năng mở ra những liên văn bản, đầy tính nghịch lý và màu sắc châm biếm, nhưng mặt khác, nó lại không tránh được nhu cầu hệ thống hoá và tổng thể hoá (totalization), nghĩa là không tránh được những đại tự sự mang tính thẩm quyền (authoritarian grand narratives).

Ao ước thì ao ước, nhưng mất niềm tin, nhất là niềm tin đối

với các siêu tự sự hiện đại thì quả nhiên là có thực đối với đại đa số những cây bút thuộc hàng ngũ hậu hiện đại.

Người ta có thể hoài nghi thiện chí, nhưng không ai có thể hoài nghi những sự sụp đổ: những mảnh vỡ của chúng tung toé khắp nơi.

3. Cái chết của hiện thực

Không những đánh mất niềm tin vào chân lý hay vào các siêu tự sự, chủ nghĩa hậu hiện đại còn đánh mất niềm tin vào hiện thực, đúng hơn: vào cái gọi là hiện thực.

Về phương diện xã hội, một trong những đặc điểm nổi bật nhất của thời đại chúng ta là vai trò của văn hoá. Văn hoá có mặt trong mọi ngõ ngách của đời sống. Theo nhận xét của Jameson, mọi thứ trong đời sống xã hội của chúng ta đều trở nên văn hoá;[64] văn hoá là yếu tố chính cấu thành cái gọi là xã hội tiêu thụ.[65] Đặc điểm nổi bật nhất về phương diện văn hoá là vai trò của hình ảnh. Hình ảnh trên phim; hình ảnh trên ti vi; hình ảnh trên các tấm biển quảng cáo dựng khắp thành phố; hình ảnh trên internet; hình ảnh trên báo chí: đâu đâu cũng có hình ảnh. Khai triển một luận điểm do Lyotard nêu lên trong cuốn *Discours, figure* xuất bản năm 1971, Scott Lash cho văn hoá hiện đại chủ yếu là văn hoá có tính biện luận (discursive), văn hoá hậu hiện đại chủ yếu là văn hoá hình ảnh (figural). Trong văn hoá có tính biện luận, ưu thế thuộc về

---

[64] Fredric Jameson (1984), "Postmodernism: Or the Cultural Logic of Late Capitalism", *New Left Review* số 146. Dẫn theo Mike Featherstone (2007), sđd, tr. 52

[65] Fredric Jameson (1979), "Reification and Utopia in Mass Culture", *Social Text* số 1. Dẫn theo Mike Featherstone (2007), sđd., tr. 52.

ngôn ngữ, ý nghĩa, tính chất duy lý và sự hoàn hảo về phương diện hình thức; trong văn hoá hình ảnh, ngược lại, yếu tố tạo hình đóng vai trò trung tâm: chúng không có tính hình thức chủ nghĩa như trước mà có thể được lấy ngay từ đời sống bình thường, thậm chí, tầm thường hằng ngày; chúng không cần có nghĩa hay cưu mang nhiệm vụ giáo huấn lớn lao gì cả: chúng chỉ được bày ra như những văn bản văn hoá, vậy thôi.[66] Từ góc nhìn phân tâm học của Freud, Lyotard cho văn hoá có tính biện luận là tiến trình bày tỏ cái ngã theo nguyên tắc thực tại, trong khi văn hoá hình ảnh là tiến trình bộc lộ của vô thức theo nguyên tắc khoái lạc.[67] Susan Sontag gọi nền văn hoá có tính biện luận là mỹ học của sự diễn dịch (aesthetics of interpretation) trong khi văn hoá hình ảnh là mỹ học của cảm giác (aesthetics of sensation).[68]

Từ việc nhìn nhận ưu thế của hình ảnh, Paul Virilio cho các phương tiện kỹ thuật, đặc biệt kỹ thuật truyền thông đã tạo nên một sự khủng hoảng về biểu hiện (crisis of representation), ở đó, sự phân biệt giữa thực và hư, gần và xa, vật thể và hình ảnh đều bị sụp đổ.[69] Jameson khái quát hoá văn hoá hậu hiện đại vào hai đặc điểm chính: một, sự chuyển hoá hiện thực thành hình ảnh, và hai, chuyển hoá sự phân mảnh (fragmentation) của thời gian thành một loạt những khoảnh

[66] Scott Lash (1990), sđd, tr. 174-5.

[67] Jean-François Lyotard (1971), *Discours, figure*, Paris: Klinsksieck.

[68] Susan Sontag (1967), *Against Interpretation*, London: Eyre & Spottiswoode. Bài tiểu luận "Against Interpretation" đã được nhà thơ Nguyễn Đăng Thường dịch ra tiếng Việt, "Chống diễn dịch", đăng trên talawas ngày 1 tháng 10, 2003. http://www.talawas.org/talaDB/suche.php?res=331&rb=0103

[69] Paul Virilio (1991), *The Lost Dimension*, New York: Semiotext(e), tr. 112.

hiện tại vĩnh viễn (a series of perpetual presents). Đặc điểm thứ nhất dẫn đến sự hình thành của thủ pháp nhại (pastiche), những sự thế vì (simulations), từ đó, lại dẫn đến sự biến mất của cái tham chiếu (referent) khiến mọi cái biểu đạt đều trở thành chơi vơi, mà một trong những hậu quả nghiêm trọng nhất là cái chết của chủ thể. Đặc điểm thứ hai dẫn đến sự phân liệt (schizophrenia) biểu hiện qua sự sụp đổ của cảm giác về thời tính và về lịch sử cũng như sự sụp đổ của các quan hệ ngỡ như tự nhiên và thiết yếu giữa các cái biểu đạt: chúng trở thành cô lập, đứt đoạn, không còn gắn kết với những ký hiệu khác hoặc với hiện thực.

Thật ra, cả Virilio lẫn Jameson, trong các ý kiến vừa dẫn, đều không phải là những người tiên phong. Trước Virilio và Jameson khá lâu, ngay từ năm 1974, J. G. Ballard đã ghi nhận quan hệ giữa hiện thực và hư cấu đã đảo ngược: thế giới chúng ta sống bị thống trị bởi sự hư cấu thuộc mọi loại, chủ yếu đến từ truyền thông đại chúng, trong đó nổi bật nhất là vai trò của quảng cáo và phim ảnh. Ballard tuyên bố: "Chúng ta hiện đang sống bên trong một cuốn tiểu thuyết khổng lồ" (We live inside an enormous novel.)[70] Tuy nhiên, người đi xa nhất trong việc nhận diện và lý thuyết hoá những đặc điểm của nền văn hoá hình ảnh thời hậu hiện đại chính là Jean Baudrillard,[71]

---

[70] Dẫn theo Ian Gregson (2004), Postmodern Literature, London: Arnold, tr. 2.

[71] Tuy nhiên, Baudrillard lại chịu ảnh hưởng khá sâu từ một người khác: Marshall McLuhan. Xem cuốn *McLuhan and Baudrillard* của Gary Genosko (1999), London: Routledge. Xin lưu ý: mặc dù được phần lớn giới nghiên cứu về chủ nghĩa hậu hiện đại xem là lý thuyết gia của chủ nghĩa hậu hiện đại, bản thân Baudrillard lại từ chối cái danh hiệu ấy. Trả lời một cuộc phỏng vấn, ông nói: "Người ta nên tự hỏi liệu chữ chủ nghĩa hậu hiện đại hay hậu

người tin là trong văn hoá đương đại, hình ảnh không những lấn át hiện thực mà còn thay thế hiện thực. Thay thế hoàn toàn. Baudrillard tuyên bố: "Cái thực không còn hiện hữu nữa" (The real no longer exists).[72]

Có thể xem lý thuyết của Baudrillard như là một cách nhìn ngược chiều với lý thuyết của Saussure. Cả hai đều nhìn ngôn ngữ như một hệ thống được cấu tạo bởi hai yếu tố chính: cái biểu đạt (âm thanh – hình ảnh) và cái được biểu đạt (ý niệm về hiện thực). Nhưng trong khi Saussure cho cái được biểu đạt có trước cái biểu đạt (hiện thực có trước ngôn ngữ), Baudrillard, ngược lại, cho cái biểu đạt, hình ảnh, biểu tượng, v.v... có trước cái được biểu đạt, hay nói theo chữ của ông, "bản đồ đi trước lãnh thổ".[73] Trong lý thuyết của Saussure, hiện thực bị tạm gác qua một bên, ngôn ngữ được xem như một hệ thống khép kín, ở đó, ý nghĩa nảy sinh từ sự khác biệt; trong lý thuyết của Baudrillard, hiện thực được thay thế bằng những cái thế vì (simulacra). Ở đây, xin được mở ngoặc: khi dịch chữ "simulation" là sự thế vì, "simulacra" là những cái thế vì, tôi biết, trong tiếng Việt, chữ "thế vì" dường như không phổ biến ở miền Bắc trước năm 1975 và ở cả nước sau 1975. Trong các

---

hiện đại có ý nghĩa gì không. Trong chừng mực mà tôi biết, nó không có nghĩa gì cả." (Xem cuốn *Jean Baudrillard, Live Theory* của Paul Hegarty do Continuum xuất bản tại London năm 2004, tr. 5).

[72] Dẫn theo Dawne McCance (không biết năm xuất bản), *Posts, Re-Addressing the Ethical*, tr. 7. Đọc trên internet:

http://books.google.com.au/books?id=B-r_q5FQm3UC&pg=PA7&lpg=PA7&dq=%22Baudrillard%22+%22the+real+no+longer+exists%22&source=bl&ots=hGhQhZe5FR&sig=uAZ9Q3rJ0q-frjd8naCCa9EZyUk&hl=en&sa=X&oi=book_result&resnum=39&ct=result#PPP1,M1

[73] Jean Baudrillard (1983), *Simulations*, New York: Semiotext(e), tr. 2.

cuốn từ điển Tiếng Việt phổ thông tôi đang có, chữ "thế vì" hoàn toàn vắng mặt. Tuy nhiên, với những người trưởng thành ở miền Nam trước 1975 thì chữ ấy lại khá quen thuộc. Trong lãnh vực hành chính, bản khai sinh mà người ta khai lại sau khi bản khai sinh chính, vì lý do nào đó, đặc biệt là vì chiến tranh, bị mất, được gọi là "giấy thế vì khai sinh".[74] Khác với giấy khai sinh, giấy thế vì không phải là bản gốc, cái bản, trên nguyên tắc, được cấp lúc mới chào đời. Nó cũng không phải là bản sao vì nó hoàn toàn không có bản gốc. Như vậy, xin lưu ý: thế vì không phải là giả. Khi nhận định xã hội đương đại đầy những cái thế vì, Baudrillard không hề cho là xã hội ấy là giả hay là sai. Tất cả đều có thực, nhưng bởi vì cái thực ấy không cắm vào cái gốc là hiện thực, cho nên cái gọi là thực ấy không còn thực nữa. Ở đây, không phải là hiện thực mà là ý niệm về hiện thực bị biến mất.

Quan niệm của Baudrillard rõ ràng mang tính phản-biểu hiện (anti-presentationalism): những cái thế vì không đại diện và cũng không thay thế cho cái gì cả. Mọi biểu hiện không sớm thì muộn cũng trở thành những cái thế vì. Quá trình chuyển hoá từ sự biểu hiện đến cái thế vì được tiến hành qua bốn giai đoạn: thứ nhất, nó là sự phản ánh của một hiện thực căn bản; thứ hai, nó nguỵ trang và xuyên tạc hiện thực căn bản; thứ ba, nó nguỵ trang sự vắng mặt của hiện thực căn bản; và cuối cùng, thứ tư, nó không còn bất cứ liên hệ gì với hiện thực cả: nó trở thành cái thế vì.[75]

Nhìn một cách tổng quát, Baudrillard nhận định: xã hội Tây

---

[74] Ngoài ra, còn có "thế vì hôn thú", "thế vì khai tử", v.v...
[75] Jean Baudrillard (1983), sđd., tr. 11.

phương trải qua một "tiến động của những cái thế vì" (precession of simulacra). Baudrillard chia tiến động ấy thành ba thời kỳ chính: một, thời giả mạo (counterfeit, từ thời Phục Hưng đến cách mạng kỹ nghệ, với sự thống lĩnh của tính chất cổ điển); hai, thời sản xuất trở thành yếu tố thống lĩnh trong kỷ nguyên kỹ nghệ; và ba, thời của sự thế vì, kéo dài đến tận ngày nay, lúc mọi sinh hoạt văn hoá đều được mã hoá[76] và lúc kỹ thuật không còn là một lực lượng sản xuất nữa mà trở thành phương tiện, hình thức và nguyên tắc của cả thế hệ.[77] Từ phim ảnh đến các chương trình giải trí trên ti vi cũng như ngay hình ảnh của các chính trị gia, ở đâu cũng bắt gặp những cái thế vì. Cả thế giới bị phủ ngập bởi những kiểu mẫu (models) của cái thực nhưng lại không có nguồn gốc hay không gắn liền với thực tại: đó là cái thực thậm phồn (hyperreal). Chữ "thậm phồn" dùng để dịch tiền tố "hyper-" là của Hoàng Ngọc-Tuấn trong bài "Viết, từ hiện đại đến hậu hiện đại"[78]: "Thậm phồn" là quá trớn, là hơn mức bình thường. Tuy nhiên, trong cách nhìn của Baudrillard, cái thực thậm phồn không phải là cái thực quá mức mà chỉ là cái thực không có liên hệ gì đến bất cứ cái tham chiếu (referent) nào cả: nó chỉ là cái thế vì, nó chỉ quy chiếu đến các ký hiệu khác, thế thôi. Nó giống như bản copy của một bản copy, hoàn toàn không có bản gốc. Trong một thế giới thực thậm phồn như thế, cái thế vì và cái thực cứ chồng chất lên nhau, tan lẫn vào nhau đến độ chúng ta không thể chiết xuất được đâu là thực và đâu là thế

---

[76] Như trên, tr. 83.

[77] Như trên, tr. 99.

[78] Hoàng Ngọc-Tuấn (2002), *Văn Học Hiện Đại và Hậu Hiện Đại qua Thực Tiễn Sáng Tác và Góc Nhìn Lý Thuyết*, California: Văn Nghệ.

vì. Baudrillard lý luận: tính bất khả của việc cô lập hoá tiến trình thế vì dẫn đến tính bất khả của việc cô lập tiến trình của cái thực, nghĩa là, nói cách khác, không thể chứng minh được cái thực là... thực.[79]

Để chứng minh tính thực thậm phồn của xã hội đương đại, Baudrillard phân tích các cuộc thăm dò ý kiến dân chúng và phát hiện một điều: chúng là những sự thế vì được hình thành từ các cuộc thăm dò hơn là biểu hiện những gì dân chúng thực sự suy nghĩ và tin tưởng. Thực tại tự nó đã bị sụp đổ. Cái thế vì trở thành cái thực thậm phồn, thực hơn cả cái thực. Nói cách khác, sự biểu hiện không còn là biểu hiện mà trở thành cái thế vì. Ví dụ nổi tiếng nhất được Baudrillard nêu lên để minh hoạ cho ý này là hình ảnh Disneyland và đặc biệt, sinh hoạt chính trị ở Mỹ: với ông, diễn tiến của vụ scandal nghe lén ở Watergate dẫn đến việc từ chức của Tổng thống Nixon vào năm 1974 có cái gì rất giống với cảnh tượng ở Disneyland: nó kịch tính hoá một cuộc khủng hoảng đạo lý trong chính trị để lôi kéo sự chú ý của quần chúng ra khỏi sự trống vắng đạo lý trong chính thể Mỹ.[80] Nhưng những sự phân tích của Baudrillard về cuộc chiến ở vùng Vịnh năm 1991 mới thực sự gây sốc. Theo Baudrillard, cuộc chiến ấy không có thực, hay nói theo nhan đề cuốn sách của ông: "Cuộc chiến vùng Vịnh không hề diễn ra." (The Gulf War Did Not Take Place)[81] Lý do? Về phương diện chiến lược, chiến tranh, theo quan niệm của Carl von Clausewitz, vốn có ảnh hưởng sâu rộng ở Tây

---

[79] Jean Baudrillard (1983), sđd., trang 40-1.

[80] Như trên, tr. 26-30.

[81] Jean Baudrillard (1995), *The Gulf War Did not Take Place*, Paul Patton dịch sang tiếng Anh, Sydney: Power Publications.

phương, "là sự tiếp tục chính trị bằng những phương tiện khác". Thế nhưng, theo Baudrillard, cuộc chiến ở vùng Vịnh lại là "sự tiếp tục của sự thiếu vắng chính trị bằng những phương tiện khác".[82] Về phương diện thực tế, khác với chiến tranh Việt Nam trước đây, trong cuộc chiến tranh ở vùng Vịnh, phóng viên chiến trường không được phép theo quân đội ra mặt trận; mọi hình ảnh về chiến tranh, do đó, đều do quân đội cung cấp: chúng chỉ là những hình ảnh từ xa: các phản lực cơ chiến đấu vừa cất cánh, các hoả tiễn vừa được bắn, kéo theo những vệt sáng trong đêm, các chiếc xe chở đầy lính lăn bánh trên đường, các tham mưu đang đăm đăm nhìn lên các tấm bản đồ trên tường. Hết.[83] Không thấy cảnh những em bé bị bom napalm gào thét đau đớn và kinh hoàng với những ngọn lửa đỏ rực trên thân thể trần truồng như hình ảnh Kim Phúc ngày nào. Không thấy cảnh những xác người bị giết chồng chất trên mặt đất như vụ Mỹ Lai. Không thấy cảnh người nào dí súng vào đầu quân địch như hình ảnh tướng Nguyễn Ngọc Loan hồi Tết Mậu Thân.[84] Thành ra, người ta có cảm tưởng Saddam Hussein không đánh nhau với lực lượng Đồng Minh mà chỉ dùng sinh mạng của binh sĩ và dân chúng Iraq để bảo vệ quyền lực của ông ta. Cũng tương tự, quân Đồng Minh không hề đánh nhau với Saddam Hussein: họ chỉ đơn giản thả bom xuống lãnh thổ Iraq. Đó không phải là quan

---

[82] Như trên, tr. 83.

[83] Nhiều phóng viên kể: khi đến vùng Vịnh để theo dõi và tường thuật các diễn biến cuộc chiến ngay tại chỗ theo yêu cầu của các toà báo, họ chỉ làm được mỗi một việc là ngồi trong căn phòng nào đó, mở ti vi lên, xem chương trình tin tức của CNN để biết những gì đang xảy ra ở vùng Vịnh! (Xem Jean Baudrillard, 1995, tr. 2).

[84] Các ví dụ liên quan đến Việt Nam này đều là của tôi.

hệ giữa hai đối thủ trong chiến tranh. Theo Baudrillard, Saddam Hussein chỉ là tên bán thảm, trong khi Mỹ là tên bán vũ khí; nhưng Mỹ lại xem Saddam như một anh hùng cần triệt hạ, còn Saddam thì cứ tưởng Mỹ chỉ là một tên bán thảm như mình, tuy có phần mạnh hơn một chút nhưng lại không có tài năng bằng mình. Mỗi bên có một không gian và nhắm đến những sứ mạng riêng. Bởi vậy, chúng ta không thể nói là người Mỹ đã đánh bại Saddam: "Ông ta qua mặt họ, thu nhỏ mình lại, còn người Mỹ thì lại không thể leo thang đủ để tiêu diệt ông ta."[85] Cuối cùng, mọi người nghe tin cuộc chiến đã kết thúc. Kết thúc, nhưng Saddam Hussein vẫn không hề bị suy yếu cả về quân sự lẫn về chính trị, do đó, ông ta không hề thua.[86] Ngược lại, quân đội Đồng Minh do Mỹ cầm đầu cũng không đạt được mục tiêu gì cả: họ không thắng. Kết luận: một cuộc chiến tranh không có hình ảnh, không có chiến lược, không có người thắng kẻ thua không phải là chiến tranh. Chiến tranh không hề diễn ra. Tất cả những gì chúng ta biết về cuộc chiến tranh ấy đều chỉ là những bản thế vì.

Trong một thế giới không có cái thực; tất cả chỉ là những cái thế vì và cái thực thậm phồn như vậy, dường như mọi sự đều biến mất. Ngay cả thân thể con người cũng bị biến mất. Xưa, thời xã hội bán khai, thân thể con người luân lưu trong những sự trao đổi có tính biểu trưng (symbolic exchange) qua nghi lễ mai táng người chết, hay qua mối quan hệ giữa người chết và người sống, giữa nam và nữ, giữa các giai cấp với nhau. Việc

---

[85] Jean Baudrillard (1995), sđd., tr. 65-6.

[86] Xin lưu ý: Baudrillard đang nói đến cuộc chiến tranh Iraq lần thứ nhất (1990-1991) chứ không phải cuộc chiến lần thứ hai, bắt đầu từ năm 2003, mà kết cục là Sadam Hussein bị bắt và bị xử tử hình.

người xưa đánh dấu, sơn màu, xâm hình, hay gắn đồ trang sức xuyên qua một bộ phận nào đó của thân thể (tai, mũi, môi, v.v...) cũng nằm trong việc trao đổi biểu trưng ấy. Ngày nay, thân thể trở thành một thứ thân thể thậm phồn (hyperbody): quần áo và đồ trang sức nằm trong hệ thống trao đổi ký hiệu chung của xã hội, mỗi thành phần xã hội có một thương hiệu chung, mỗi nghề nghiệp ít nhiều có một phong cách chung, qua đó, cá nhân bị đánh mất tính chất độc sáng và tính chất tự trị trong thân thể của mình:[87] tất cả đều bị mã hoá, thành những đơn vị trong chuỗi DNA vô tận trên mặt đất.[88]

Trong một thế giới, nơi con người "được che chở bởi các ký hiệu và trong sự phủ nhận cái thực"[89] như vậy, có chỗ đứng nào cho lịch sử hay không? Không. Cũng giống hầu hết các nhà cấu trúc luận và hậu hiện đại chủ nghĩa, Baudrillard tin là lịch sử đã chết. Có điều lịch sử không chết theo kiểu lời tuyên bố Thượng đế đã chết. Trái lại, nó chết theo kiểu "đột nhiên có một khúc rẽ trên đường, một chỗ ngoặt. Ở một nơi nào đó, khung cảnh thực bị biến mất, cái khung cảnh ở đó bạn có những luật lệ cho trò chơi và có những cọc mốc chắc chắn để mọi người có thể dựa vào."[90] Không còn nữa những quy luật

---

[87] Ở nhiều thành phố Tây phương, buổi sáng, ngồi trên xe lửa hay xe buýt, nhìn những người đồng hành, chúng ta có thể đoán được ít nhiều thành phần giai cấp, nghề nghiệp, trình độ văn hoá, và có khi, cả khuynh hướng chính trị của từng người dựa trên cách ăn mặc và tờ báo họ đang đọc.

[88] Xem Paul Hegarty (2004) *Jean Baudrillard, Live Theory*, London: Continuum, tr. 120-2.

[89] Jean Baudrillard (1998), *Consumer Society*, London: Sage, tr. 125. Dẫn theo William Merrin (2005), *Baudrillard and the Media*, Cambridge: Polity Press, tr. 30-1.

[90] Dẫn theo Steven Best và Douglas Kellner (1991), *Postmodern Theory*,

vận động, những quan hệ nhân quả, những yếu tố có tính tất định để nối kết mọi hiện tượng lại với nhau trong một cấu trúc chặt chẽ chúng ta quen thấy trong cái gọi là lịch sử theo kiểu truyền thống. Thế có còn chân lý? Cũng giống hầu hết các nhà hậu cấu trúc luận và hậu hiện đại chủ nghĩa, Baudrillard tin là không có chân lý. Các đại tự sự? Cũng không nốt. Đại tự sự cũng chỉ là một cái thế vì như bao nhiêu cái thế vì khác. Chủ thể tính (subjectivity) cũng thế. Trong một thế giới làm toàn bằng những cái thế vì, ngay cả chủ thể cũng là một cái thế vì. Xin lưu ý: đây là nhận định chung của hầu hết các nhà hậu hiện đại chủ nghĩa và là một trong những điểm chính phân biệt tính hậu hiện đại và tính hiện đại: thời hiện đại, dưới ảnh hưởng của Descartes và Kant, chủ thể được xem như một tồn tại đầy tính duy lý và độc lập với khách thể; thời hậu hiện đại, ngược lại, mọi người đều xem chủ thể như là một cái gì được kiến tạo bởi cấu trúc ngôn ngữ và các diễn ngôn văn hoá của một xã hội. Derrida, từ góc độ giải kiến tạo; Barthes từ góc độ ký hiệu học; Foucault từ góc độ lịch sử, Jacques Lacan từ góc độ phân tâm học; Julia Kristeva và Luce Irigaray, từ góc độ nữ quyền luận, tất cả đều phủ nhận tính độc lập của chủ thể tính.

Còn về văn học? Baudrillard cho nếu phương tiện chính là thông điệp như McLuhan đã nói thì việc đọc các thông điệp ấy không còn nhắm đến mục đích tìm hiểu bất cứ sự thật nào mà chỉ đơn giản trở thành một cuộc khảo sát bất tận các mã được sử dụng.[91] Điều này cũng có thể ứng dụng vào việc đọc văn học: đọc là quá trình thám hiểm các mã văn học. Một quan

---

New York: The Guilford Press, tr. 133.

[91] Jean Baudrillard (1983), sđd., tr. 120.

niệm, được trình bày phác qua như thế, nghe có vẻ rất gần với cách đọc của hình thức luận hoặc cấu trúc luận. Tuy nhiên, thú thực, tôi không chắc. Baudrillard rất hiếm khi đề cập đến văn học và càng hiếm hơn nữa, phân tích tác phẩm văn học, như các đồng nghiệp của ông, từ Barthes đến Derrida, thường làm.

Trong một xã hội mà mọi thứ đều ở trong quá trình tái sản xuất không ngừng, từ phương diện này qua phương diện khác, cái thực, nói như Baudrillard, dễ dàng bị bốc hơi, số phận của chủ nghĩa hiện thực sẽ ra sao? Theo Baudrillard, nó sẽ "trở thành một phúng dụ của cái chết, nhưng nó lại được tăng cường sức mạnh bởi chính sự huỷ hoại ấy", "nó không còn là một vật biểu hiện nữa, nhưng nó lại có sự ngây ngất của sự phủ nhận và của sự tuyệt diệt đầy tính nghi lễ của chính nó"; nó sẽ trở thành cái thực thậm phồn.[92]

Theo Baudrillard, ngày nay, hiện thực tự nó là hiện thực thậm phồn. Và chủ nghĩa hiện thực sẽ biến thành chủ nghĩa hiện thực thậm phồn (hyperrealism). Với Baudrillard, dường như chủ nghĩa hiện thực thậm phồn là lối thoát cuối cùng của văn học và nghệ thuật. Ông tự hỏi: "vậy thì, tận cùng của cái thực và tận cùng của nghệ thuật, bằng cách cái này bị hút hẳn vào cái kia?" Rồi ông trả lời ngay: "Không: chủ nghĩa hiện thực thậm phồn là giới hạn của nghệ thuật và của cái thực."[93] Dường như Baudrillard cũng không mấy tin tưởng vào lối thoát ấy, bởi vậy, trong cuốn *The Transparency of Evil: Essays on Extreme Phenomena*, ông tuyên bố: "nghệ thuật hết thời rồi"

---

[92] Như trên, tr. 141-2.
[93] Như trên, tr. 146-7.

(all art is over).[94] Cũng xin nói ngay: Baudrillard hiếm khi được đánh giá cao về khiếu thẩm thức nghệ thuật. Paul Hegarty nhận xét: Baudrillard thường tỏ thái độ coi thường nghệ thuật. Bình phẩm nghệ thuật, ông hay nhấn mạnh đến sự tầm thường và trống rỗng của chúng, chứ không chứng tỏ được sự nhạy cảm gì đặc biệt.[95]

Vả lại, bước đường cùng của chủ nghĩa hiện thực không phải là bước đường cùng của văn học nghệ thuật. Có khi được giải phóng khỏi chủ nghĩa hiện thực và ám ảnh của hiện thực, văn học và nghệ thuật lại có nhiều cơ hội để sáng tạo và bay bổng hơn. Có hai lý do để tin điều đó: một, không phải chủ nghĩa hậu hiện đại mà chính chủ nghĩa hiện đại, từ cuối thế kỷ 19 đến đầu thế kỷ 20, giết chết chủ nghĩa hiện thực; và hai, từ đó đến nay, văn học nghệ thuật rõ ràng là khởi sắc và đa dạng hơn hẳn.

4. Cái chết của các điển phạm và những thứ khác

Nếu về phương diện triết lý, chủ nghĩa hậu hiện đại gắn liền với giải kiến tạo và hậu cấu trúc luận thì về phương diện chính trị, nó được khởi động từ chiến tranh thế giới lần thứ hai, đặc biệt, từ Holocaust; và về phương diện xã hội, nó lại gắn liền với văn hoá tiêu thụ và văn hoá thị giác, và cùng với chúng, các phương tiện thông tin và truyền thông tân tiến, từ ti vi đến internet. Tất cả những yếu tố ấy, một mặt, dẫn đến chủ nghĩa hậu hiện đại, nhưng mặt khác, cũng dẫn đến vô số những cái chết, ở đó, tôi đặc biệt chú ý đến ba cái chết chính: cái chết của niềm tin vào chân lý, cái chết của niềm tin vào siêu tự sự và cái

---

[94] Dẫn theo Paul Hegardy (2004), sđd., tr. 117.
[95] Paul Hegarty (2004), sđd., tr. 116-7.

chết của cái thực hay hiện thực nói chung. Những cái chết ấy đến, một phần, từ những đảo lộn khủng khiếp trong xã hội, nhưng phần khác, cũng đến từ "bước ngoặt ngôn ngữ học" (linguistic turn), với nó, người ta nhìn mọi thứ qua lăng kính ngôn ngữ học như một hệ thống. Cái hệ thống ấy, thoạt đầu, từ Saussure cho đến các nhà cấu trúc luận, hoàn toàn khép kín, ở đó, chỉ có ký hiệu và quan hệ giữa các ký hiệu với nhau; sau, theo các nhà hậu cấu trúc luận và hậu hiện đại, dưới ảnh hưởng của Bakhtin, gắn liền với chu cảnh (context), có tính tương thoại (dialogic), hoặc tính liên văn bản. Derrida cũng xuất phát từ góc độ ngôn ngữ học nhưng nhìn xuyên qua cái trục lớn là văn minh Tây phương với truyền thống Ngôn tâm luận (logocentrism)[96] đề cao lời nói hơn chữ viết, vốn kéo dài cả mấy ngàn năm; Foucault lại nhìn xuyên qua cái trục quan hệ quyền lực trong xã hội: bằng ngôn ngữ, mỗi xã hội tạo nên một "chế độ chân lý' (regime of truth) dựa trên niềm tin, bảng giá trị và phong tục của riêng nó; các nhà nữ quyền luận lại nhìn xuyên qua một cái trục khác: chủ nghĩa duy dương vật (phallogocentrism), ở đó, nam giới luôn luôn nắm quyền quyết định, kể cả trong cách nhìn và cách nghĩ về hiện thực, và cả về nữ giới nữa: theo cách nhìn ấy, "đàn bà không phải là một tạo vật có âm đạo mà là một tạo vật không có cu".[97] Cũng chính cái hệ thống ấy, nếu trước đây đã từng cung cấp cho Claude Levi-Strauss một mô hình để nghiên cứu về nhân chủng học

---

[96] Từ logocentrism có gốc rễ từ tiếng Hy Lạp: logos nghĩa là lời nói, lý trí, logic; centrism là trung tâm hay điểm nhắm (focus). Tôi đề nghị dịch là Ngôn tâm luận.

[97] Jonathan Culler (1983), *On Deconstruction*, London: Routledge & Ken Paul, tr. 167.

thì nay lại cung cấp cho Jacques Lacan một mô hình để nghiên cứu về vô thức: "Vô thức cũng được cấu trúc như là ngôn ngữ".[98] Ở đâu cũng thấy ngôn ngữ. Nhưng ngôn ngữ lại không cố định và ổn định: chính những sự thay đổi của ngôn ngữ đã tương đối hoá, nếu không muốn nói là giải hoặc, các siêu tự sự, và cùng với chúng, những điều ngỡ như chân lý hay bản sắc.

Rõ ràng là Việt Nam chưa hội đủ các yếu tố gọi là nguyên nhân dẫn đến chủ nghĩa hậu hiện đại: quan điểm giải kiến tạo và hậu cấu trúc vẫn còn khá xa lạ với giới trí thức Việt Nam; cách nhìn và cách phân tích mọi hiện tượng xã hội qua lăng kính ngôn ngữ học vẫn chưa được phổ biến; nền văn hoá tiêu thụ cũng như nền văn hoá thị giác vẫn chỉ mới manh nha; chủ nghĩa hiện đại, tuy được hô hào từ thập niên 1930, đến nay, vẫn còn dang dở, thậm chí dang dở ở ngay trong những giai đoạn đầu tiên, lúc nó mới chỉ là chồi, là nụ. Tuy vậy, ở Việt Nam, với sự phát triển của tâm thế hậu thuộc địa và, gần đây, tâm thế hậu cộng sản, chúng ta cũng đang chứng kiến nhiều cái chết liên quan đến chân lý và các đại tự sự tương tự. Mấy chục năm thử nghiệm của chủ nghĩa cộng sản với những đợt cải cách ruộng đất, vụ án Nhân Văn – Giai Phẩm, các vụ đánh tư sản mại bản, chế độ học tập cải tạo dành cho những người từng hợp tác với chính quyền miền Nam trước năm 1975, các vụ đổi tiền, chế độ tem phiếu, chính sách hộ khẩu về xã hội và bao cấp về kinh tế, v.v... đã để lại trong lòng nhiều người những ấn tượng kinh hoàng không kém gì một thứ Holocaust thu nhỏ. Cũng độc tài. Cũng tàn bạo. Và cũng là những bằng

---

[98] Dẫn theo Colette Soler, "Literature as Symtom" in trong cuốn *Lacan and the Subject of Language* do E. Ragland-Sullivan và M. Bracher biên tập (1991), tr. 216.

chứng ghê tởm hoặc/và thảm hại của những cái vẫn được rêu rao là chân lý.

Sông có thể cạn, núi có thể mòn, nhưng những chân lý kiểu ấy rõ ràng là... sai bét. Sai nên mới cởi trói và mới đổi mới. Sai nên lâu lâu mới lại phải sửa...

Sửa sai rồi lại sửa sai
Sửa thì cứ sửa, sai thì cứ sai.

Câu ca dao ấy đã có từ lâu. Nhưng đọc, vẫn dễ tưởng đó là chuyện bây giờ.

Chân lý chết. Siêu tự tự Mác-xít cũng chết. Chỉ có khái niệm hiện thực là, trong hoàn cảnh khá lạc hậu của Việt Nam, chắc còn khá mạnh. Trên mảnh đất chôn đến hai xác chết ấy, chủ nghĩa hậu hiện đại có thể nứt mầm được không? Chắc là được, nhưng với điều kiện: cần tính tự giác và độ quyết liệt. Ở Việt Nam, trong hơn nửa thế kỷ vừa qua, chủ nghĩa cộng sản đã thực dân hoá ngay trong tiềm thức và vô thức mọi người khiến người ta, nếu không mê tín và cuồng tín thì cũng trở thành nhút nhát, nói như Nguyên Tuân ngày trước, là "biết sợ" hay như Nguyễn Minh Châu[99] và, sau này, Phạm Xuân Nguyên, là

[99] Trong bài "Hãy đọc lời ai điếu cho một giai đoạn văn nghệ minh hoạ" viết năm 1987, Nguyễn Minh Châu viết: "Có một nhà văn đàn anh nâng chén rượu lên giữa đám đàn em: 'Tao còn sống, còn cầm bút được đến bây giờ là nhờ biết sợ!'" Nhiều người cho "nhà văn đàn anh" ấy chính là Nguyễn Tuân. Cũng trong bài viết ấy, Nguyễn Minh Châu viết: "Văn chương gì mà muốn viết một câu trung thì phải viết một câu nịnh? Hèn, hèn chứ? Nhà văn nước mình tận trong thâm tâm can ai mà chẳng thấy mình hèn?" Bài này, trước, được in trên báo *Văn Nghệ*; sau, in lại trong Nguyễn Minh Châu (2002), *Trang giấy trước đèn*, Hà Nội: Nxb Khoa Học Xã Hội, tr. 127-139.

"hèn"[100]. Hèn đến độ không dám hoài nghi. Vì có thời hoài nghi cũng bị ghép tội: tội giao động. Trong suốt mấy chục năm, đã có bao nhiêu người, trong đó có những người thuộc loại thông minh và tài hoa nhất nước, điêu đứng và khốn khổ chỉ vì cái tội vu vơ ấy. Qua - thật ra thì chưa qua hẳn - mùa địa ngục, nỗi sợ vẫn còn. Vẫn sợ nên vẫn không dám hoài nghi. Không dám hoài nghi, người ta cũng không dám phủ nhận. Không bị phủ nhận, mọi sự chỉ bị trôi qua hay quên đi thay vì chết hẳn. Tôi ngờ, với đại đa số người Việt Nam, kể cả giới cầm bút, cái gọi là chân lý hay siêu tự sự Mác-xít và ngay cả cái gọi là chủ nghĩa hiện thực xã hội chủ nghĩa đều ở trong tình trạng ấy: không ai tin chúng nữa, thậm chí, người ta còn thẹn thùng khi nhắc đến chúng, nhưng cũng không ai giết chúng, không ai công khai khai tử chúng, không ai treo cổ chúng, không ai đào huyệt chôn chúng, một cách thẳng thừng và dứt khoát, tuyệt đối không khoan nhượng, dù chỉ trong nội tâm của chính họ. Mà nhất là trong nội tâm của chính họ. Theo tôi, chính những cái xác hấp hối kéo dài ấy, và cùng với chúng, thái độ thoả hiệp trí thức ở nhiều người, là chướng ngại vật của chủ nghĩa hậu hiện đại.

Ở Tây phương, chủ nghĩa hậu hiện đại gắn liền với những cái chết. Ở Việt Nam, để đến với chủ nghĩa hậu hiện đại, chúng ta phải vượt qua bao nhiêu xác chết. Ở Tây phương, chủ nghĩa hậu hiện đại và những cái chết của chân lý, siêu tự sự và hiện thực diễn ra hầu như cùng một lúc - cũng như một cô gái trở thành đàn bà cùng lúc với việc mất trinh -, rất khó phân biệt

---

[100] Phạm Xuân Nguyên, "Cái hèn của người cầm bút", tạp chí *Sông Hương* số 31, 1988. Có thể đọc trên:
http://phamxuannguyen.vnweblogs.com/post/1958/98862

cái nào đến trước cái nào đến sau; ở Việt Nam, những cái chết đến trước, nằm chương sình giữa đường, chờ chúng ta chôn cất để bắt tay với chủ nghĩa hậu hiện đại. Ở Tây phương, được nuôi dưỡng bằng triết học, ngôn ngữ học và cả truyền thống hiện đại kéo dài hằng mấy trăm năm, chủ nghĩa hậu hiện đại lúc nào cũng có tính tự giác và có vẻ vạm vỡ, cứng cáp, sẵn sàng lao vào các cuộc phiêu lưu mà hậu quả hoàn toàn không thể lường trước được; ở Việt Nam, chúng ta thiếu hẳn cái bề dày văn hoá ấy: trong các cuộc phiêu lưu vẫn thấp thoáng thấy có cái gì như dáo dác và ngơ ngác, e dè và rụt rè, không có vẻ gì là tự tin cả.

Ở trên, tôi vừa nhắc đến Nguyễn Tuân, một Nguyễn Tuân "biết sợ". Chợt nhớ đến một Nguyễn Tuân khác: Nguyễn Tuân "lột xác" sau cuộc cách mạng mùa thu năm 1945, một Nguyễn Tuân sôi nổi và hừng hực nhiệt huyết: "Đào thải, chưa đủ. Phải tàn sát. Giết, giết hết. Thò đứa nào ở dĩ vãng hiện về đòi hỏi bất cứ một tí gì của mày bây giờ, là mày phải giết ngay. Mày phải tự hoại nội tâm mày đi đã. Mày hãy lấy ngay mày ra làm lửa mà đốt cháy hết những phong cảnh cũ của tâm tưởng mày."[101]

Những câu văn có thời bị xem là bồng bột và nông nổi, bây giờ, đọc lại, lại thấy là hay. Không chừng thích hợp cho thời bây giờ.

Hợp với cái thời mất niềm tin. Xin nhắc lại câu định nghĩa của Lyotard về chủ nghĩa hậu hiện đại: "sự hoài nghi đối với các siêu tự sự" (as incredulity toward metanarratives). "Incredulity"

---

[101] Nguyễn Tuân (1994), *Tuyển tập*, tập 1, Lữ Huy Nguyên tuyển chọn, Hà Nội: Văn Học, tr. 351.

mà dịch là "hoài nghi", thật ra, là để cho xuôi trong tiếng Việt. Nhưng lại không đúng hẳn. Đúng hơn, đó là sự đánh mất niềm tin. Mất niềm tin tức là hai lần tin: niềm tin về sự sụp đổ của một niềm tin cũ. Thực chất đó là một sự vỡ mộng. Cũng có thể xem: chủ nghĩa hậu hiện đại là một thứ dị giáo của chủ nghĩa hiện đại. Thế giới của niềm tin, dù là niềm tin dị giáo, cũng là thế giới của sức mạnh. Của sự quyết liệt. Và ngoan cường.

Liên quan đến những cái chết gắn liền với chủ nghĩa hậu hiện đại, từ cái chết của chân lý đến cái chết của siêu tự sự và cái chết của hiện thực, có một vấn đề khác: Những cái chết ấy có những hệ quả gì?

Có nhiều. Một cái chết lớn - ở tầm siêu tự sự - bao giờ cũng kéo theo nhiều cái chết khác. Nhưng, theo tôi, hệ quả này là quan trọng nhất: đó là cái chết của các điển phạm (canon).

Điển phạm, nói một cách ngắn gọn, là khuôn vàng thước ngọc. Văn học nào cũng có điển phạm. Chưa có điển phạm, chưa thể nói được là có lịch sử văn học. Và điển phạm nào cũng đầy quyền lực: quyền lực của văn hoá, của truyền thống, của chủ nghĩa quốc gia và của cả hệ thống giáo dục. Lớn lên với các điển phạm, người ta dễ ngỡ điển phạm là những gì tự nhiên và có tính vĩnh cửu. Thật ra, không phải. Điển phạm là những gì do con người tạo nên chứ không có sẵn. Mà, các điển phạm hiện đang được phổ biến khắp thế giới, chỉ được tạo nên vào khoảng vài trăm năm trở lại đây chứ không lâu gì lắm đâu. Riêng ở Việt Nam, khoảng thời gian ấy còn ngắn hơn nữa: chỉ độ gần một trăm năm, từ mấy thập niên đầu tiên của thế kỷ 20. Có tính lịch sử, các điển phạm ấy mang trong nó tất cả dấu vết và ưu, khuyết điểm của thời đại.[102] Bởi vậy, theo tôi, chẳng có gì đáng ngạc nhiên nếu một ngày nào đó, có người hoài nghi giá trị của *Truyện Kiều* hay của *Chinh phụ ngâm*, *Cung oán ngâm khúc*, v.v... Chẳng có gì đáng ngạc nhiên cả. Không có ai lên tiếng phủ nhận, nhưng theo tôi, sự phủ nhận ấy đã diễn ra, trên thực tế, và bằng hành động. Có thể làm một cuộc điều tra ngay tại chỗ: lần cuối mà bạn, vâng, chính bạn, người đang đọc bài này, đọc một trong các tác phẩm được xem là kinh điển của Việt Nam nêu ở trên là năm nào? Xin lưu ý: chỉ tính từ khi bạn rời khỏi ghế nhà trường thôi. Tôi không có con số chắc chắn, nhưng thú thực, tôi ngờ là nó sẽ không cao lắm, ít nhất, nó không cao như chúng ta có thể tưởng tượng hay như thông tin các nhà xuất bản cung cấp dựa trên số ấn bản họ bán được. Người ta có thể mua. Nhưng không đọc. Có thể đọc. Nhưng đọc như một cuốn sách tham khảo chứ không phải như đọc một tác phẩm văn học. Một cách đọc nhẩn nha chỉ để thưởng thức cái hay của nghệ thuật và cái đẹp của chữ nghĩa. Trong khi chưa có con số để làm bằng chứng, tôi vẫn tin thế hệ nhà văn, nhà thơ trẻ hiện nay là thế hệ hậu-điển phạm (postcanonial). Cũng xin nói ngay: tôi tuyệt đối không khuyến khích cho việc không đọc, ngay cả đối với sách cổ điển. Tôi luôn luôn cho đọc là điều kiện đầu tiên để có thể viết được. Điều tôi muốn nhấn mạnh là: trong hoàn cảnh Việt Nam hiện nay, tinh thần sùng bái đối với điển phạm, nhất là những điển phạm quá cũ và không phải có tầm vóc thật lớn, chưa chắc đã là điều tốt. Hậu-điển phạm, do đó, là tự do. Nhưng tự do cũng

---

[102] Xin xem bài "Điển phạm: Trung tâm của lịch sử và phê bình văn học" in trong *cuốn Mấy vấn đề phê bình và lý thuyết văn học* của Nguyễn Hưng Quốc, Văn Mới xuất bản tại California, 2007, tr. 121-141.

đồng thời là trách nhiệm. Hành xử một cách có trách nhiệm đối với sự tự do của mình là một tài năng. Đây chính là điểm phân biệt những cây bút hậu hiện đại và hậu điển phạm với những tên thất học và du đãng trong lãnh vực văn học nghệ thuật.

Chủ nghĩa hậu hiện đại bắt đầu được đâm chồi từ sự đánh mất niềm tin đối với các điển phạm và cả tính điển phạm.

Được xây dựng trên những cái chết như vậy, chủ nghĩa hậu hiện đại, đặc biệt trong văn học nghệ thuật, có nhiều đặc điểm khác với chủ nghĩa hiện đại hay chủ nghĩa lãng mạn và chủ nghĩa cổ điển trước đó. Đã có nhiều người cố gắng nhận diện và khái quát hoá những đặc điểm ấy. Nói chung, khái niệm chủ nghĩa hậu hiện đại thay đổi theo thời gian. Trước, thoạt đầu, chủ nghĩa hậu hiện đại quay về với tự sự và tái hiện; sau, dần dần, nó quay về với sự tự phản tỉnh, ngay cả phản tỉnh đối với công việc viết lách của mình, từ đó, dẫn đến việc ra đời của thủ pháp siêu hư cấu (metafiction); hơn nữa, nó còn dẫn đến chủ nghĩa hình thức và quan niệm về tính tự trị của các tác phẩm văn học và nghệ thuật. Trong lãnh vực nghệ thuật tạo hình, chủ nghĩa hậu hiện đại kết hợp trong nó một ý thức mang sử tính (historicist awareness), một động cơ tái hiện mới và một sự tự phản tỉnh mang đầy tính châm biếm (ironic self-reflexivity).[103] Nó không từ chối hẳn các yếu tố mô tả và tự sự nhưng trong khi mô tả hay tự sự, nó không giấu được chút châm biếm và nghi hoặc về cái điều mình đang làm. Trong văn học, nếu chủ nghĩa hiện đại tập trung chủ yếu vào thơ, chủ nghĩa hậu hiện đại lại tập trung chủ yếu vào văn xuôi, hay vào

---

[103] Hans Bertens (1995), sđd., tr. 69.

phương thức tự sự nói chung; nếu chủ nghĩa hiện đại cố gắng tìm kiếm một thứ thi pháp học được cấu trúc chặt chẽ, đặt trọng tâm trên những nguyên tắc cố định, chủ nghĩa hậu hiện đại lại nhấn mạnh đến các biến tấu hay những khả tính của sự sáng tạo.[104] Ngay cả trong thơ, các yếu tố tự sự cũng có thể được chấp nhận nhưng chúng đều bị phân mảnh (fragmented) và hoán vị (dislocated). Scott Lash cho nếu chủ nghĩa hiện đại có tính khu biệt (differentiation), chủ nghĩa hậu hiện đại chủ trương giải khu biệt hoá (de-differentiation): ranh giới giữa văn hoá cao cấp và văn hoá bình dân nhạt dần.[105] Brian McHale, trong cuốn *Postmodernist Fiction*, cho trong khi tiểu thuyết hiện đại bị thống trị bởi những ám ảnh mang tính nhận thức luận (epistemology), tiểu thuyết hậu hiện đại lại bị dày vò bởi những ám ảnh mang tính bản thể luận (ontology).[106] Các nhà hiện đại chủ nghĩa theo đuổi các câu hỏi liên quan đến sự hiểu biết của con người trước các biến cố dồn dập chung quanh (ví dụ: Cái được biết là gì? Ai biết được điều đó? Làm cách nào người ấy biết được điều đó? Biết rồi, bằng cách nào người ta giao truyền cái biết ấy cho người khác? v.v...) ; các nhà hậu hiện đại lại mải mê tìm cách trả lời các câu hỏi liên quan đến sự hiện hữu của thế giới, đến bản ngã và bản sắc của con người (ví dụ: Thế giới là gì? Thế giới ấy được kiến tạo như thế nào? Trong thế giới ấy có những kiểu thức hiện hữu gì? Cái tôi

---

[104] Trong bài "Postmodernism and literature" in trong cuốn *The Cambridge Companion to Postmodernism* do Steven Connor biên tập (2004), Cambridge: Cambridge University Press, Steve Connor cũng nêu lên một số sự khác biệt giữa chủ nghĩa hiện đại và hậu hiện đại trong văn học, tr. 62-81.

[105] Scott Lash (1990), sđd., tr. 173-4.

[106] Brian McHale (1987), *Postmodern Fiction*, New York: Methuen, tr. xii.

là gì? Bản sắc là gì? v.v...).[107]

Còn nữa.

Tuy nhiên, theo tôi, ý kiến của Lyotard là mang tầm khái quát cao nhất và có lẽ gần với văn học hậu hiện đại nhất:

> [M]ỹ học hiện đại là mỹ học của cái cao cả, nhưng lại có tính chất hoài niệm; nó cho phép cái bất khả thể hiện được gợi lên chỉ như một nội dung khiếm diện, trong khi hình thức, nhờ sự nhất quán dễ nhận thấy của nó, tiếp tục mang đến cho độc giả hay khán giả chất liệu [đủ] cho sự khích lệ hay hoan lạc. Nhưng những cảm giác như thế không vươn tới cảm giác cao cả đích thực, những cảm giác, tự bản chất, là sự kết hợp giữa hoan lạc và đau đớn: hoan lạc trong lý trí vượt quá tất cả các thể hiện, đau đớn trong tưởng tượng hay cảm xúc không đủ mang lại một khái niệm.
>
> [Mỹ học] hậu hiện đại sẽ là những gì trong hiện đại gợi lên cái bất khả thể hiện trong chính sự thể hiện, những gì từ chối sự khích lệ của những hình thức chuẩn xác, từ chối sự đồng thuận của cái khẩu vị cho phép một kinh nghiệm hoài niệm chung đối với cái bất khả, và đòi hỏi những sự thể hiện mới không để mang lại hoan lạc trong chúng nhưng đúng hơn để tạo ra cảm giác rằng có cái gì đó không thể thể hiện được. Nghệ sĩ hay nhà văn hậu hiện đại đứng ở vị trí của một triết gia: cái văn bản hắn viết hay tác phẩm hắn sáng tạo trên nguyên tắc không bị khống chế bởi những quy luật tiền lập và chúng không thể được/bị đánh giá theo những phán đoán cứng nhắc bằng cách áp dụng một phạm trù [có sẵn] nào đó vào văn bản hay tác phẩm ấy. Những quy luật hay những phạm trù như thế là những gì mà tác phẩm hay văn bản đang tìm kiếm. Nghệ sĩ

---

[107] Như trên, tr. 10.

> và nhà văn, bởi vậy, làm việc bên ngoài mọi luật lệ với mục đích thiết lập luật lệ cho *những gì sẽ được thực hiện.*[108]

Tôi tâm đắc nhất với ý này: nhà văn (và nhà thơ, cũng như bao nhiêu nhà sáng tạo khác nữa, dĩ nhiên) vừa viết vừa thiết lập luật lệ cho chính cái viết của mình và đồng thời thiết lập cả những tiêu chí để người đọc có thể theo đó đánh giá tác phẩm ấy. Nói cách khác, mỗi tác phẩm của người cầm bút đều là một cách định nghĩa về văn học. Tầm vóc của tác phẩm, do đó, sẽ tuỳ thuộc vào tính chất độc đáo của cái định nghĩa mà nó mang lại. Điều đó cũng có nghĩa là: sáng tác, trước hết, là một ý niệm. Lịch sử của văn học, cũng do đó, là lịch sử của các ý niệm. Mỗi ý niệm lớn là một khúc rẽ lớn; tấm bản đồ của nước cộng hoà văn học tuỳ thuộc vào mật độ của các khúc rẽ: một nền văn học càng có nhiều khúc rẽ bao nhiêu thì càng phong phú bấy nhiêu.

Xem việc thiết lập luật lệ là một phần của sáng tác liệu có nhiều tham vọng quá không?

Không. Theo tôi, đó mới chính là yếu tính của văn học, vốn tự bản chất, là một sáng tạo; mà sáng tạo, vốn tự bản chất, là việc làm mới; mà làm mới, tự bản chất, là làm cái chưa ai từng làm. Nhà văn, nhà thơ và bao nhiêu kiểu nhà sáng tạo khác sẽ tự ý từ chối tư cách nhà sáng tạo của mình nếu từ chối tham vọng vươn tới những điều to tát. Không còn ngọn lửa vươn lên sự to tát, người ta chẳng còn lý do gì để sáng tạo cả. Theo tôi, trong thế giới văn chương, không có và không nên có chỗ đứng cho những kẻ an phận thủ thường. Người nào tự thấy

---

[108] Jean-François Lyotard (1992), sđd., tr. 23-4.

mình kém thì nên tự rút lui ra khỏi lãnh thổ văn học. Đó không phải là thế giới của họ. Ở lại lâu chỉ làm quẩn chân người khác. Viết, thao tác viết, do đó, chỉ có ý nghĩa khi nó vươn tới những cái bất khả. Chính nỗ lực thể hiện cái bất khả thể hiện như thế, nói theo Lyotard, là một sự cao cả: nó vừa đau đớn lại vừa hoan lạc. Hoan lạc trong đau đớn.

Chủ nghĩa hậu hiện đại và chủ nghĩa tiền vệ

Chủ nghĩa hậu hiện đại gắn liền với những cái chết, từ cái chết của các siêu tự sự đến những cái chết của ý niệm về chân lý, ý niệm về hiện thực, ý niệm về chủ thể, v.v... Nhưng ở chủ nghĩa hậu hiện đại không chỉ có chết: nó không phải là một cuộc tận thế của tư tưởng hay của nghệ thuật. Chủ nghĩa hậu hiện đại còn là một sự phục sinh của những cái mới: Thích hay không thích, đồng ý hay không đồng ý, không ai có thể chối cãi được một sự thực: chủ nghĩa hậu hiện đại đã làm thay đổi cách nhìn, cách nghĩ, cách sáng tác và cả cách đọc, cách diễn dịch và cách cảm thụ của hai hay ba thế hệ. Nó đã làm thay đổi diện mạo của triết học và văn học nghệ thuật thế giới trong hơn nửa thế kỷ vừa qua. Nó tạo ra một thứ chủ nghĩa tiền vệ (avant-gardism)[1] mới, sau khi chủ nghĩa tiền vệ theo

---

[1] Tôi không dùng chữ "tiền phong" vì, một là, nó gây lẫn lộn giữa hai khái niệm "avant-garde" và "pioneer"; và hai, ở Việt Nam, chữ "tiền phong" đã bị chính trị hoá quá nhiều, do đó, nó dễ gợi ấn tượng về một hoạt động hay ý hướng có màu sắc chính trị, điều đó không đúng với hiện tượng chủ nghĩa tiền vệ mà tôi đang bàn trong bài viết này. Đó là chưa kể chữ "tiền phong" đã

chiều hướng hiện đại chủ nghĩa đã bắt đầu có dấu hiệu xơ cứng trong suốt hai thập niên 1940 và 1950.

Tôi biết tất cả những khái niệm vừa trình bày, từ chủ nghĩa tiền vệ đến chủ nghĩa hậu hiện đại đều có thể gây dị ứng. Khái niệm chủ nghĩa hậu hiện đại gây dị ứng, có lẽ chủ yếu vì nó hàm ý phân kỳ:[2] những người ở ngoài chủ nghĩa hậu hiện đại dễ có cảm tưởng là họ thuộc thời hiện đại hoặc thậm chí, thời tiền-hiện đại, nghĩa là đã lạc hậu. Ngay các nhà tiền vệ, những người có tinh thần cách tân nhất cũng không thích: Nói theo Richard Kostelanetz, "không có nghệ thuật tiền vệ nào lại muốn là 'hậu' của một cái gì khác."[3]

Chữ chủ nghĩa tiền vệ càng dễ gây dị ứng: Nó có vẻ khiêu khích. Ngay chính Jean-François Lyotard, lý thuyết gia hàng đầu của chủ nghĩa hậu hiện đại, cũng không thích chữ tiền vệ. Lý do: Nó gợi sự liên tưởng đến các hoạt động tấn công trong

---

bị bình dân hoá một cách thảm hại với những "Văn Nghệ tiền phong" kéo dài từ miền Nam ra đến hải ngoại. Xin xem thêm lời giải thích về sự khác biệt giữa "tiền vệ" và "tiền phong" trên Tiền Vệ:

http://www.tienve.org/home/activities/viewActivities.do?action=viewnews&newsId=4

[2] Thật ra, đây là điều phần lớn các lý thuyết gia về chủ nghĩa hậu hiện đại đều bác bỏ. Không ai quan niệm một cách đơn giản là chủ nghĩa hậu hiện đại đến sau chủ nghĩa hiện đại về thời gian như hai giai đoạn liên tiếp nhau. Brian McHale (1987), trong cuốn *Postmodernist Fiction*, New York: Methuen, nhấn mạnh: "Trong một nghĩa nào đó, chủ nghĩa hậu hiện đại đến *từ* chủ nghĩa hiện đại hơn là đến *sau* chủ nghĩa hiện đại." (Postmodernism follows *from* modernism, in some sense, more than it follows *after* modernism.) (tr. 5).

[3] Richard Kostelanetz, "An ABC of contemporary reading", *Poetics Today* 3:3 (Summer 1982). Dẫn theo Brian McHale (1987), sđd., tr. 3.

lãnh vực quân sự.[4] Nếu chủ nghĩa hậu hiện đại hàm ý đi trước về thời gian; chủ nghĩa tiền vệ lại hàm ý cả hai: đi trước về thời gian và đi trước về không gian, lúc nào cũng ở tuyến đầu, hung hăng đòi xung phong, công kích và chiếm lĩnh những mục tiêu mới.

Sự kết hợp giữa chủ nghĩa hậu hiện đại và chủ nghĩa tiền vệ lại càng dễ gây nên dị ứng, không những từ giới bảo thủ mà còn từ cả những người tiến bộ, không những chỉ về phương diện thực hành mà còn cả về phương diện lý thuyết. Nó có vẻ như một cái gì hơi nghịch lý và ngược ngạo: trong lịch sử, chủ nghĩa tiền vệ hầu như gắn liền với chủ nghĩa hiện đại, là một trong những đặc điểm nổi bật nhất làm nên diện mạo cũng như bản chất của chủ nghĩa hiện đại.

Mà thật, về phương diện lịch sử cũng như tư tưởng, giữa chủ nghĩa hiện đại và chủ nghĩa tiền vệ có rất nhiều điều trùng hợp. Cả hai đều nở rộ vào những thập niên cuối cùng của thế kỷ 19 và những thập niên đầu của thế kỷ 20. Cả hai đều có gốc rễ sâu xa từ phong trào Khai sáng với sự đề cao chủ thể, lý tính và bản sắc, và niềm tin vào khả năng sáng tạo gần như vô bờ bến của con người. Cả hai đều là sản phẩm của những thành tựu rực rỡ trong khoa học kỹ thuật cũng như trong tiến trình thành thị hoá về phương diện xã hội và hợp lý hoá về phương diện tổ chức và sản xuất, nhưng cả hai cũng lại đều hoài nghi và cảm thấy lạc loài trước những sự phát triển vượt bậc của lịch sử, đặc biệt có cái nhìn phê phán trước xu thế thư lại hoá

---

[4] Jean-François Lyotard (1992), *The Postmodern Explained to Children*, nhiều người dịch, Julian Pefanis và Morgan Thomas biên tập, Sydney: Power Publications, tr. 93.

(bureaucratization) và cơ giới hoá trong đời sống.[5] Cả hai đều tuyên bố đoạn tuyệt truyền thống và cổ vũ cho sự đổi mới.

Bởi vậy, những tên tuổi nổi bật và tiêu biểu nhất của chủ nghĩa hiện đại trong mọi lãnh vực đều ít nhiều là những nhà tiền vệ, ít nhất là một giai đoạn nào đó trong sự nghiệp sáng tạo của họ. Những trào lưu chính làm nên nội dung của chủ nghĩa hiện đại cũng đều mang tính tiền vệ. Chủ nghĩa tượng trưng, khi chống lại chủ nghĩa tự nhiên và chủ nghĩa hiện thực, đề cao sự tưởng tượng và những giấc mộng, những cách biểu hiện gián tiếp và tính chất khơi gợi; trong thơ, xem trọng nhạc tính hơn ngữ nghĩa, là hình thức phôi thai của tiền vệ. Chủ nghĩa biểu hiện (expressionism) thì rõ ràng là tiền vệ khi đưa ra một định nghĩa khác về hiện thực và cái thực (the real): Tất cả những gì ở ngoài con người đều là phi thực, và chúng chỉ biến thành hiện thực qua quyền năng của tâm trí. Nói cách khác, chính "tâm trí tạo hình cho hiện thực theo ý tưởng"[6] của con người. Với quan niệm như thế, các nghệ sĩ biểu hiện chủ nghĩa sẵn sàng bóp méo mọi hình dạng trong thực tế để cực tả cảm xúc: thiên nhiên, do đó, bị giải-cao cả hoá (desublimation), giải-thẩm mỹ hoá (de-aestheticization) và bị công cụ hoá (instrumentalization): nó bị mất ngôi: vốn được sùng bái từ xưa, bây giờ, nó bị biến thành một thứ ký hiệu, nhằm thể hiện ý thức của con người, và bằng cách ấy, thiên nhiên được giải thoát ra khỏi quỹ đạo của chủ nghĩa lãng mạn và được lạ hoá.

---

[5] Trừ chủ nghĩa vị lai (futurism) vốn rất lạc quan và say mê trước sự phát triển của xu hướng cơ khí hoá, và đề cao loại mỹ học của tốc độ (aesthetics of speed).

[6] Ý của Kurt Pinthus. Dẫn theo Richard Murphy (1998), *Theorizing the Avant-Garde*, Cambridge: Cambridge University Press, tr. 57.

Chủ nghĩa lập thể và chủ nghĩa vị lai đi tiên phong trong việc sử dụng thủ pháp cắt dán một số chữ in trên những bức tranh đang vẽ, sau đó, áp dụng cả trong thơ ca, dẫn đến việc hình thành dòng thơ thị giác, mở ra một kích thước mới với sự hiện hữu của cái Khác (otherness) trong tác phẩm nghệ thuật: tác phẩm vừa là nó vừa là cái gì khác với nó;[7] qua đó, làm thay đổi bản chất của nghệ thuật: điều được quan tâm nhất trong nghệ thuật không còn là thông điệp mà là, chính là, phương tiện, hay nói theo Marshall McLuhan, sau này, vào đầu thập niên 1960: "phương tiện chính là thông điệp" (medium is message).

Chủ nghĩa siêu thực và chủ nghĩa đa đa lại càng tiêu biểu cho cả tính hiện đại lẫn tính tiền vệ: cả hai đều xô đổ tính hợp lý thông thường trong sự thể hiện và biểu hiện; đều đề cao tính phân mảnh (fragmentation) và tính bất liên tục (discontinuity); đều thích lao vào khám phá cái mới và cái lạ: Với chủ nghĩa đa đa, cái mới và cái lạ ấy nằm ở sự tình cờ; với chủ nghĩa siêu thực, chúng nằm trong những giấc mơ, và đặc biệt, trong cõi mịt mùng của tiềm thức và vô thức. Cả hai đều thích làm khó người đọc và người xem; đều thách thức lại những quan điểm thẩm mỹ cũng như nghệ thuật đang thống trị thời đại.

Làm thơ bằng cách viết tự động, mặc cho dòng ý nghĩ và cảm xúc tuôn trào trên trang giấy là tiền vệ. Làm thơ bằng cách, nói theo Tristan Tzara, lấy một tờ báo và một cái kéo, cắt bất cứ một bài nào từ tờ báo ấy, rồi cắt rời từng chữ, từng chữ; bỏ tất cả các chữ ấy vào một cái bao, lắc đều đều, nhè nhẹ, theo kiểu

---

[7] Xem bài "Collage: the Poetics of Discontinuity?" của Stephen Bann trên *Word and Image* số tháng 1-3, năm 1988, tr. 352-63.

chúng ta thường lắc các hộp đựng giấy xổ số; rồi bốc từng chữ, từng chữ; chép tất cả các chữ ấy lên giấy theo thứ tự chúng được bốc lên: thế là thành một bài thơ, "bài thơ giống y hệt bạn", tác giả của nó.[8] Đó là tiền vệ. Làm thơ bằng cách bất chấp cú pháp và ý nghĩa; mặc kệ âm thanh, chỉ chú ý đến cách trình bày chữ trên trang giấy cũng là tiền vệ. Với Stéfane Mallarmé và rồi Guillaume Apollinaire, thơ có thể làm bằng chữ nhưng cũng có thể làm bằng hình ảnh, bằng cách trình bày chữ theo những cách thức khác nhau, từ lớn đến nhỏ, từ kiểu chữ in đến kiểu viết tay, từ cách xuống hàng đến cách thụt vào ở đầu mỗi hàng, để tạo nên cái Apollinaire gọi là "calligrammes" hoặc "visual lyricism". Với Pierre Albert-Birot, hình như mọi thứ đều thành thơ: có thơ âm thanh, thơ trên giấy in, thơ đồng hiện, thơ trên biển quảng cáo, thơ trên bàn cờ, v.v... Jean Arp sáng tác bằng cách nhặt nhạnh và sắp xếp, một cách ngẫu nhiên, những mẩu giấy báo vụn mà ông đã xé nát và vất tung toé trên sàn nhà trước đó: ông gọi đó là cách sáng tác "theo quy luật tình cờ". John Ashbery làm bài thơ "Europe" bằng cách nối liền các câu, chữ ông lấy từ nhiều nguồn khác nhau, không theo một thứ tự hay logic nào cả. Harry Crosby làm bài thơ "Photoheliograph (for Lady A)" bằng cách viết tới viết lui một chữ: "black" (đen), hay bài "Pharmacie du Soleil" bằng

---

[8] Trong bản Tuyên ngôn "Protoconceptual", Tzara viết: "To make a Dadaist poem / Take a newspaper./ Take a pair of scissors./ Choose an article as long as you are planning to make your poem./ Cut out the article./ Then cut out each of the words that make up this article & put them in a bag./ Shake it gently./ Then take out the scaps one after the other in the order in which they left the bag./ Copy conscientiously./ The poem will be like you." Dẫn từ Richard Kostelanetz (biên tập) (2001), *A Dictionary of the Avant-Garde*, New York: Routledge, tr. 626.

cách liệt kê tên các hoá chất: "calcium iron hydrogen sodium nickel magnesium cobalt". Các nhà thơ thuộc trường phái "Found Poetry" làm thơ bằng cách lấy một đoạn văn xuôi nào đó, bất kỳ, rồi ngắt ra từng dòng ngắn, trình bày y như là một bài thơ: Thế là thành thơ! William Faulkner, trong cuốn *The Sound and the Fury* viết những câu văn dài lòng thòng đến cả hơn một trang rưỡi; James Joyce, trong cuốn *Ulysses*, viết những đoạn văn kéo dài gần 30 trang mà không có một dấu chấm hay dấy phảy nào cả; trong cuốn *Finnegans Wake*, sử dụng từ ngữ từ hơn 50 ngôn ngữ khác nhau, kể cả cổ ngữ, thế giới ngữ Esperanto và một số ngôn ngữ Á châu (trong đó, tiếc thay, lại không có tiếng Việt!).[9]

Về âm nhạc, nhạc của Schoenberg, Bartóck, Weber và cả Stravinsky đều khác hẳn nhạc cổ điển của Bach, Beethoven và Brahms trước đó. Luigi Russolo, trong nhóm vị lai ở Ý, hình dung ra một cuộc hoà tấu trong đó không có âm thanh nào xuất phát từ nhạc khí mà chỉ từ những tiếng sấm sét, tiếng huýt gió, tiếng thì thầm, tiếng gào la, tiếng vỗ trên da thịt, tiếng gõ trên kim loại, trên gỗ, trên đá, v.v...; ông cũng chế ra cả một chiếc máy phát ra những âm thanh khác nhau, và ông gọi đó là âm nhạc, thứ âm nhạc của tiếng ồn (music of noises). Bản nhạc 4'33" trình diễn lần đầu vào năm 1952 của John Cage, ngược lại, là khoảng thời gian hoàn toàn im lặng. Tuyệt đối im lặng. Nhạc sĩ dương cầm nổi tiếng David Tudor ngồi bất động trước chiếc đàn trong đúng bốn phút ba mươi ba giây. Hết. Màn biểu diễn chấm dứt. Từ đầu đến cuối, chỉ có: im

[9] Xem Hoàng Ngọc-Tuấn (2002), *Văn Học Hiện Đại và Hậu Hiện Đại qua Thực Tiễn Sáng Tác và Góc Nhìn Lý Thuyết*, California: Văn Nghệ, tr. 413.

lặng. Không có gì, ngoài: im lặng.

Về tạo hình, từ tranh hình thể đến tranh lập thể rồi tranh phi hình thể và trừu tượng là những cuộc đột phá dữ dội. Alexander Rodchenko vẽ ba bức tranh bằng ba màu khác nhau; màu nào cũng là màu nguyên, không hề pha trộn với bất cứ một màu nào khác: đỏ, vàng, xanh. Hết. Ba bức ba màu. Không có hình ảnh nào cả. Jackson Pollock trải tấm bố trên sàn nhà rồi quẹt sơn lia lịa từ nhiều góc khác nhau, sơn được xịt thẳng từ tuýp ra, không pha trộn, và cũng không có một chủ định nào trước, cuối cùng cũng thành tranh. Marcel Duchamp đem bày một cái bồn tiểu, rồi sau đó, một cái bánh xe đạp trong phòng triển lãm như những tác phẩm điêu khắc; vẽ thêm vào bức tranh Mona Lisa của Leonardo da Vinci hai vệt ria mép và một chùm râu dê nhỏ dưới cằm rồi gắn thêm cái tên viết tắt: L.H.O.O.Q. phía dưới như đó là một tác phẩm mới. Chính mấy chữ L.H.O.O.Q. ấy cũng đầy tính khiêu khích: Trong tiếng Pháp, đọc mấy chữ ấy lên, nghe ra âm thanh từa tựa như câu "Elle a chaud au cul"; trong tiếng Anh, người ta thường dịch là "She has a hot ass" hay "She has heat in the ass"; trong tiếng Việt, có thể dịch là: "Con nhỏ nứng lồn".

Vân vân.

Tuy nhiên, viết như trên, một cách mặc nhiên, tôi thừa nhận là tuy có nhiều điểm tương hợp, hai khái niệm chủ nghĩa hiện đại và chủ nghĩa tiền vệ cũng có khá nhiều điểm khác biệt. Khác, ở phạm vi: trong khi chủ nghĩa hiện đại bao trùm cả một thời đại rộng lớn, kéo dài gần một thế kỷ, từ giữa thế kỷ 19 đến giữa thế kỷ 20, chủ nghĩa tiền vệ gắn liền với một số phong trào, phần lớn đều có sức sống khá ngắn ngủi, chỉ năm, mười năm, như phong trào đa đa hay phong trào vị lai, chẳng hạn.[10] Khác, ở nội dung: trong khi chủ nghĩa hiện đại tập trung theo đuổi các thử nghiệm mang tính hình thức, chủ nghĩa tiền vệ nuôi tham vọng cách mạng hoá toàn bộ xã hội, kể cả đời sống hàng ngày, theo một chiều hướng được xem là cấp tiến. Khác, ở thái độ: trong khi chủ nghĩa hiện đại xem cái đẹp như một cái gì có tính cách tự tại và nghệ thuật như một thế giới tự trị, chủ nghĩa tiền vệ xem nghệ thuật như một vũ khí để phá đổ những cái cũ và xây dựng cái mới không những về phương diện mỹ học mà cả về các phương diện văn hoá và chính trị nữa. Khác, ở ý thức hệ: chủ nghĩa hiện đại, trong khi hô hào sáng tạo, vẫn dựa trên những niềm tin và triết lý chung của thời hiện đại, những niềm tin và triết lý đã bám rễ sâu xa và đã thành truyền thống trong xã hội; chủ nghĩa tiền vệ, ngược lại, kêu gọi lật đổ tất cả các bảng giá trị có sẵn, kể cả các bảng giá trị được hình thành từ thời hiện đại.

Như vậy, tuy cùng có bản chất phản-truyền thống (anti-traditional), chủ nghĩa hiện đại và chủ nghĩa tiền vệ lại khác nhau trong cách quan niệm về cái gọi là "truyền thống" ấy: Với chủ nghĩa hiện đại, đó là những gì đã có từ thời trung cổ,

---

[10] Ở đây, tôi chỉ nói về phương diện hoạt động chứ không nói về ảnh hưởng. Ảnh hưởng của nhiều phong trào ngắn ngủi này có khi rất dài, có khi kéo dài đến cả mấy chục năm sau. Trong cuốn *The Triump of Anti-Art* do McPherson & Company xuất bản tại New York năm 2005, Thomas McEvilley phân tích khá nhiều và khá kỹ ảnh hưởng của nhóm đa đa và đặc biệt của Marcel Duchamp trên trào lưu nghệ thuật ý niệm và nghệ thuật trình diễn vốn rất thịnh hành ở Tây phương trong mấy thập niên vừa qua. Clara Orban (1997), trong cuốn *The Culture of Fragments, Words and Images in Futurism and Surrealism*, Amsterdam: Rodopi, cho ảnh hưởng của chủ nghĩa vị lai và chủ nghĩa siêu thực kéo dài ít nhất là 70 năm trong thế kỷ 20 (tr. 164).

thời Phục Hưng hoặc thời lãng mạn; với chủ nghĩa tiền vệ, đó là tất cả những gì đã định hình, đã trở thành phổ biến và đang là một lực lượng mỹ học thống trị thời đại, bất kể chúng mang tính hiện đại hay tiền hiện đại. Mức độ tấn công vào truyền thống cũng khác nhau: trong khi chủ nghĩa hiện đại có thể phê phán một số khía cạnh trong tính hiện đại nhưng lại không đụng đến nền tảng ý thức hệ và thiết chế của tính hiện đại, chủ nghĩa tiền vệ, đặc biệt là chủ nghĩa đa đa, ngược lại, tấn công thẳng vào nghệ thuật với tư cách là một thiết chế (art as an institution). Bởi vậy, tuy cả chủ nghĩa hiện đại lẫn chủ nghĩa tiền vệ đều phê phán nặng nề xã hội trưởng giả họ đang sống, về chính trị, nói như Charles Russell, phần lớn các nhà hiện đại chủ nghĩa đều bảo thủ, thậm chí, phản động, trong khi đó, phần lớn các nhà tiền vệ lại cấp tiến và đầy tinh thần cách mạng.[11] Tính cách mạng ấy thể hiện vừa ở mục tiêu vừa ở phương diện tổ chức. Ở mục tiêu: trong khi chủ nghĩa hiện đại hài lòng với các phương tiện, các kỹ thuật và các thủ pháp họ khám phá được, chủ nghĩa tiền vệ đòi phá huỷ toàn bộ căn bản mỹ học của những thứ mà nó định/sắp/sẽ vượt qua; trong khi chủ nghĩa hiện đại giới hạn sự cách tân trong phạm vi nghệ thuật, chủ nghĩa tiền vệ muốn thay đổi cả nền tảng xã hội trên đó nghệ thuật được xây dựng. Ở cách thức tổ chức: chủ nghĩa hiện đại toả ra chiều rộng và lắng xuống chiều sâu, thấm vào mọi khía cạnh trong đời sống, từ xã hội đến chính trị, tôn giáo, giáo dục, và văn hoá, trong đó nổi bật nhất là văn học nghệ thuật; chủ nghĩa tiền vệ kết tinh ở những mũi nhọn: nó cố

---

[11] Charles Russell (1985), *Poets, Prophets, and Revolutionaries: The Literary Avant-Garde from Rimbaud through Postmodernism*, Oxford: Oxford University Press, tr. 10-17.

gắng tập hợp lực lượng, ra tuyên ngôn, thiết lập những cương lĩnh sáng tác: ở chủ nghĩa tiền vệ, tất cả những yếu tố này, từ tuyên ngôn đến cương lĩnh, đều có giá trị không kém sáng tác: chúng còn lại trong lịch sử và được đọc một cách đầy cảm hứng như chính những sáng tác giàu chất tưởng tượng nhất. Khía cạnh thứ nhất của tính cách mạng dẫn đến hệ quả: văn học nghệ thuật biến thành một ý niệm. Trước, tác phẩm là một vật thể đã hoàn tất, là giai đoạn cuối cùng của quá trình sáng tạo. Nay, với chủ nghĩa tiền vệ, tác phẩm chính là quá trình sáng tạo ấy. Nó có thể tồn tại ở ngoài một vật thể cố định và nhất định nào đó: nó là một ý niệm. Nó tồn tại như một ý niệm và còn lại như một ý niệm.[12] Duchamp tuyên bố: "Tôi thích ý tưởng – chứ không phải chỉ ở các sản phẩm thị giác. Tôi muốn mang nghệ thuật trở lại như một hoạt động của tâm thức." Chính quan điểm ấy đã đặt nền móng cho các phong trào Pop Art, phong cách thiểu tố (minimalism) và nghệ thuật ý niệm sau này.[13] Khía cạnh thứ hai của tính cách mạng dẫn đến hệ quả: chủ nghĩa hiện đại cổ vũ sự thử nghiệm của từng cá nhân trên một nền tảng mỹ học chung, chủ nghĩa tiền vệ lại cổ vũ sự đả phá và tìm tòi có tính tập thể, dĩ nhiên là một tập thể nhỏ; chủ nghĩa hiện đại làm nảy sinh các phản đề và phát triển hay

---

[12] Quan niệm này vốn manh nha từ thời hiện đại chủ nghĩa, sẽ phát triển mạnh vào thời hậu hiện đại chủ nghĩa. Xin lưu ý là theo phần lớn giới nghiên cứu, đặc biệt là Ihab Hassan, trong cuốn *The Dismemberment of Orpheus: Towards a Postmodern Literature* xuất bản lần đầu năm 1971, cho chủ nghĩa đa đa và đặc biệt Marcel Duchamp thuộc về chủ nghĩa hậu hiện đại hơn là chủ nghĩa hiện đại. (tr. 267-8). Trong cuốn *Sociology of Postmodernism* (Routledge, 1990), Scott Lash cũng đồng ý như vậy: "Tôi xem chủ nghĩa tiền vệ thời 1920 là hậu hiện đại." (tr.158)

[13] Michael Levenson (biên tập) (1999), *The Cambridge Companion to Modernism*, Cambridge: Cambridge University Press, tr. 210.

bị tiêu diệt theo sự đối kháng với các phản đề ấy, chủ nghĩa tiền vệ, ngược lại, tự nó chết khi nó chiến thắng: khi những bước khai phá của tiền vệ trở thành lối mòn, nó không còn là tiền vệ nữa: nó trở thành lịch sử: nếu hay, nó trở thành cổ điển; nếu dở, nó trở thành giai thoại; nếu không hay không dở nhưng gây được nhiều ảnh hưởng, nó trở thành một dấu mốc, một điểm phân thuỷ (watershed) trong tiến trình phát triển của văn học nghệ thuật; nếu không hay không dở nhưng đủ gây chú ý trong dư luận, nó trở thành một hiện tượng.

Có thể nói sự khác biệt đầu tiên giữa chủ nghĩa hiện đại và chủ nghĩa tiền vệ là tính tự giác và tính phê phán: Người ta có thể trở thành một nhà hiện đại chủ nghĩa một cách hiền lành và tự phát, như là kết quả của hệ thống giáo dục và văn hoá mà họ sở đắc từ nhỏ, nhưng người ta chỉ có thể trở thành một nhà tiền vệ chủ nghĩa một cách dữ dằn và hoàn toàn tự giác: họ biết rõ họ đang chống lại cái gì và tại sao họ lại làm như thế. Chính vì tính tự giác ấy mà tôi thích dùng chữ "chủ nghĩa tiền vệ" thay vì tinh thần tiền vệ. Nói đến khái niệm chủ nghĩa là nói đến tính tự giác, và cùng với nó, tính hệ thống: Người ta trở thành tiền vệ không phải vì bốc đồng trong giây lát mà là vì một tầm nhìn có tính chiến lược: họ muốn huỷ bỏ các con đường mòn để mở ra một lối đi mới và, qua đó, muốn vẽ lại tấm bản đồ văn học nghệ thuật. Bởi vậy, tuổi thọ của một trào lưu tiền vệ có thể ngắn, rất ngắn, nhưng ảnh hưởng của nó lại lâu dài: những ảnh hưởng ấy nằm phía dưới các xa lộ, thậm chí, quốc lộ mà mọi người đang đi. Nếu khởi thuỷ của mọi con đường đều là lối mòn; nếu khởi thuỷ của mọi lối mòn đều là sự dọ dẫm thì chúng ta cũng có thể nói: khởi thuỷ của mọi thành tựu văn học nghệ thuật đều là một/những thử nghiệm mang tính tiền vệ.

Chính vì tuổi thọ (chứ không phải ảnh hưởng) ngắn ngủi của các phong trào tiền vệ, nhiều người, nhất là những người bảo thủ, thường đồng nhất tiền vệ với thời trang: cả hai đều có thời tính cao, nổi lên một lúc rồi lại biến mất, rồi một cái gọi là tiền vệ hay thời trang khác lại nổi lên rồi lại biến mất. Cứ thế, hiện rồi biến, không ngừng. Tuy nhiên, ngoài sự giống nhau về hiện tượng ấy, tiền vệ và thời trang hoàn toàn khác nhau. Khác, trước hết, ở phạm trù: trong khi thời trang thuộc về xã hội học của thị hiếu, lại là thứ thị hiếu khá xa xỉ, tiền vệ thuộc về lịch sử nghệ thuật và mỹ học. Khác, ở lịch sử: thời trang gắn liền với văn hoá thị giác và văn hoá tiêu thụ, nghĩa là chỉ xuất hiện thời gian gần đây, chắc chắn là chưa tới một trăm năm, tiền vệ, ngược lại, gắn liền với bản chất của sáng tạo, nghĩa là, nói cách khác, có khi xuất hiện ngay từ thời nguyên thuỷ, khi văn học nghệ thuật mới xuất hiện, khi mỗi tác phẩm là một cái mới; mỗi cái mới là một bất ngờ. Khác, còn ở ý nghĩa: trong khi thời trang có tính thương mại, tiền vệ lại có tính khai phá; thời trang vuốt ve và chiều chuộng tính a dua của quần chúng, tiền vệ đả phá lại tính a dua ấy; thời trang đầu tư vào sự nhẹ dạ, tiền vệ đầu tư vào sự can đảm và tham vọng vượt bỏ; mục tiêu của thời trang là chuẩn hoá (standardization), mục tiêu của tiền vệ là lạ hoá (defamiliarization); thời trang nhắm đến việc phân hoá xã hội theo từng đẳng cấp, mỗi đẳng cấp có một thương hiệu riêng, qua đó, xoá nhoà cá tính và bản sắc, tiền vệ, ngược lại, đề cao tính cá nhân và tính đặc thù, ngay cả tính đặc thù của một nhóm. Khác nữa, ở giá trị: gắn liền với thị hiếu, tính thương mại và tính quần chúng, không có thời trang nào là hoàn toàn mới, trong khi đó, gắn liền với sự đả phá và khai phá, xu hướng tiền vệ nào cũng có tính phản- quần chúng và tính cực đoan. Lịch sử thời trang là một lịch sử phát triển khá liên tục, lịch sử của chủ nghĩa tiền vệ là lịch sử của những đột biến, hay đúng hơn, không có lịch sử, vì ở đó, không có quy luật nhân quả. Cũng có thể nói, tiền vệ có bản chất phản-lịch sử: nó tạo nên những lịch-sử-phi-lịch-sử: mỗi một trào lưu tiền vệ là một khúc ngoặt: nó không phải là con đường mà chính là cái khúc ngoặt, ở ngay chính cái chỗ ngoặt. Nhìn về trước: không thấy gì cả. Nhìn về sau: cũng không thấy gì cả. Tiền vệ có thể phát khởi từ cảm hứng trước một hiện tượng văn học nghệ thuật nào đó trong quá khứ, nhưng tiền vệ lại không phải là một sự kế thừa. Sáng tạo theo kiểu thời trang là sáng tạo và kế thừa, trong khi sáng tạo theo kiểu tiền vệ chỉ là sáng tạo.

Tiền vệ hướng về tương lai. Có lẽ, ngoài những đặc điểm phân biệt tiền vệ và hiện đại cũng như tiền vệ và thời trang như vừa trình bày, đây là đặc điểm quan trọng nhất của tiền vệ ở mọi thời. Nói cách khác, tiền vệ, tự bản chất, là đi trước thời đại. Đi trước thời đại là đi trước cái gì? Theo Richard Kostelanetz, đó là đi trước nghệ thuật suy đồi (decadent art) và nghệ thuật hàn lâm (academic art). Cái gọi là nghệ thuật suy đồi ấy, thực chất, là thứ nghệ thuật có tính thương mại, nhắm đến thị hiếu của đám đông và dễ được đám đông chấp nhận; trong khi đó, cái gọi là "nghệ thuật hàn lâm" - một cách nói mỉa mai của Kostelanetz - chỉ thứ nghệ thuật của trường ốc và ở trường ốc, vốn lúc nào cũng lạc hậu, bởi vậy, nó được Kostelanetz mệnh danh là "nghệ thuật hậu – suy đồi".[14] "Hậu" ở đây chỉ thuần là đến sau. Tuy

[14] Richard Kostelanetz (biên tập và giới thiệu) (1982), *The Avant-Garde*

nhiên, định nghĩa khái niệm "đi trước thời đại" chỉ từ góc độ thời gian là điều tương đối khó, nhất là khó tránh được sự mơ hồ, và đôi khi, nghịch lý. Tôi muốn nhìn từ góc độ phẩm chất của sự sáng tạo: đi trước thời đại là tạo nên cái chưa có trong thời đại ấy. Từ góc nhìn như thế, cũng có thể nói, tiền vệ chính là bản chất, là tinh tuý và là mục tiêu cao nhất của sáng tạo. Hay, ngắn gọn hơn: tiền vệ là sáng tạo. Lại cũng có thể nói: tiền vệ, ở góc độ nào đó, đồng nhất với chủ nghĩa hậu hiện đại.

Phát biểu như thế, tôi biết ngay là sẽ có nhiều người phản đối. Mà thật, nhiều người đã phản đối. Peter Burger cho chính chủ trương phi tâm hoá và đa nguyên hoá, cộng với những thành công về phương diện thương mại của nhiều tác phẩm hậu hiện đại đã dẫn đến hệ quả là: những ý định phản-nghệ thuật (antiartistic) được sử dụng cho một mục đích nghệ thuật nhất định, tự chúng, đã trở thành nghệ thuật như các thủ pháp nghệ thuật khác; do đó, không có kỹ thuật hay phong cách nào có thể được xem là tiền vệ hơn các kỹ thuật và phong cách khác: khái niệm tiền vệ bị trung tính hoá (neutralization), hay nói cách khác, theo như lời của chính ông, "tân tiền vệ đã thiết chế hoá tiền vệ với tư cách là một nghệ thuật, và như vậy, đã phủ định những ý định tiền vệ đích thực."[15] Bruce Altshuler cho là chủ nghĩa tiền vệ, vốn được xem là một phần của chủ nghĩa hiện đại, đã biến mất trước những thay đổi về văn hoá, xã hội và

Tradition in Literature, Buffalo: Prometheus Books, tr. 3-4. Bài giới thiệu "Introduction: What is Avant-Garde?" này cũng được Kostelanetz in lại như lời giới thiệu của cuốn *A Dictionary of the Avant-Garde*, sđd.

[15] Peter Burger (1984), *Theory of the Avant-Garde*, Michael Shaw dịch, Manchester: Manchester University Press, tr. 58.

kinh tế trong thời hậu hiện đại.[16] Linda Hutcheon cũng tin như thế: "Hậu hiện đại không hẳn là tiền vệ."[17] Nhiều người cũng tin như thế. Lý do khá dễ hiểu. Một, nếu đặc điểm của chủ nghĩa hậu hiện đại, nói theo Jean-François Lyotard, là hoài nghi các siêu tự sự thì, theo logic, siêu tự sự về lý tính và sự tiến bộ, trong đó, bao hàm cả ý niệm tiền vệ, trở thành độc quyền của chủ nghĩa hiện đại. Hai, theo thói quen, người ta dễ nghĩ chủ nghĩa hậu hiện đại mang tính giải khu biệt hoá (de-differentiation), xoá nhoà tất cả những ranh giới giữa văn hoá cao cấp và văn hoá bình dân, giữa tính đặc tuyển và tính đại chúng, giữa hiện đại và truyền thống; xoá nhoà cả ranh giới giữa các thể loại, giữa thơ và văn, giữa tự sự và trữ tình hay nghị luận; thậm chí, còn xoá nhoà cả ranh giới giữa nghệ thuật và thương mại cũng như đời sống hằng ngày, ranh giới giữa hư cấu và phi hư cấu. Trong thế giới hậu hiện đại, cái gọi là đẳng cấp văn hoá vốn thống trị thời hiện đại dường như không còn nữa: nhiều tác phẩm vốn bị xem là bình dân, như trong phim ảnh, chẳng hạn, đều do những tài năng nghệ thuật kiệt xuất nhất thế giới đảm trách. Hầu hết các tác phẩm nghệ thuật và các sản phẩm văn hoá đều sử dụng nhiều mã khác nhau. Tất cả đều lặp đi lặp lại nhiều lần, trên những phương tiện truyền thông khác nhau, đến độ ranh giới giữa tính độc sáng và sao chép cũng bị mờ nhạt. Hình như cái gì cũng có tính chất đùa cợt, giễu nhại, châm biếm, và không có chút chiều sâu nào cả: Tất cả đều cạn cợt (depthless), thiếu phong cách (styleless), và phi lịch sử

---

[16] Xem Bruce Altshuler (1998), *The Avant-Garde in Exhibition: New Art in the 20th Century*, Berkeley: University of California Press.

[17] Linda Hutcheon (1988), *A Poetics of Postmodernism, History, Theory, Fiction*, New York: Routledge, tr. 47.

(ahistorical). Cũng không còn trung tâm và ngoại biên. Các tự sự đều ngang bằng nhau. Liệu trong một thế giới như thế, có chỗ đứng nào cho chủ nghĩa tiền vệ? Theo nguyên tắc, dựa trên những điều vừa nêu, câu trả lời dường như là không. Khi đã không có trung tâm thì cũng sẽ không có tiền vệ hay hậu vệ. Khi đã không có sự khu biệt thì cũng không có trước có sau. Khi đã không có đẳng cấp thì cũng không có cao có thấp. Tuy nhiên, vấn đề là: đó không phải là tất cả các đặc điểm của chủ nghĩa hậu hiện đại. Như Linda Hutcheon nhấn mạnh: "chủ nghĩa hậu hiện đại là một hiện tượng đầy mâu thuẫn."[18] Hans Bertens cũng ghi nhận, trong cuốn *The Idea of the Postmodernism, a History*, chủ nghĩa hậu hiện đại có nhiều ý nghĩa khác nhau, chỉ những hiện tượng khác nhau, tuỳ người và cũng tuỳ bậc khái niệm (conceptual levels).[19] Hơn nữa, nó cũng khác nhau ở những loại hình nghệ thuật khác nhau: cái gọi là hậu hiện đại trong văn học không giống cái gọi là hậu hiện đại trong kiến trúc, nhiếp ảnh hay khiêu vũ, chẳng hạn.[20] Những đặc điểm như giải khu biệt hoá hay giải phân cấp hoá (dehierarchization), nếu đúng, chỉ đúng từ góc độ xã hội học văn học hay xã hội học văn hoá. Nó sẽ không đúng nếu nhìn từ góc độ mỹ học. Nhưng sự khác nhau giữa các góc độ ấy là gì? Khác, ở điểm căn bản: trong khi xã hội học nhắm đến những đặc điểm chung của đám đông, của cả cộng đồng, tức những cái bình bình, làng nhàng, lừng chừng; mỹ học dừng lại ở những tinh hoa, tinh chất, ở những thành tựu lớn và những tài năng

---

[18] Linda Hutcheon (1988), sđd., tr. 3.

[19] Hans Bertens (1995), *The Idea of the Postmodernism, A History*, London: Routledge, tr. 10.

[20] Như trên, tr. 3-5.

cao nhất. Sự phân biệt này là điểm cần lưu ý, nhất là, khi chúng ta tiếp cận các lý thuyết về chủ nghĩa hậu hiện đại, ở đó, phần lớn các lý thuyết gia và dưới họ, các nhà nghiên cứu, đều đến từ chuyên ngành xã hội học, và sau này, văn hoá học. Trong số các lý thuyết gia của chủ nghĩa hậu hiện đại, người có góc nhìn có tính mỹ học nhất chính là Lyotard. Dù không thích thuật ngữ tiền vệ, Lyotard dường như đồng nhất hai khái niệm tiền vệ và chủ nghĩa hậu hiện đại khi ông viết: "Một tác phẩm chỉ trở thành hiện đại khi, trước tiên, nó là hậu hiện đại. Hiểu như thế, chủ nghĩa hậu hiện đại không phải là chủ nghĩa hiện đại ở kết cuộc mà trong trạng thái phôi thai, và trạng thái này tiếp diễn liên tục."[21] Ở "trạng thái phôi thai" vì, theo Lyotard, giới cầm bút và giới nghệ sĩ hậu hiện đại sáng tác "bên ngoài mọi luật lệ",[22] sáng tác để tìm kiếm các luật lệ, nghĩa là sáng tác như những người nguyên thuỷ lần đầu tiên biết hát, biết múa, biết vẽ, hay biết ngâm nga và biết kể chuyện. Cái "trạng thái phôi thai" ấy chính là trạng thái đi trước thời đại. Theo Steven Best và Douglas Kellner, trong cuốn *The Postmodern Turn*, mặc dù nghi ngờ sự hiện hữu của tính độc sáng, chủ nghĩa hậu hiện đại vẫn tiếp tục giải kiến tạo và giải hoặc ý nghĩa, tiếp tục theo đuổi những thử nghiệm mang tính hình thức, tính tự phản tỉnh, tính mơ hồ, hàm hồ, và sự phê phán kịch liệt đối với chủ nghĩa hiện thực.[23] Cũng theo chiều hướng ấy, Andreas Huyssen cho chủ nghĩa hậu hiện đại lúc nó khởi phát tại Mỹ vào thập niên 1960

---

[21] Jean-François Lyotard (1992), sđd., tr. 22.

[22] Như trên, tr. 24.

[23] Steven Best và Douglas Kellner (1997) *The Postmodern Turn* (chương 4: "Postmodernism in the Arts: Pastiche, Implosion and the Popular"), New York: The Guilford Press. Đọc trên internet: http://www.gseis.ucla.edu/faculty/kellner/essays/postmodernturnch4.pdf

là một trào lưu tiền vệ: nó chống lại cái phiên bản hiện đại chủ nghĩa thống trị cả châu Âu lẫn châu Mỹ trong suốt thập niên 1950 trước đó.[24]

Từ nhận định về việc sáng tác "bên ngoài mọi luật lệ" của Lyotard, Richard Murphy bình luận thêm: Tiền vệ/hậu hiện đại không những đi trước thời đại mà còn vừa ở trong vừa ở ngoài vương quốc nghệ thuật: nó không những tra vấn mà còn chống lại những luật lệ và những quy ước của nghệ thuật.[25] Mà không những chống, nó còn có tham vọng tái định nghĩa cũng như tái phối trí lại các luật lệ và các quy ước của nghệ thuật. Nói như Lyotard, trong đoạn văn đã được trích ở chương trước:

> Nghệ sĩ hay nhà văn hậu hiện đại đứng ở vị trí của một triết gia: cái văn bản hắn viết hay tác phẩm hắn sáng tạo trên nguyên tắc không bị khống chế bởi những quy luật tiền lập và chúng không thể được/bị đánh giá theo những phán đoán cứng nhắc bằng cách áp dụng một phạm trù [có sẵn] nào đó vào văn bản hay tác phẩm ấy. Những quy luật hay những phạm trù như thế là những gì mà tác phẩm hay văn bản đang tìm kiếm. Nghệ sĩ và nhà văn, bởi vậy, làm việc bên ngoài mọi luật lệ với mục đích thiết lập luật lệ cho *những gì sẽ được thực hiện*.[26]

Có thể xem việc đạp đổ các quy ước và các quy luật có sẵn, hơn nữa, còn được xem là khuôn vàng thước ngọc trong văn

[24] Andreas Huyssen, "Mapping the Postmodern", in trong cuốn *Feminism/Postmodernism* do Linda J.Nicholson biên tập và giới thiệu (1990), New York: Routledge, tr. 242-2.

[25] Richard Murphy (1998), sđd., tr. 283.

[26] Jean-François Lyotard (1992), sđd., tr. 4.

học nghệ thuật, chính là đặc điểm thứ hai của tiền vệ. Không thể có cái gọi là tiền vệ nếu không có sự đập phá. Có lẽ đây chính là sự khác biệt giữa khái niệm sáng tạo và khái niệm tiền vệ. Trong khi tác phẩm mang tính tiền vệ nào cũng là sự sáng tạo, không phải sự sáng tạo nào cũng có tính tiền vệ. Trong văn học của nước nào cũng có hàng trăm tác giả lớn: không phải tác giả nào cũng là những nhà tiền vệ; có hàng ngàn tác phẩm hay, từ những bài thơ hay đến những truyện ngắn hay, những cuốn tiểu thuyết hay, những bài phê bình và lý luận hay: không phải tác phẩm nào cũng có tính chất tiền vệ. Thử lấy văn học Việt Nam làm ví dụ. Trong nền văn học Việt Nam giai đoạn 1932-45, có nhiều tác giả tài hoa đến thế, nhưng tôi vẫn cứ phân vân không biết ai thực sự là nhà tiền vệ. Lý do chính là tài năng của họ có vẻ như là sản phẩm của cả một nền văn hoá gắn liền với hệ thống giáo dục chứ không phải là sản phẩm của sự trăn trở và rồi, bất mãn và phản kháng và đập phá, để trên đống gạch ngói vỡ vụn ấy, xây dựng nên một lâu đài văn học mới, hoàn toàn mới. Chính vì vậy, trong các chủ trương của mình, nhóm Tự Lực văn đoàn cũng chỉ đề cập đến cải cách mang tính xã hội chứ tuyệt đối không nhắc nhỏ gì đến những cải cách mang tính thẩm mỹ: Nói cho cùng, cải cách ấy đến một cách hoàn toàn tự phát. Khi viết và cho đăng tải bài "Tình già" vốn được xem như một dấu mốc khởi đầu của phong trào Thơ Mới, Phan Khôi cũng chỉ nhắc đến vấn đề thể thơ chứ không hề nhắc đến vấn đề mỹ học: Ông cũng không hề nghi ngờ cái gọi là thơ nói chung. Có thể nói, tất cả các tác giả thời 1932-45 đều đi trước quần chúng nhưng lại không đi trước thời đại: thời của họ, từ nhà trường đến xã hội, đã là thời của chủ nghĩa lãng mạn. Họ tiếp nhận, và bằng tài hoa thiên phú, họ thể hiện những điều ấy bằng tác phẩm. Tác phẩm họ hay, dĩ nhiên. Họ là những tài năng lớn, dĩ nhiên. Họ khác hẳn các nhà văn và nhà thơ cổ điển trước đó, dĩ nhiên. Không ai có thể phủ nhận được những đóng góp quý báu của họ. Nhưng có điều: phần lớn họ không phải là những nhà tiền vệ. Phan Khôi không phải là tiền vệ: ông chỉ là một người may mắn lọt vào trúng con đường cần đi, con đường thuộc về tương lai, nhưng ông lại không hết lòng tin tưởng vào con đường ấy nên khi con đường vừa mở, ông đã bỏ cuộc. Chính vì thế, tuy được tôn vinh là người mở đầu phong trào Thơ Mới, nhưng Phan Khôi lại không phải là một nhà thơ mới. Những nhà thơ mới lớp đầu tiên như Lưu Trọng Lư hay Thế Lữ cũng không phải là những nhà tiền vệ: họ có cái rụt rè, nhút nhát của những học sinh vừa mới tốt nghiệp trung học thời Pháp thuộc. Những người đi sau, trừ nhóm Xuân Thu Nhã Tập, cũng thế, luôn luôn có cái ngơ ngác dễ thương của những người bát phố. Phố đã được xây từ lâu. Cái họ thiếu nhất là gì? Có lẽ có hai yếu tố chính: tính tự giác và tính quyết liệt. Nhóm Xuân Thu Nhã Tập có chút tự giác nhưng lại thiếu tính quyết liệt và, tôi ngờ là họ cũng thiếu chút tài năng về lý thuyết để làm những kẻ mở đường nữa. Đó là chưa kể là họ thiếu thời gian và điều kiện: đầu thập niên 1940, ngay trong thời điểm cuộc chiến tranh thế giới thứ hai đang khốc liệt và Việt Nam đang bị đến hai tầng áp bức, từ Pháp và từ Nhật, rõ ràng không phải là môi trường thích hợp cho một cuộc cách mạng văn học và nghệ thuật. Một số người khác cũng thế: có người tài hoa nhưng lại thiếu tính tự giác và tính quyết liệt. Nhất là tính quyết liệt. Thì đó: ở Việt Nam, có ai dám, như các nhà vị lai chủ nghĩa ở Ý đầu thế kỷ 20, tuyên bố: hãy đốt hết các thư viện, bảo tàng viện và hàn lâm viện, nghĩa là, làm một cuộc phần thư như Tần Thuỷ Hoàng ngày xưa? Hay có ai dám, như nhóm vị lai ở

Nga, đòi tát vào mặt thị hiếu quần chúng[27] và đòi lôi cổ Pushkin, Dostoevsky và Tolstoy ra khỏi chiếc thuyền hiện đại và ném hết xuống biển?

Không có ai cả. *Tiền bất kiến cổ nhân / Hậu bất kiến lai giả...*

Tiếc.

Theo tôi, tính quyết liệt, hay sự cực đoan, không những chỉ là điều kiện của tiền vệ mà còn là một đức hạnh lớn trong văn học nghệ thuật cũng như văn hoá nói chung. Nếu trong lãnh vực xã hội, kinh tế và chính trị, sự cực đoan có thể có những hậu quả và ảnh hưởng tai hại, trong lãnh vực văn hoá, cực đoan lại là một trong những điều kiện đầu tiên hình thành nên cái gọi là bản sắc. Nếu Khổng Tử không cực đoan khi xây dựng hệ thống "lễ" với những chi tiết dễ bị xem là lẩm cẩm như chiếu trải không ngay ngắn thì không ngồi, thịt thái không vuông vắn thì không ăn, đến gặp vua thì phải lom khom lúm khúm, v.v... thì hẳn đã không có cái gọi là lễ giáo, hay rộng hơn, đạo đức học Nho giáo vốn góp phần định hình văn hoá Trung Hoa cả mấy ngàn năm. Nếu người Nhật không bày vẽ ra bao nhiêu nghi lễ dễ ngỡ là vô duyên và vô ích chung quanh việc uống trà thì hẳn sẽ không có trà đạo; không vứt bỏ hết cây, hoa, cỏ trong vườn, chỉ để lại cát và đá, vâng, chỉ có cát và đá, thì hẳn đã không có cái gọi là vườn đá trần trụi, khô khốc nhưng lại độc đáo nổi tiếng thế giới hiện nay.[28] Trong

---

[27] Nhóm vị lai ở Nga có bản Tuyên ngôn nhan đề *A Slap in the Face of Public Taste* (Một cái tát vào mặt thị hiếu quần chúng) do David Burliuk, Alexander Kruchenykh, Vladmir Mayakovsky, Vickor Khlebnikov ký tên. Có thể đọc bản dịch tiếng Anh trên http://www.unknown.nu/futurism/slap.html

[28] Xin xem bài "Những cực đoan đầy thi tính" của Nguyễn Hưng Quốc trên Tiền Vệ:

lãnh vực văn học nghệ thuật, yếu tố có nhiều đóng góp nhất cho sự phát triển của lịch sử là những yếu tố tiền vệ và cực đoan nhất. Đó là những yếu tố gây nhiều đổ vỡ, và do đó, mang lại nhiều thay đổi nhất. Đó cũng là những yếu tố tạo nên diện mạo của một nền văn học, nghệ thuật hay văn hoá trong cộng đồng mênh mông của thế giới, ở đó, người ta hay đề cao sự hoà đồng và tương đồng, nhưng trên thực tế, chỉ có những dị biệt và cá biệt là đáng kể. Thiếu sự cực đoan và tính quyết liệt, người ta không thể san bằng những quan điểm mỹ học và nghệ thuật cũ; không san bằng những quan điểm mỹ học và nghệ thuật cũ, người ta không thể có khoảng trống để trồng trọt bất cứ một vườn hoa gì. Ở đây, có thể nói, tầm vóc của tiền vệ sẽ tuỳ thuộc vào tầm vóc của các quy ước và quy luật mà nó đả phá. Đả phá một cái gì có tầm cỡ vừa vừa, người ta là những nhà cách tân; đả phá cả hệ thống mỹ học, hay nói như nhóm từ nhiều người thường dùng, đả phá văn học nghệ thuật như-một-thiết-chế (art-as-an-institution), người ta trở thành những nhà tiền vệ.

Đả phá không phải là phá bĩnh. Càng không phải là hư vô chủ nghĩa. Các nhân viên xã hội ngây thơ và ngây ngô trong lãnh vực văn học nghệ thuật thường lẫn lộn những phạm trù rất khác nhau ấy. Thật ra, đả phá bao giờ cũng đi liền với xây dựng. Mà không, cách diễn đạt như vậy rất dễ gây hiểu lầm. Phải nói như thế này mới đúng: đả phá là xây dựng. Khi người ta đạp đổ các bức tường bít bùng của một nhà tù, người ta đang mở ra một không gian tự do. Khi người ta đạp đổ các thần

---

http://www.tienve.org/home/literature/viewLiterature.do?action=viewArtwork&artworkId=5967

tượng giả, người ta đang tự giải phóng. Đó chính là ý tưởng của Lyotard: vừa viết vừa xây dựng hệ thống luật lệ cho những gì mình vừa mới viết. Trong động thái gọi là tiền vệ, hai việc công kích và sáng tạo, do đó, là một. Chính vì muốn chống và muốn tái định nghĩa lại nghệ thuật nên trong những thời cao trào của chủ nghĩa tiền vệ, chúng ta hay gặp những chữ như "phản" cái này, "phản" cái nọ. Xin lưu ý: Tiền tố "phản" (anti-) có ít nhất là hai nghĩa: một, chống lại (opposite, against, như trong trường hợp của anti-colonialism, chống thực dân, anti-intellectualism, chủ nghĩa phản trí thức, anti-virus, chống lại việc phát tán virus trên máy vi tính); và hai, trao đổi (in exchange) hoặc thay vì (instead), như trường hợp của chữ phản-triết học (anti-philosophy) do Samuel Taylor Coleridge dùng năm 1818, hay chữ phản-hoạ sĩ (anti-painter) do Tristan Tzara dùng để chỉ Picabia năm 1918, chữ phản-nghệ thuật (anti-art) do André Breton dùng trong *Bản tuyên ngôn Siêu thực* thứ hai của ông năm 1930, chữ phản-văn chương (anti-literature) do nhóm đa đa dùng năm 1935, chữ phản-siêu hình học (anti-metaphysics) do R.G. Collingwood dùng trong thời gian đệ nhị thế chiến, chữ phản thơ (antipoema) được Vicente Huidobro đưa ra từ đầu thập niên 1940 và được Nicanor Parra dùng làm nhan đề cho một tập thơ của ông, tập *Những bài thơ và phản thơ*, xuất bản bằng tiếng Tây Ban Nha năm 1954,[29] chữ phản-tiểu thuyết (anti-novel) do Jean-Paul Sartre dùng năm 1959, v.v... Tất cả đều không có nghĩa là phủ nhận, hoặc nếu

---

[29] Xem bài "Nicanor Parra: Phản thơ để cứu thơ" của Hoàng Ngọc-Tuấn trên Tiền Vệ:
http://www.tienve.org/home/literature/viewLiterature.do?action=viewArtwork&artworkId=2553

có, chỉ phủ nhận một cách hiểu cũ; tác giả của các chữ ấy đều đề nghị một cách hiểu khác, mới hơn, và theo niềm tin của họ, đúng hoặc hay hơn. Trong ý nghĩa đó, phản-văn chương, chẳng hạn, không phải là phủ nhận sự tồn tại của văn chương mà chỉ phủ nhận một truyền thống văn chương đã trở thành sáo mòn và thế vào đó là loại văn chương mới, với những quy ước nghệ thuật và nguyên tắc thẩm mỹ mới. Phản-nghệ thuật cũng vậy. Không phải là xoá bỏ nghệ thuật. Mà là lật ngược khái niệm nghệ thuật lại: những yếu tố trên đỉnh cao, từng thống trị cả một hay nhiều thời đại trở thành cái đáy – cái đáy lịch sử; ngược lại, những yếu tố hoặc ngoại biên, ở bên ngoài, hoặc bị khinh rẻ, ở dưới đáy, lại được tôn vinh là những phát hiện độc đáo và có giá trị khai phá, có thể mở đầu cho một thời đại mới. Chính vì thế, những thái độ gọi là "phản-", thật ra, là những chọn lựa đầy đắn đo của những người muốn thay thế những cái cũ bằng một cái gì mới và hay hơn, hay nói như Hoàng Ngọc-Tuấn khi bàn về thơ Nicanor Parra, là "phản thơ để cứu thơ".[30] Chúng ta hiểu vì sao Marcel Duchamp lại dằn vặt: "Nghệ thuật hay phản-nghệ thuật? Đó là câu hỏi từng ám ảnh tôi khi tôi quay về Munich vào năm 1912 và đi đến quyết định: hoặc là bỏ vẽ hẳn các loại tranh mà người ta từng gọi là tranh thuần tuý hay hội hoạ vị hội hoạ, hoặc mang đến cho hội hoạ những yếu tố hoàn toàn khác biệt và xa lạ với với (cái gọi là) tranh."[31] Lịch sử chứng minh: Duchamp đã lựa chọn đúng. Nhờ đó, tuy vẽ ít, rất ít, ông được xem là một trong vài nghệ sĩ có ảnh hưởng nhất trong thế kỷ 20 vừa qua, hơn nữa,

---

[30] Xem bài của Hoàng Ngọc-Tuấn, dẫn trên.

[31] Thomas McEvilley (2005), *The Triump of Anti-Art*, New York: McPherson & Company, tr. 17.

ông còn biến cuộc đời ông thành – không phải thành một tác phẩm nghệ thuật như cái điều người ta thường nói, một cách gần như sáo ngữ, về vô số các nghệ sĩ tài hoa khác – mà là thành lịch sử nghệ thuật hiện đại và hậu hiện đại: ông mở ra một đại lộ mênh mông trong thế giới nghệ thuật; ông vẽ lại tấm bản đồ mỹ học của thế giới.

Cùng chống lại cái cũ, nhưng giữa tiền vệ hiện đại và tiền vệ hậu hiện đại có một số điểm khác nhau căn bản: Thứ nhất, trong khi tiền vệ hiện đại đòi thay đổi cả cơ chế xã hội, phần lớn các nhà tiền vệ hậu hiện đại lại chỉ giới hạn trong phạm vi văn học nghệ thuật hay rộng hơn một tí, phê phán văn hoá hay những cái mã ý thức hệ của diễn ngôn tập thể (ideological codes of collective discourse) hay cũng có thể gọi là văn bản xã hội của ý thức hệ (social text of ideology). Thứ hai, trong khi tiền vệ hiện đại quyết tâm loại trừ hẳn những cái cũ để đạt đến những sự độc sáng, tiền vệ hậu hiện đại, với nhận thức về tính liên văn bản (intertextuality), biết những sự độc sáng ấy chỉ là một ảo tưởng, sẵn sàng dung hợp và tái chế những cái cũ theo một công thức mới để tạo thành một cái gì khác. Có thể xem chủ nghĩa tiền vệ hậu hiện đại, ở một khía cạnh nào đó, ít nhiều có tính chất chiết trung. Có lẽ đây là ý nghĩa sâu xa nhất của cái gọi là giải khu biệt hoá giữa cái cũ và cái mới trong chủ nghĩa hậu hiện đại. Có hai phương thức phổ biến nhất để khác-hoá (otherization) cái cũ: một là công khai thừa nhận cái cũ ấy, và hai, pha thêm chút giọng châm biếm. Ví dụ do Umberto Eco đưa ra khá tiêu biểu cho sự kết hợp giữa hai phương thức này:

> Tôi nghĩ thái độ hậu hiện đại cũng tương tự như thái độ của một người đàn ông yêu một phụ nữ học thức cao; anh ta biết

rằng anh không thể nói với cô kiểu "anh yêu em mê mệt", bởi vì anh thừa hiểu là cô ta biết (và cô ấy cũng biết là anh biết) những chữ ấy đã được Barbara Cartland viết ra rồi. Tuy nhiên, vẫn còn có cách khác. Anh có thể nói thế này: "Như Barbara Cartland đã từng nói, anh yêu em mê mệt." Như thế, vừa tránh được sự ngây thơ vờ vĩnh vừa có thể nói được rõ ràng những gì vốn không còn có thể được nói một cách ngây thơ, đồng thời, anh lại vừa nói lên được những gì anh muốn nói với người phụ nữ: anh yêu cô, nhưng anh yêu cô trong một thời đại đã mất sự ngây thơ.[32]

Cả việc công khai thừa nhận cái cũ và diễn tả cái cũ ấy với giọng châm biếm có thể được nhìn thấy qua thủ pháp siêu hư cấu (metafiction) và giễu nhại (parody). Siêu hư cấu là hình thức truyện về truyện, truyện kèm theo những lời bình luận về chính nó, một động thái tự phản tỉnh và, hơn nữa, tự thú nhận về tính chất hư cấu và tính chất tự quy chiếu (self-referentiality) của chính cái tác phẩm mình đang viết. Riêng giễu nhại thì đã được khá nhiều văn nghệ sĩ hiện đại, từ T.S. Eliot đến Thomas Mann và James Joyce trong văn học và Picasso, Manet và Magritte trong hội hoạ, sử dụng. Một số người cho sự khác nhau trong biện pháp giễu nhại của chủ nghĩa hiện đại và chủ nghĩa hậu hiện đại là một bên nghiêm túc và một bên châm biếm. Theo Linda Hutcheon, giễu nhại trong phương pháp sáng tác hậu hiện đại chủ nghĩa đi xa hơn: Nó "... là một hình thức đặt vấn đề về giá trị và giải tự nhiên hoá trong việc ghi nhận lịch sử (và xuyên qua sự châm biếm,

---

[32] Dẫn lại từ cuốn *The Icon Critical Dictionary of Postmodern Thought* do Stuart Sim biên tập (1998), Icon Books xuất bản tại Cambridge, tr. 236-7

ghi nhận tính chính trị) của sự biểu hiện."[33] Cũng theo Hutcheon, qua sự tóm tắt của Dino Felluga, dưới hình thức có vẻ như đùa cợt, giễu nhại buộc người đọc phải đặt nghi vấn về những tiền đề vốn là cơ sở trên đó hình thành cả một truyền thống văn học nghệ thuật lâu dài của nhân loại: một, quan niệm về tính độc sáng và sự sùng bái đối với giới văn nghệ sĩ, những người có thời tự nhận và được nhìn nhận như những đấng tạo hoá con con, bằng quyền năng của tưởng tượng, sáng tạo ra hẳn một thế giới mới mẻ và sống động; hai, quan niệm cho chủ thể tính là một cái gì ổn định, thống nhất và tự quyết; ba, nguyên tắc tư bản về quyền sở hữu; bốn, niềm tin cho ý nghĩa và/hoặc bản sắc có tính tự nhiên hơn là giả tạo; năm, niềm tin là người ta có thể nhận thức lịch sử đúng như những gì đã thực sự diễn ra trong thực tế; sáu, niềm tin vào sự hiện hữu của những quan điểm hoàn toàn trung lập và phi ý thức hệ; và bảy, niềm tin là người ta có thể bảo đảm được một vương quốc vừa tự trị vừa hiệu quả cho các sản phẩm mang tính mỹ học, độc lập với cả quần chúng lẫn thị trường.[34]

Nhắm đến việc tra vấn những tiền đề căn bản như thế, dù mang giọng giễu cợt và tự nhận là nông cạn, không có chiều sâu, không có tính lịch sử, không nghiêm túc, đầy tính hình thức chủ nghĩa, tác phẩm được sáng tác trong cảm hứng hậu

---

[33] Linda Hutcheon (1989), *The Politics of Postmodernism*, London: Routledge, tr. 94. Nguyên văn: "I would want to argue that postmodernist parody is a value-problematizing, de-naturalizing form of acknowledging the history (and through irony, the politics) of representattion."

[34] Dẫn theo Dino Felluga, "Modules on Hutcheon: On Parody", *Introductionary Guide to Critical Theory*, trên http://www.cla.purdue.edu/academic/engl/theory/postmodernism/modules/hutcheonparody.html

hiện đại, thật ra, lại mang tính triết lý rất sâu sắc. Chính vì vậy, Lyotard mới ví vị thế của văn nghệ sĩ hậu hiện đại với vị thế của triết gia. Gerhard Hoffmann khẳng định: "Tự sự hậu hiện đại, thật ra, là thứ tự sự giàu chất triết lý nhất trong lịch sử của thể loại".[35] Graham Roberts cho nhiều truyện ngắn, có khi là cực ngắn, của Daniil Kharms,[36] một trong những nhà tiền phong của chủ nghĩa hậu hiện đại ở Nga, có những điểm song hành hết sức thú vị với nhiều tác phẩm triết học phức tạp của Wittgenstein và Foucault[37]. Brian McHale cho là, khác với giới cầm bút hiện đại thường bị ám ảnh bởi những vấn đề có tính nhận thức luận (epistemology), giới cầm bút hậu hiện đại lại bị ám ảnh bởi những vấn đề có tính bản thể luận (ontology).[38] Edit DeAk cho "nghệ thuật hậu hiện đại tạo ra những cú sốc của nhận thức hơn là những cú sốc của cái mới."[39] Theo tôi, nói cho đúng hơn: những cái mới của nhận thức. Hầu hết các tác giả khác đều nhấn mạnh đến thái độ tự phản tỉnh về tính phản-biểu hiện (anti-representation) của văn học nghệ thuật. Tính chất triết lý này giải thích một nghịch lý: một mặt, chủ nghĩa hậu hiện đại hô hào xoá bỏ ranh giới giữa văn hoá cao

---

[35] Gerhard Hoffmann (2005), *From Modernism to Postmodernism: Concepts and Strategies of Postmodern American Fiction*, Amsterdam: Rodopi, tr. 163.

[36] Có thể xem tiểu sử và nhiều truyện ngắn của Daniil Kharms trên Tiền Vệ:
http://tienve.org/home/authors/viewAuthors.do?action=show&authorId=1130

[37] Graham Roberts, "A Matter of(Dis)course: Metafiction in the Works of Daniil Kharms", in trong cuốn *New Directions in Soviet Literature* do Sheelagh D. Grahams biên tập, New York: St. Martin's Press, tr. 145-6.

[38] Brian McHale (1987), *Postmodernist Fiction*, New York: Muthuen, tr. 6-11.

[39] Dẫn theo Irving Sandler (1996), *Art of the Postmodern Era: from the Late 1960s to the Early 1990s*, New York: Icon Editions, tr. 4.

cấp và văn hoá bình dân, giữa nghệ thuật và thương mại, nhưng mặt khác, trên thực tế, môi trường thuận lợi nhất để chủ nghĩa hậu hiện đại nảy nở lại chủ yếu là môi trường đại học chứ không phải trên thị trường. Hình như chưa bao giờ các đại học lại đóng vai trò quan trọng trong sinh hoạt văn học nghệ thuật như từ giữa thế kỷ 20 đến nay. Quan trọng đến độ nhiều người xem đó là một xu hướng phát triển chính của văn học nghệ thuật trong nửa sau của thế kỷ 20: xu hướng hàn lâm hoá (academization). Mang tính hàn lâm, văn học nghệ thuật, nhất là văn học, từ sáng tác đến phê bình, càng ngày càng có vẻ "khó".

Tính chất giễu cợt của các tác phẩm theo xu hướng tiền vệ hậu hiện đại, do đó, là tiếng cười lúc "buồn tanh" của Nguyễn Công Trứ ngày nào, cái cười buồn của sự từng trải, là cách thức duy nhất bộc lộ sự nghiêm túc ở thời đại của chúng ta. Tính chất hình thức của nó lại là thứ hình thức mang tính tư tưởng: mỗi trò chơi ngôn ngữ là một chọn lựa và là một thái độ về khả năng biểu hiện hay bất khả biểu hiện của ngôn ngữ và nghệ thuật. Hoài nghi khả năng biểu hiện là hoài nghi tất cả: thế giới của con người được dựng lên từ sự biểu hiện, đều là một thứ văn bản; ngay cả quá khứ cũng là văn bản: chúng ta không thể biết được quá khứ nếu không nhìn qua các văn bản: tài liệu, bằng chứng, nhân chứng, v.v... Nói đến văn bản là nói đến biểu hiện.

Đừng tin các cây bút hậu hiện đại chủ nghĩa khi họ nói tác phẩm của họ chỉ phơn phớt ở bề mặt, giống như các cuốn phim tập chiếu hằng ngày, ròng rã từ năm này qua năm khác, trên ti vi. Những cuốn phim xem để cười hay để hồi hộp và để... quên. Không đâu. Tác phẩm văn học nghệ thuật không giống với phim ảnh hay các loại hình nghệ thuật thiên về giải trí, thuộc về văn hoá đại chúng. Nói như Jean-Paul Sartre, trong một nhận định thường được các nhà văn Việt Nam trích dẫn: "đằng sau mỗi kỹ thuật tiểu thuyết là một siêu hình học của tác giả." Kỹ thuật hậu hiện đại lại càng gắn liền với siêu hình học. Theo nhiều nhà nghiên cứu, "tự sự hậu hiện đại là một thứ tự sự mang nhiều tính triết lý nhất trong lịch sử thể loại này."[40] Thơ, thật ra, cũng thế. Thơ-phản thơ cũng thế. Từ kinh nghiệm đọc và phê bình của tôi, tôi thấy rõ một điều: các tác phẩm hậu hiện đại thường có nhiều vấn đề để phân tích hơn hẳn các tác phẩm hiện đại hay cổ điển: về phương diện nghệ thuật, nói chung, chúng thường đa tầng và đa giác hơn. Và về phương diện tư tưởng, chúng cũng hàm chứa nhiều yếu tố bất ngờ hơn.[41] Đàng sau các tác phẩm tiền vệ mang tính hiện đại chủ nghĩa, thường có một hệ thống siêu tự sự làm nền tảng để diễn dịch: sau trường phái lập thể là quan niệm về thời gian của Albert Einstein; sau chủ nghĩa vị lai là chủ nghĩa duy khoa học (scienticism), một tham vọng đi tìm linh hồn của máy móc và một tham vọng xây dựng một thứ mỹ học của tốc độ; sau chủ

---

[40] Cả hai trích dẫn này đều lấy từ cuốn *From Modernism to Postmodernism: Concepts and Strategies of Postmodern American Fiction* của Gerhard Hoffman, Rodopi xuất bản tại Amsterdam và New York, 2005, tr. 163.

[41] Có thể xem hai ví dụ: thứ nhất bài "Thử thưởng thức một tác phẩm văn chương hậu hiện đại", trong đó, Hoàng Ngọc-Tuấn phân tích truyện "Binh nhì cơ giới Paul Klee" của Donald Barthelme trên Tiền Vệ: http://www.tienve.org/home/activities/viewTopics.do?action=viewArtwork&artworkId=328; thứ hai là bài "Mỗi kỳ một bài thơ: Nắng chia nửa bãi chiều rồi" trong đó tôi phân tích một bài thơ ngắn của Nguyễn Hoàng Nam. Có thể đọc trên Tiền Vệ: http://www.tienve.org/home/literature/viewLiterature.do?action=viewArtwork&artworkId=164

nghĩa siêu thực, biểu hiện trừu tượng (abstract expressionism) và thủ pháp dòng ý thức là phân tâm học của Sigmund Freud; sau những thử nghiệm mang tính hiện thực chủ nghĩa là chủ nghĩa Marx; sau chủ nghĩa hiện thực xã hội chủ nghĩa là chủ nghĩa Stalin. Còn sau các cuộc phiêu lưu của chủ nghĩa tiền vệ hậu hiện đại, hầu như chẳng có gì chung nhất cả: ở đó chỉ có kinh nghiệm cá nhân là đáng kể. Bởi vậy, các nhà tiền vệ hậu hiện đại đối diện với nhiều thử thách hơn các bậc tiền bối của họ: với họ, tính chất tiền vệ là một yêu cầu căn bản cho từng tác phẩm chứ không phải cho toàn bộ sự nghiệp: mỗi tác phẩm phải là một cái gì khác về cả phương diện kỹ thuật lẫn phương diện mỹ học chứ không phải chỉ cần thay đổi đề tài là đủ: cuộc đời nghệ thuật, do đó, là một chuỗi thí nghiệm và thử nghiệm liên tục: mỗi thí nghiệm và thử nghiệm, do đó, theo cách ví von quen thuộc, giống như màn trinh, chỉ có một lần. Độc giả của các tác phẩm tiền vệ hậu hiện đại cũng gặp nhiều khó khăn hơn: ở mỗi tác phẩm, họ gặp một mã văn học và văn hoá khác nhau. Họ không còn nữa những chiếc chìa khoá vạn năng cho mọi tác phẩm như ngày trước.

Gắn liền với sự đập phá và tìm tòi, thử nghiệm các quy ước và quy luật mới, tiền vệ có thêm đặc điểm thứ ba này nữa: gây sốc. Nguyên nhân của việc gây sốc, một phần, do tính chất mới lạ, phần khác, do tính chất khiêu khích của những cái mới lạ ấy. Châm ngôn của Apollinaire là làm cho mọi người sửng sốt (I astonish!). Breton chủ trương: "chỉ có những điều tuyệt diệu một cách đáng ngạc nhiên (the marvellous) mới đẹp".[42] Các

---

[42] Dẫn theo Patrick Waldberg (1997), *Surrealism*, London: Thames & Hudson, tr. 21.

phong trào tiền vệ sau siêu thực và vị lai cũng đều chọn con đường gây sốc như thế. Có thể nói mọi phong trào tiền vệ đều gây sốc. Chỉ khác nhau ở mức độ. Họ gây sốc ở thái độ sùng bái cái mới và sùng bái tính hình thức. Họ gây sốc ở chủ nghĩa phản truyền thống (anti-traditionalism), phản-biểu hiện (anti-representationism) và phản-thẩm quyền (anti-authoritarianism), ít nhiều mang màu sắc vô chính phủ và hư vô chủ nghĩa. Gây sốc, tự nó, theo tôi, đã là một hiệu ứng nghệ thuật của chủ nghĩa tiền vệ: nghệ thuật vị lai chủ nghĩa ở Ý ở đầu thế kỷ 20 chủ yếu là nghệ-thuật-gây-sốc: các bản tuyên ngôn do nó tung ra được xem như những tác phẩm văn học, thứ văn-học-gây-sốc. Các bản tuyên ngôn của chủ nghĩa siêu thực và các lời phát ngôn của một số thành viên trong nhóm cũng gây sốc không kém. Nói chung, tiền vệ, trước khi được quần chúng chấp nhận, bao giờ cũng gợi cảm giác là phản nghệ thuật và phản-thẩm mỹ (anti-aesthetics). Một trong những cuốn sách viết về văn hoá hậu hiện đại xuất hiện rất sớm, vào đầu thập niên 1980, khi chủ nghĩa hậu hiện đại vừa mới khai sinh trong thế giới học thuật, mang nhan đề là: "Phản-mỹ học".[43] Ở Tây phương còn thế, huống gì là Việt Nam. Ở xã hội càng chật chội, càng bảo thủ, cái ấn tượng về tính chất phản-mỹ học ấy càng mạnh và càng kéo dài. Ở một xã hội lầy lội như xã hội Việt Nam, tính chất phản-thẩm mỹ và phản-nghệ thuật ấy nhiều khi bị xem là đốt đền phá tượng, là phản-đạo đức hay là phản động về chính trị, từ đó, bị xem là một cái tội. Ở Việt Nam, trong một thời gian dài, tập sách *Xuân Thu Nhã Tập* và bản Tuyên ngôn của nhóm Dạ Đài hơi hơi mang hơi hướm tiền vệ chủ nghĩa bị ghét bỏ

---

[43] *The Anti-Aesthetic, Essays on Postmodern Culture*, Hal Foster biên tập (1983), Seattle: Bay Press.

không kém gì các tổ chức chống cộng trước năm 1945. Nhận xét về nghệ thuật tiền vệ/hậu hiện đại, Lyotard viết: Các nghệ sĩ bước vào "một lãnh giới mở ra bằng mỹ học của cái cao cả - vốn không bị khống chế bởi sự đồng thuận về thị hiếu. Hội hoạ tiền vệ tránh né mỹ học của cái đẹp dựa trên cảm giác lạc thú chung mang tính cộng đồng. Đối với thị hiếu của quần chúng, các sản phẩm của nó có vẻ 'kỳ quái', 'dị dạng', thuần là những huyễn tưởng đầy 'tiêu cực' (Tôi dùng lại những thuật ngữ mà Kant đã dùng để chỉ những vật thể gợi lên cảm giác về cái cao cả). Khi ai đó biểu hiện những điều không thể diễn tả được, sự biểu hiện tự nó bị hành hình."[44] Richard Murphy giải thích: "Tiền vệ và hậu hiện đại cần phải dựa trên mỹ học của cái cao cả đơn giản chỉ vì trong mức độ nào đó nó bắt buộc phải bác bỏ mỹ học của cái đẹp vốn được chuẩn y bởi (và đồng thời cũng đang chuẩn y) một sự đồng thuận, một cộng đồng của thị hiếu."[45]

Xin lưu ý là cả khái niệm cái cao cả lẫn khái niệm cái đẹp đều là những khái niệm phổ biến trong triết học và mỹ học Tây phương từ trước đến nay. Từ thời cổ đại, các triết gia Hy Lạp đã quan tâm đến khái niệm cái đẹp: chịu ảnh hưởng của nhà toán học Pythagore, hầu hết đều cho cái đẹp là sự hài hoà và trật tự. Plato, trong cuốn *Philebus*, cho chính sự cân xứng tạo ra cái đẹp; Aristotle, trong cuốn *Thi học*, giải thích cái đẹp bằng trật tự và kích thước; Plotinus, trong cuốn *Enneads*, cho bản chất của cái đẹp nằm ở sự thống nhất; thánh Augustine cho cái đẹp là nguyên nhân của lạc thú (pleasure); thánh Thomas

---

[44] Dẫn theo Richard Murphy (1998), sđd., tr. 283.

[45] Như trên.

Aquinas, ngược lại, đồng nhất cái đẹp và lạc thú; René Descartes cho cái đẹp hoàn toàn có tính chất chủ quan; Voltaire, trong cuốn *Từ điển triết học*, cho cái đẹp có tính tương đối: con cóc đực sẽ thấy đôi mắt tròn và lộ của con cóc cái là đẹp. Có thể nói, hầu hết các triết gia đều cho cái đẹp có tính chủ quan, tương đối (relative) và liên hệ (relational). Cái cao cả cũng được các triết gia quan tâm từ rất sớm. Ngay từ đầu công nguyên, Longinus đã có tập chuyên khảo về cái cao cả (*On the Sublime*); giới cầm bút thuộc trào lưu tân cổ điển vào thế kỷ 17 rất quan tâm đến khái niệm cái cao cả; các triết gia thuộc phong trào Khai sáng ở thế kỷ 18 lại càng tập trung vào khái niệm cái cao cả như một phạm trù mỹ học. Nhưng người tạo được nhiều ảnh hưởng sâu xa nhất trong nỗ lực lý thuyết hoá cái đẹp và cái cao cả chắc chắn là Immanuel Kant. Theo Kant, cả cái cao cả lẫn cái đẹp đều có tính chất chủ quan và đều gắn liền với khả năng phán đoán luân lý vốn có tính phổ quát, tuy nhiên, trong khi cái đẹp thuộc phạm trù hiểu biết, cái cao cả lại thuộc phạm trù lý trí; trong khi cái đẹp dựa trên sự đồng thuận về thị hiếu, một cảm quan chung về giá trị thẩm mỹ của xã hội, cái cao cả, ngược lại, dựa trên những chấn động, tự bản chất là một cái vĩ đại tuyệt đối; trong khi cái đẹp gắn liền với hình thức của đối tượng, cái cao cả lại gắn liền với những đối tượng phi hình dạng (formless object); cái đẹp có biên giới, cái cao cả không có giới hạn: cảm giác về cái cao cả nổi lên khi trí tưởng tượng của con người bị bất lực trước sự vô tận và chính lúc ấy, chúng ta ý thức được quyền năng của lý trí và sự biểu hiện của nó về tính tổng quát vô giới hạn (boundless totality) của vũ trụ; cái đẹp làm chúng ta hướng ngoại, cái cao cả làm chúng ta hướng nội; cái đẹp có tính mục đích phi mục đích (purposiveness without purpose) - cái mục đích mang lại niềm hân thưởng qua hình thức của nó - trong khi cái cao cả lại hoàn toàn có tính vô mục đích (purposivelessness): nó vượt quá sức tưởng tượng, nó khiến chúng ta bị choáng ngợp.[46] Nói chủ nghĩa tiền vệ gắn liền với cái cao cả, do đó, cũng có nghĩa là tiền vệ có tính lý tưởng, thậm chí, không tưởng: tiền vệ là đuổi theo một cái gì vô giới hạn, một cái gì mình có thể không bao giờ nắm bắt hay sử dụng được. Theo đuổi mỹ học của cái cao cả thay vì mỹ học của cái đẹp, do đó, cũng có nghĩa là một cách từ khước tính quần chúng, từ khước sự thoả hiệp, từ khước các quy ước đã thành truyền thống trong thế giới văn học nghệ thuật. Là từ khước những cái hữu ích nhãn tiền. Là gây hấn với thị hiếu của xã hội. Là từ chối các thước đo của xã hội. Là muốn khởi sự lại từ đầu.

Bởi vậy, khi một số nhà-sưu-tập-rác lên án chủ nghĩa tiền vệ và chủ nghĩa hậu hiện đại bằng luận điểm là tác phẩm tiền vệ/hậu hiện đại khó hiểu, khó cảm, khó nhớ, khó đi vào và ở lại với quần chúng, họ đưa ra một phát biểu hoàn toàn thừa thãi.

Thừa thãi như chính cuộc đời cầm bút của họ.

---

[46] Immanuel Kant (2000), *Critique of the Power of Judgment*, Paul Guyer và Eric Matthews dịch, Paul Guyer biên tập, Cambridge: Cambridge University Press, tr. 89-159.

Chủ nghĩa hậu hiện đại – Những mảnh nghĩ vụn

Chủ nghĩa hiện đại (modernism) không phải là sản phẩm hay hệ quả của tính hiện đại (modernity): Chủ nghĩa hiện đại là sự hoài nghi, hơn nữa, sự phản đối, thậm chí, phản kháng lại tính hiện đại: Đó là cuộc khởi nghĩa của mấy thế hệ tài hoa, từ Baudelaire đến Apollinaire, Tristan Tzara, André Breton, James Joyce, v.v... nhằm chống lại các bậc tiền bối vĩ đại của họ, từ René Descartes cho đến Francis Bacon, những người xây dựng nền móng tư tưởng cho cả nền văn minh hiện đại ở châu Âu, và sau đó, hầu như ở khắp nơi trên thế giới. Chủ nghĩa hậu hiện đại, ngược lại, là sự đầu hàng đối với tính hậu hiện đại (postmodernity), một sự đầu hàng dễ dàng và nhẹ nhàng, tuy thấp thoáng có chút gì như chua chát, nhưng nhờ thế, cái điều đáng lẽ là một bi kịch lại biến thành một trò đùa. Là trò đùa, lại là trò đùa pha lẫn châm biếm, chủ nghĩa hậu hiện đại tự dưng có ý nghĩa phê phán. Và, vì tính chất phê phán ấy, cộng với tính chất giải thiêng của tiếng cười vốn gắn liền với mọi trò đùa, chủ nghĩa hậu hiện đại bỗng dưng có ý nghĩa chính trị. Ý nghĩa chính trị ấy dẫn đến một nghịch lý khá oái oăm: mặc dù đề cao chủ nghĩa đa nguyên, chủ trương dung hợp mọi giá trị vốn bị gạt ra bên lề có khi cả hàng ngàn năm, chủ nghĩa hậu hiện đại lại bị khá nhiều nền văn hoá ngoại biên, đặc biệt những nền văn hoá hậu thuộc địa, nghi kỵ, và có khi, chống đối kịch liệt.

Cho chủ nghĩa hậu hiện đại là sự đánh mất niềm tin đối với các siêu tự sự, Jean-François Lyotard đã lấy niềm tin làm cơ sở để định nghĩa chủ nghĩa hậu hiện đại. Không phải một mà có tới hai niềm tin: niềm tin vào các siêu tự sự và niềm tin vào tính bất khả của các siêu tự sự ấy. Dựa trên niềm tin, chủ nghĩa hậu hiện đại, ngay từ đầu đã gặp khó khăn trong nỗ lực lý thuyết hoá, một khó khăn mà cho đến bây giờ, hơn nửa thế kỷ sau ngày manh nha như một trào lưu, nó vẫn chưa vượt qua được. Được xây dựng trên nền tảng của một niềm tin bị đánh mất, tự bản chất, chủ nghĩa hậu hiện đại là một thứ văn hoá của sự phủ định, nghĩa là, nói cách khác, nó được định nghĩa không-phải-là-một-cái-gì-đó thay vì là-một-cái-gì-đó. Chủ nghĩa hậu hiện đại, như thế, là sản phẩm và là biểu hiện của sự khủng hoảng, trước hết, là sự khủng hoảng của giới trí thức, đặc biệt trước khả năng tái hiện (representation) của ngôn ngữ, và cùng với ngôn ngữ, mọi diễn ngôn trí thức và nghệ thuật mà cho đến gần đây, nhân loại vẫn thường tin tưởng và tự hào. Mất niềm tin vào khả năng tái hiện, ranh giới giữa diễn ngôn trí thức và diễn ngôn nghệ thuật bị xoá nhoà: khoa học (science) được xem như một thứ thi học (poetics); và lý thuyết về văn học trở thành lý thuyết-như-là-văn-học. Trong lãnh vực văn học, những sự xoá nhoà ấy thực chất là một sự giải phóng: Chúng làm rộ nở cả diễn ngôn lý thuyết lẫn diễn ngôn sáng tạo.

Người/dân tộc nào không biết tin tưởng một cách nồng nhiệt sẽ không bao giờ biết hoài nghi một cách quyết liệt: chủ nghĩa hậu hiện đại ở đó, nếu có, sẽ không tránh được sự què quặt. Đó là số phận của Việt Nam chăng?

Nghệ thuật nào, tự bản chất, ít nhất ở khởi thuỷ của nó, cũng đều là nghệ thuật ý niệm. Cái gọi là nghệ thuật ý niệm (conceptual art) manh nha từ đầu thế kỷ 20 và thành phong trào từ thập niên 1960, thật ra, đã có từ lâu. Theo tôi, nó cũng xưa cũ như chính lịch sử của nghệ thuật. "Khởi thuỷ là ý niệm..."

Lịch sử văn học, ở một khía cạnh nào đó, có thể nói là lịch sử các định nghĩa về văn học. Tổng số các định nghĩa ấy càng nhiều và càng đa dạng, diện tích của văn học càng rộng. Diện tích văn học càng rộng, sự phủ định nó càng gặp nhiều thử thách: Đó là những thử thách đáng mơ ước của chủ nghĩa hậu hiện đại.

Nhân loại bỏ ra hàng ngàn năm để chuyên nghiệp hoá sinh hoạt văn học nghệ thuật. Kết quả cuối cùng của chuyên nghiệp hoá là thiết chế hoá (institutionalization). Chủ nghĩa tiền vệ là nỗ lực đánh sập cái tính thiết chế ấy. Chủ nghĩa hậu hiện đại được xây dựng trên sự đổ vỡ của các thiết chế: tự bản chất, chủ nghĩa hậu hiện đại, do đó, gần với chủ nghĩa tiền vệ hơn là với chủ nghĩa hiện đại, dù trong chủ nghĩa hậu hiện đại, chủ nghĩa tiền vệ chỉ còn là một giấc mơ: Chủ-nghĩa-tiền-vệ-hậu-hiện-đại là một giấc mơ của một giấc mơ.

Nhà cầm quyền phi dân chủ nào cũng muốn độc quyền viết lại lịch sử để, thứ nhất, tạo nên một thứ đại tự sự hầu hợp thức hoá quyền lực và cách hành xử quyền lực bất chính của họ; và thứ hai, để thực dân hoá trí tưởng tượng của các thế hệ mai sau. Chủ nghĩa hậu hiện đại với chủ trương tương đối hoá lịch sử, truất bỏ chức năng đại tự sự của lịch sử, xem lịch sử như một loại hình tự sự, một câu chuyện của hắn (his-story) hay của ả (her-story), lúc nào cũng bị điều kiện hoá bởi tính văn bản, tự nhiên trở thành một thứ đối-tự sự (counter-narrative) và đối-văn hoá (counter-culture) của các loại chủ nghĩa toàn trị.

Trong lịch sử nhân loại từ xưa đến nay, chủ nghĩa hiện đại là giấc mơ lớn nhất về việc nắm bắt hiện thực và tạo nên sự hoà điệu trong hiện thực, ngay cả hiện thực từ trong vô thức hay trong sự ngẫu nhiên, trong khi đó chủ nghĩa hậu hiện đại là cú giật mình thức tỉnh lớn nhất và đầy hoang mang của nhân loại. Hoang mang đến độ mất cả niềm tự tin sau khi đã tỉnh thức.

Tôi rất thích câu chuyện "thác đao điền" trong lịch sử Việt Nam ngày xưa: Vua Lý Thái Tông thưởng công Lê Phụng Hiểu bằng cách cho ông lên núi Băng Sơn ở Thanh Hoá ném đao; đao bay đến đâu vùng ấy thuộc về điền trang của ông. Viết văn cũng thế. Viết văn là ném chữ vào cái thế giới tối tăm mù mịt của những điều chưa biết và không biết. Chữ bay đến đâu, biên giới của tác phẩm trải dài ra đến đó. Biên giới của tác phẩm trải dài đến đâu, lãnh thổ văn học được mở rộng đến đó. Viết, với các nhà hậu hiện đại chủ nghĩa, nghĩ cho cùng, là một cách thăm dò chính khả thể và khả tính của cái viết. Viết, trước hết, là để sáng tạo ra cái viết. Xin lưu ý: "cái viết" chứ không phải là tác phẩm.

Cái vốn hiện đại chủ nghĩa dẫn đến việc hình thành chủ nghĩa hậu hiện đại có thể làm bằng văn học bằng tiếng mẹ đẻ nhưng cũng có thể được làm bằng văn học nước ngoài nếu người ta thực sự thâm hiểu nó. Đó là một trong những đóng góp lớn nhất của toàn cầu hoá vào việc phát triển chủ nghĩa hậu hiện đại: Với toàn cầu hoá, trong khi các nước lớn có thể ăn cướp tương lai của các nước nhỏ, các nước nhỏ, ngược lại, có thể ăn cắp quá khứ của các nước lớn, để từ đó, dần dần giành lại tương lai cho mình, trong đó có chủ nghĩa hậu hiện đại.

Chủ nghĩa hậu hiện đại không những đánh mất niềm tin vào các siêu tự sự mà còn đánh mất niềm tin vào mọi tự sự. Tự sự, dù lớn hay nhỏ, cũng đều trở thành chơi vơi: chúng là những mảnh ghép rời hơn là một câu chuyện có kết cấu vững chắc. Nhưng con người không thể thoát được tự sự. Tự sự hiện diện khắp nơi, là yếu tố căn bản tạo nên lịch sử, từ đó, ý niệm về bản sắc của cá nhân cũng như của cả cộng đồng. Phải sống với những gì mình không tin: đó là một trong những nghịch lý và bi kịch lớn nhất của chủ nghĩa hậu hiện đại. Trích dẫn (quotation), giễu nhại (pastiche) và siêu hư cấu (metafiction) là những cách thừa nhận sự nghịch lý và bi kịch ấy, đồng thời cũng là cách biến nghịch lý và bi kịch thành những thủ pháp nghệ thuật.

Loại hình nghệ thuật nổi bật của chủ nghĩa hiện đại là hội hoạ và thơ; của chủ nghĩa hậu hiện đại là kiến trúc và tự sự; trong tự sự, nổi bật nhất là tiểu thuyết. Nhiều người ta xem chủ nghĩa hậu hiện đại như thời vàng son của tiểu thuyết. Tuy nhiên, trên thực tế, không có lúc nào tiểu thuyết lại đối diện với nguy cơ bị huỷ diệt lớn như thời hậu hiện đại. Để tránh bị huỷ diệt, nó phải biến thành cái gì khác, cái phản-tiểu thuyết, như một số người từng gọi. Có điều, khi cái phản-tiểu thuyết chinh phục được nhiều độc giả, nó lại trở thành tiểu thuyết. Dĩ nhiên, hai cái tiểu thuyết trước và sau ấy khác hẳn nhau. Khác, như đỉnh Lô sơn trong thơ Tô Đông Pha ngày xưa: "Lô sơn yên toả, Triết giang triều / Vị đáo sinh bình hận bất tiêu / Đáo đắc hoàn lai vô biệt sự / Lô sơn yên toả, Triết giang triều." (Ai đó đã dịch: "Mù toả Lô sơn, sóng Triết giang / Khi chưa đến đó hận vô vàn / Đến rồi về lại không gì lạ / Mù toả Lô sơn, sóng Triết giang".)

Bất hạnh lớn nhất của những người ôm mộng trở thành nhà hậu hiện đại chủ nghĩa ở Việt Nam là họ không có một siêu tự sự để phá đổ. Siêu tự sự Mác xít ở Việt Nam là thứ siêu tự sự mang tính tôn giáo thời trung cổ hơn là tính chất duy lý thời hiện đại. Chống lại nó là chống lại một thứ dị đoan chứ không phải chống lại một triết lý. Còn tư tưởng Hồ Chí Minh? Ồ, chống lại nó, người ta chỉ tự mình làm cho mình hèn đi.

Có những lý thuyết bắt đầu bằng phê bình. Có những lý thuyết kết thúc bằng phê bình. Trong chủ nghĩa hậu hiện đại, vốn gắn liền với giải kiến tạo và hậu cấu trúc luận, lý thuyết là phê bình, hơn nữa, là tự phê bình: sự phản tỉnh mang tính phê phán (critical self-reflection), do đó, trở thành một trong những trung tâm của ý thức hậu hiện đại.

Thiếu khả năng và thói quen phản tỉnh mang tính phê phán ấy, người Việt Nam nói chung rất khó tiếp cận được với chủ nghĩa hậu hiện đại. Hãy đọc những gì người ta thường sử dụng để bài bác chủ nghĩa hậu hiện đại mà xem. Thường nhất là trích dẫn một hai câu phản bác chủ nghĩa hậu hiện đại của ai đó trên thế giới, có khi chỉ là một kẻ vô danh tiểu tốt. Thực chất đó là một cách bài bác rất phản trí thức: nó không những từ chối lý luận mà còn mang dáng dấp của một sự mê tín. Với cách bài bác phản trí thức như thế, người ta có thể an tâm đạp đổ mọi học thuyết lớn, kể cả các tôn giáo, bởi không ở đâu người ta không bắt gặp những lời phản đối. Và những tiếng sủa.

Người ta hay nói văn học nghệ thuật giúp tìm hiểu về con người. Với chủ nghĩa hậu hiện đại, văn học và nghệ thuật giúp ta tìm hiểu, hay đúng hơn, kinh nghiệm về những giới hạn của con người, trước hết là giới hạn của ngôn ngữ, của chủ thể tính và của năng lực nhận thức, đặc biệt đối với những cái toàn thể (wholeness). Có thể nói, với chủ nghĩa hậu hiện đại, loài người từ bỏ giấc mơ làm Thượng đế.

Gần đây, người Việt Nam hay nói đến chuyện đổi mới văn học, nhưng, thứ nhất, hình như không mấy ai băn khoăn về ý nghĩa của chữ "mới"; thứ hai, khẩu khí của người phát ngôn thường rất ư hẹp hòi và, lạ nhất là, rất ư bảo thủ, gắn liền với những mệnh lệnh đầy tính giáo điều: muốn mới thì phải thế này, phải thế nọ, v.v... Nhưng cái mới thực sự bao giờ cũng là cái phi-phải. Nói đến cái mới là nói đến sự đứt đoạn hơn là sự kế tục; là cái còn mù mờ hơn là những gì đã rõ ràng.

Sự phát hiện ra tính liên văn bản làm các nhà hậu hiện đại khiêm tốn hơn: họ biết, dù muốn hay không, họ cũng là những con nợ. Tính giải điển phạm (decanonization) lại làm cho họ tự tin hơn: họ biết họ không nhất thiết phải đi theo bất cứ con đường có sẵn nào cả. Nhưng tính giải lịch sử (dehistoricization) lại làm cho họ cô đơn hơn: nghệ thuật mà họ đang theo đuổi, bất kể là loại hình nghệ thuật gì, cũng là nghệ thuật của khoảnh khắc; và bản thân họ cũng chỉ sống trong từng khoảnh khắc, những khoảnh khắc phân mảnh và bất liên tục.

Cách tân thực sự trong lãnh vực văn học nghệ thuật là cách tân về phương diện phương pháp sáng tác và ý thức mỹ học. Những thay đổi về phương diện nội dung hay chính trị và xã hội chỉ là những điều kiện làm nảy nở hay nuôi dưỡng sự cách tân chứ không phải là mục tiêu của nó. Đường phố hay ngay cả nghị trường cũng đều quá nhỏ đối với người sáng tạo.

Quá trình khu biệt hoá các loại hình văn học nghệ thuật (thơ, nhạc, sân khấu, hội hoạ, kiến trúc, điêu khắc, v.v...) cũng như khu biệt hoá tác phẩm văn học nghệ thuật và tất cả các loại sản phẩm khác trong xã hội chỉ xuất hiện ở châu Âu vào cuối thế kỷ 18, và ở Việt Nam, từ đầu thập niên 30 của thế kỷ 20 (và chấm dứt khoảng 10 năm sau, khi chiến tranh thế giới lần thứ hai bùng nổ, rồi, tiếp theo là chiến tranh chống Pháp, chiến tranh Nam Bắc, v.v...). Khi chủ nghĩa hậu hiện đại chủ trương giải khu biệt hoá, tính chất khu biệt ở châu Âu đã có hơn 200 tuổi; ở Việt Nam, nó mới chập chững bước vào tuổi... *teens*! Chưa có gì thành hình, thành nếp cả. Những tập tính tiền-hiện đại vẫn thống trị xã hội và mọi sinh hoạt văn hoá. Bởi vậy, có thể nói đối thủ của chủ nghĩa hậu hiện đại ở Tây phương là chủ nghĩa hiện đại. Đối thủ của chủ nghĩa hậu hiện đại, nếu có, ở Việt Nam, là... truyền thống nói chung. Trong cái gọi là truyền thống nói chung ấy, mỗi người cầm bút phải tự tưởng tượng cho mình một kẻ thù. Mệt!

Thử thách lớn nhất đối với các nhà phê bình, ở thời hiện đại, chủ yếu là năng lực diễn dịch; ở thời hậu hiện đại, là năng lực giải kiến tạo (deconstruct) cái thế giới nghệ thuật được người nghệ sĩ kiến tạo (construct), đồng thời tái kiến tạo (reconstruct) cái thế giới đã được/bị người nghệ sĩ giải kiến tạo; nói cách khác, đó là thứ năng lực sáng tạo.

Tác phẩm văn học nghệ thuật hậu hiện đại chủ nghĩa thường có tính chất triết lý dù chúng có thể không có nghĩa gì cả. Nhại Jean-Paul Sartre, chúng ta có thể nói: "Đằng sau bất cứ sự có-vẻ-vô-nghĩa nào cũng có một siêu hình học của... thời đại".

Văn học Việt Nam hiện nay, nói theo chữ của John Barth, là một thứ văn học của sự cạn kiệt (literature of exhaustion). Ý thức về sự cạn kiệt, ở Mỹ, dẫn đến chủ nghĩa hậu hiện đại; ở Việt Nam, một sự cạn kiệt phi ý thức sẽ đơn thuần là một sự cạn kiệt, hay nói theo Nam Cao, một sự "sống mòn". Và chết mòn.

Di sản văn học Việt Nam vừa nghèo nàn lại vừa nặng nề, nặng nề vì chính sự nghèo nàn của nó; nặng nề và nghèo nàn đến độ tôi có cảm tưởng việc không biết đến nó là một điều may mắn cho người cầm bút.

Chủ nghĩa hậu hiện đại là một biểu hiện của chủ nghĩa tiền vệ ở một thời đại người ta vừa biết không thể viết như cũ được nữa nhưng cũng không còn tự tin vào cái mới như thế hệ cha anh của họ. Cái mới chỉ còn đơn giản là cái khác. Khác-hoá (otherization) trở thành một mệnh lệnh của nghệ thuật.

Trong lãnh vực văn học nghệ thuật, nhất là trong những giai đoạn có nhiều và cần nhiều sự thay đổi, những người biết nửa vời thường dốt hơn những người không biết gì cả: những người sau có thể thay đổi, trong khi đó, những người trước thì thường là không. Có lẽ Jean-François Lyotard cũng nghĩ thế khi đặt tên cho một tác phẩm của ông là *Tính hậu hiện đại giải thích cho trẻ con* (The Postmodern Explained to Children). Thật ra, cuốn sách ấy không hề viết cho trẻ con. Nó chỉ nêu lên một đòi hỏi: để hiểu, người đọc cần có cái ngây thơ trong sáng, cả trong tâm hồn lẫn trong nhận thức, của trẻ con.

Ở giới cầm bút, ngoài yếu tố tài năng, điều tôi quan tâm nhiều nhất không phải là kiến thức, nhất là kiến thức lý thuyết, mà chính là thái độ; trong thái độ, điều tôi thích nhất là sự quyết liệt; trong sự quyết liệt, điều tôi đánh giá cao nhất là sự quyết liệt đối với tiêu chí, ở đó, người ta không cho phép mình lẫn lộn giữa các phạm trù và các giá trị: Theo kinh nghiệm của tôi, đó chính là yếu tố phân biệt tính nghiêm túc, tính chuyên nghiệp và từ đó, triển vọng của người cầm bút trong thế giới nghệ thuật. (Ồ, mà nói như thế thì còn gì là... hậu hiện đại nữa nhỉ?)

Hầu như tất cả các đặc điểm của chủ nghĩa hậu hiện đại đều có thể tìm thấy trong chủ nghĩa hiện đại. Tính chất phân mảnh, đứt đoạn, lắp ghép, giễu nhại, xoá nhoà ranh giới giữa các thể loại, thậm chí, giữa các phạm trù (nghệ thuật / thương mại, đặc tuyển / bình dân), v.v... đều đã manh nha từ các trào lưu đa đa, siêu thực, vị lai và lập thể. Sự khác biệt chỉ là ở mức độ: những sáng kiến mới manh nha ở chủ nghĩa hiện đại trở thành chủ đạo ở chủ nghĩa hậu hiện đại. Và quan trọng nhất, ở thái độ. Nếu chủ nghĩa hiện đại thích tìm kiếm những cái phổ quát, chủ nghĩa hậu hiện đại tìm kiếm những cái đặc thù; chủ nghĩa hiện đại có tính độc thoại, chủ nghĩa hậu hiện đại có tính tương thoại; chủ nghĩa hiện đại chú mục vào những yếu tố trung tâm, chủ nghĩa hậu hiện đại lưu ý đến những tiếng nói bên lề, thậm chí, những tiếng nói bị bóp nghẹt hay bị quên lãng. Xoay quanh một trung tâm, chủ nghĩa hiện đại đề cao tính chất liên tục, chặt chẽ và thống nhất; chủ trương phi tâm hoá, chủ nghĩa hậu hiện đại khuyến khích tính chất phân mảnh và đứt đoạn. Bản chất của chủ nghĩa hiện đại có tính toàn trị; chủ nghĩa hậu hiện đại có tính đa nguyên. Chủ nghĩa hiện đại tin vào sử tính của các biến cố, chủ nghĩa hậu hiện đại chỉ tin vào ký ức. Tin vào sử tính cũng có nghĩa là tin vào sự tiến hoá và sự tiến bộ; tin vào ký ức, người ta chỉ tin vào chủ quan tính. Niềm tin vào tính chủ quan đồng nghĩa với niềm tin vào tính tương đối. Tin vào sự tương đối, thật ra, là không thực sự tin vào cái gì cả, hay nói cách khác, chỉ tin vào chính mình và những sự thật có tính điều kiện, chủ yếu là gắn liền với một chu cảnh về lịch sử và văn hoá nhất định.

Tất cả những gì chúng ta có đều là văn bản. Ngay chính bản thân chúng ta không chừng cũng chỉ là văn bản. Mọi văn bản đều bị khống chế bởi ngữ pháp và đều có tính liên văn bản. Điều đó có nghĩa là chúng ta vừa bị ngữ pháp hoá lại vừa bị liên văn bản hoá. Bị ngữ pháp hoá là bị quy ước hoá và bị cộng đồng hoá trong khi bị liên văn bản hoá là bị xâm lược bởi cả hệ thống văn hoá và cả ký ức tập thể của không phải chỉ dân tộc mà còn, với những mức độ khác nhau, của cả nhân loại hay một phần nhân loại. Là văn bản cũng có nghĩa là diễn dịch. Số phận của con người là được/bị diễn dịch. Ngay chính phản tỉnh cũng là một hình thức tự diễn dịch. Phản-diễn dịch, khái niệm được Susan Sontag nêu lên như một đặc điểm của chủ nghĩa hậu hiện đại, thật ra, chỉ là một cách nói: chính bản thân nó cũng cần được diễn dịch.

Truyền bá chủ nghĩa hậu hiện đại vào Việt Nam thật khó. Đọc lý thuyết, phần lớn người đọc chờ đợi điều gì? Họ chờ đợi, thứ nhất, một định nghĩa thật ngắn ngọn và thứ hai, một danh sách các tín lý và các nguyên tắc thật rõ ràng. Tiếc, cả hai đều là những thứ bị chủ nghĩa hậu hiện đại từ chối. Sự từ chối ấy là một yếu tính của nó: chủ nghĩa hậu hiện đại không thể hiện hữu nếu không có sự từ chối ấy. Khi chủ nghĩa hậu hiện đại có một định nghĩa và một số kim chỉ nam cố định, nó không còn là nó nữa. Nó lại đi tìm cái nó khác, cái hậu-hậu hiện đại, chẳng hạn.

Marx nói: "Các nhà triết học giải thích thế giới bằng những cách khác nhau. Nhưng vấn đề là cải tạo thế giới." Các nhà hậu hiện đại chủ nghĩa tin, thứ nhất, khi kiến thức là quyền lực và những cái gọi là chân lý có khả năng, đúng hơn, chức năng hợp thức hoá quyền lực, không có cách giải thích nào không đồng thời là một cách cải tạo; thứ hai, khi chính thế giới cũng là một thứ văn bản, qua các hoạt động diễn ngôn của mình, các nhà triết học và cả giới cầm bút nói chung không phải chỉ giải thích hay cải tạo thế giới. Mà là sáng tạo thế giới. Là làm cho nó trở thành có thực. Có thực như một động thái (activity) hay một tiến trình (process) chứ không phải cái gì đã-có-sẵn như nhiều người, trong đó có cả Marx, nhầm tưởng.

Đọc các tác phẩm bây giờ mà chỉ nghĩ đến các cây bút thời 1930-45 hay các thế hệ chống Pháp, chống Mỹ hay chống Cộng là làm nghèo nàn cho chúng và cũng tự làm nghèo nàn cho chính mình; là tự giam cầm tầm nhìn của mình trong cái trục lịch đại cũ kỹ và chật chội. Chủ nghĩa hậu hiện đại là trò chơi địa phương nhưng các khung quy chiếu (frames of reference) của nó lại phải có tính đồng đại và toàn cầu. Chính các khung quy chiếu ấy sẽ dần dần giải lãnh thổ hoá (deterritorialize) và giải quốc gia hoá (denationalize) văn học. Chứ không phải chỉ đơn giản là chuyện dịch thuật. Dịch, ờ, thì cũng cần, nhưng đó chỉ là chuyện nhỏ.

Hư vô, thừa thãi, ngẫu nhiên, phi lý, buồn nôn, lưu đày, địa ngục, dịch hạch, ngoại tình,.... đọc lại các từ đã thành sáo ngữ của chủ nghĩa hiện sinh thời trước, chợt nhận ra một điều: chúng đầy cảm tính; chúng nhấn mạnh vào khía cạnh cảm tính của cuộc sống. Những từ ngữ gắn liền với chủ nghĩa hậu hiện đại, ngược lại, lại có tính chất tiến trình: phi tâm hoá (decentralization), gạch nối hoá (hyphenization), giải khu biệt hoá (dedifferentiation), giải lãnh thổ hoá, giải phân cấp hoá (dehierarchization), giải thực dân hoá, giải ngoại biên hoá (demarginalization), giải hợp thức hoá (delegitimation), giải hoặc (demystification), giải bản thể luận (deontologization), v.v... Có thể nói chủ nghĩa hiện sinh là thứ siêu hình học của tâm trạng, trong khi đó chủ nghĩa hậu hiện đại lại là siêu hình học của hiện tại hay của sự thay đổi. Nhằm nắm bắt từng sự thay đổi trong hiện tại, thi pháp hậu hiện đại chuyển từ kết quả sang tiến trình, tập trung chủ yếu vào bản thân tiến trình sáng tác, một tiến trình không bao giờ kết thúc. Như chính cuộc đời: không bao giờ có điểm kết thúc. Trừ phi tận thế.

Về phương diện thuật ngữ, thời hậu hiện đại cũng là thời nở rộ của các tiền tố (prefix): hết "phản-" (anti-) lại đến "giải-" (de-), "siêu" (meta-), "đối-" (counter-), và, đặc biệt, "hậu-" (post). Có lẽ đây là một trong những biểu hiện rõ nhất về mối quan hệ giữa chủ nghĩa hậu hiện đại và chủ nghĩa hiện đại: trong chiều hướng này, có thể nói chủ nghĩa hậu hiện đại là một cuộc đại khủng hoảng của chủ nghĩa hiện đại: chủ nghĩa hậu hiện đại tồn tại bằng sự vắng mặt hoặc biến dạng của một số yếu tố căn bản của chủ nghĩa hiện đại.

Chủ nghĩa hậu hiện đại không những làm thay đổi cách viết mà còn làm thay đổi cả cách đọc, thậm chí, cách đọc lại, hay nói theo Derrida: "để viết khác, chúng ta phải đọc lại một cách khác" (to write differently, we must reread differently). Tuy nhiên, chủ nghĩa hậu hiện đại không phải chỉ là một cách đọc và một cách viết. Trên tất cả, nó là một cách nhìn: chính cách nhìn ấy quy định cách đọc và cách viết. Thiếu cách nhìn ấy, nói chuyện hậu hiện đại là điều vô ích: người ta sẽ không hiểu được gì cả.

Hầu hết các nhà hậu hiện đại chủ nghĩa ở Tây phương đều đi sau thời đại của họ: họ xuất hiện khi các điều kiện hậu hiện đại đã có sẵn. Các nhà hậu hiện đại Việt Nam, nếu có, mặc dù xuất hiện sau các nhà tiền phong của chủ nghĩa hậu hiện trên thế giới gần cả nửa thế kỷ, vẫn ít nhiều đi trước thời đại của họ, trên nền tảng kinh tế, chính trị, xã hội và văn hoá không những ở ngoài ngưỡng hậu hiện đại mà còn mới chập chững ở ngoài thềm của chủ nghĩa hiện đại.

Từ xưa đến nay người ta vẫn có khuynh hướng xem biểu tượng Tháp Babel, nơi con người bị Thượng Đế trừng phạt phải nói nhiều thứ tiếng khác nhau thay vì một thứ tiếng thống nhất như trước, là một tai hoạ. Từ quan điểm hậu hiện đại, ngược lại, đó là một dấu mốc lớn của sự tiến bộ, mở đầu cho kỷ nguyên sáng tạo và đa dạng hoá của nhân loại. Có thể nói lịch sử văn học nào cũng là lịch sử hậu-Babel, nơi mỗi cộng đồng, thậm chí, mỗi cá nhân, mê mải đi tìm một tiếng nói riêng cho mình. Cái gọi là sự thống nhất trong quan điểm văn học nghệ thuật, điều mà ở Việt Nam, nhiều người vẫn thích lải nhải, là một điều hoàn toàn vô nghĩa. Nó vừa phản văn học vừa phản trí thức.

Một trong những chức năng lớn nhất của văn hoá là tạo huyền thoại (myth-making function). Một trong những chức năng chính của chủ nghĩa hậu hiện đại là giải huyền thoại (demythification): Chủ nghĩa hậu hiện đại, ở phương diện này, dù muốn hay không, cũng trở thành một thứ đối-văn hoá của thời đại. Là đối-văn hoá, chủ nghĩa hậu hiện đại trở thành một thách thức trước mọi quyền lực, và do đó, dưới mắt những kẻ có quyền lực, ngay tính chất phi-chính trị (apolitical) của nó cũng bị chính trị hoá.

Không phải nhà hậu hiện đại chủ nghĩa nào cũng là một kẻ phản- duy bản luận (anti-foundationalist) hay phản-yếu tính luận (anti-essentialist), tuy nhiên, một lý thuyết hậu hiện đại chủ nghĩa nhất quán khó mà dung hợp được với niềm tin vào sự hiện hữu của một nền tảng tiền nghiệm và vĩnh cửu nào đó cho mọi kiến thức và "chân lý" do con người phát hiện. Chính trong chiều hướng phản-duy bản luận và phản-yếu tính luận ấy, các nhà hậu hiện đại chủ nghĩa đã xem Nietzsche, kẻ tuyên bố "Thượng đế đã chết" như là một bậc tiền hô của họ. Dĩ nhiên, "Thượng đế" ở đây không phải là Thượng đế của Cựu Ước hay Tân Ước mà là Thượng đế của nhà siêu hình học, đạo đức học và nhận thức luận, thứ Thượng đế đóng vai trò của vàng hoặc Mỹ kim để bảo chứng cho các hệ thống tiền tệ mà loài người sử dụng. Thượng đế chết, mọi kiến thức đều là những sự diễn dịch (interpretation); mọi diễn dịch đều là những sự thương thảo (negotiation); mọi thương thảo đều có tính quan hệ (relational); mọi quan hệ đều tương đối (relative); mọi sự tương đối đều gắn liền với chu cảnh (contextual): thừa nhận tính chu cảnh ấy, người ta lạc vào tình thế luận (situationalism) hay phối cảnh luận (perspectivism). Lại cũng chính là những chỗ đứng của Nietzsche ngày trước. Hoan hô Nietzsche!

Với chủ nghĩa hậu hiện đại, lịch sử - nếu có thể gọi được như vậy – là một cô gái chưa bao giờ có trinh tiết. Không có, nên không bao giờ bị mất. Tính chất độc sáng, do đó, chỉ còn là một hoài niệm và cái gọi là sáng tạo chỉ có một ý nghĩa tương đối, đúng hơn, một ý nghĩa phi-truyền thống: đó chỉ là cách lắp ghép mới của những cái cũ. Ừ, thì cũng mới, chứ sao? Với đá, gỗ, sắt, gạch và ngói cũ, cực kỳ cũ, người ta vẫn có thể xây cất những ngôi nhà mới, hoàn toàn mới, kia mà. Chất liệu không quan trọng: đó là điểm thống nhất giữa chủ nghĩa hiện đại và chủ nghĩa hậu hiện đại. Nhưng sau điểm thống nhất ấy là sự khác biệt: yếu tố quan trọng thay thế chất liệu, với các nhà hiện đại chủ nghĩa, là cấu trúc (structure); với các nhà hậu hiện đại chủ nghĩa là tiến trình hình thành tính cấu trúc (structurality).

Khi cố gắng giới thiệu chủ nghĩa hậu hiện đại vào Việt Nam, không nên mơ tưởng đến những mùa thu hoạch ngay tức khắc. Thu hoạch? Chắc chắn sẽ có. Nhưng có lẽ không thể có ngay tức khắc được. Chủ nghĩa hậu hiện đại không phải là một hệ thống thủ pháp để có thể ứng dụng bất cứ ở đâu và bất cứ lúc nào. Sau lưng hệ thống thủ pháp ấy còn có một hệ thống quan điểm; sau lưng hệ thống quan điểm ấy là cả một hệ thống cấu trúc kinh tế, chính trị và xã hội; sau lưng hệ thống cấu trúc kinh tế, chính trị và xã hội ấy là cả một truyền thống văn hoá kéo dài hàng ngàn năm; tất cả góp phần làm nảy nở một ký ức và trí tưởng tượng tập thể cũng như những cảm xúc tương ứng, từ đó, chủ nghĩa hậu hiện đại được hiện hình.

Tầm vóc và ảnh hưởng của Mikhail Bakhtin ở Tây phương chắc chắn lớn hơn ở Nga; của Jacques Derrida và Jean-François Lyotard ở Mỹ chắc chắn lớn hơn ở Pháp. Người được phát hiện bao giờ cũng được cộng thêm một cái gì đó từ người phát hiện; nhờ thế, họ giàu hơn chính bản thân họ. Và người phát hiện cũng được giàu hơn chính họ nữa, dĩ nhiên.

Tôi thích một câu nói của Susan Sontag, hình như trong cuốn *Against Interpretation*: "Thế giới chủ yếu là một hiện tượng thẩm mỹ." Tôi cũng thích nữa câu nói của Joseph Margolis, đâu đó: "Mỹ học là nguyên tắc triết lý mang tính chiến lược nhất của thời đại chúng ta." Nhưng gây ấn tượng nhất trong tôi là câu nói này của John Cage: "Cái đẹp bắt đầu từ đâu? Và nó kết thúc ở đâu? Nơi cái đẹp kết thúc, đó chính là nơi người nghệ sĩ bắt đầu." Nhiều người đồng tình với John Cage trong việc tách biệt hai khái niệm thẩm mỹ và nghệ thuật: Với họ, thẩm mỹ không phải là điều kiện cần và đủ cho sự tồn tại của các tác phẩm nghệ thuật. Ngược lại, người ta có thể sáng tạo một tác phẩm nghệ thuật thực sự không cần có một giá trị thẩm mỹ nào cả. Tôi cho đó không phải là một nghịch lý mà chỉ là hiện tượng thông thường trong những thời điểm giao thời, lúc quan điểm thẩm mỹ cũ đã tàn lụi mà quan điểm thẩm mỹ mới chỉ vừa manh nha, chưa đủ đứng vững thành một tiêu chí đánh giá tác phẩm nghệ thuật.

Tác dụng lớn nhất của các trò chơi là dạy người ta biết cách hưởng lạc thú của việc hy sinh bản thân mình cho một luật lệ chung. Tác dụng lớn nhất của nghệ thuật là dạy người ta tìm thấy lạc thú trong việc hy sinh luật lệ chung cho bản thân mình. Có điều bản thân nghệ thuật cũng là một thứ trò chơi, bởi vậy, quan hệ giữa nghệ thuật và trò chơi không phải là thứ quan hệ đối kháng mà là tương tác: ý thức về bản thân hay luật lệ càng cao và việc hy sinh chúng càng gặp nhiều thách thức, cảm giác lạc thú lại càng lớn. Lớn như một cái cao cả.

Loài người, suốt cả thời cổ điển và trung đại, bị ám ảnh và choáng ngợp bởi thiên nhiên và thần linh; thời hiện đại, bởi lý trí, và sau đó, bởi vô thức; còn thời hậu hiện đại, bởi kỹ thuật và truyền thông đại chúng. Đối diện với thiên nhiên và thần linh, con người thấy bị khiếp sợ: ý niệm về cái cao cả được hình thành như một sự uy hiếp. Sùng bái lý trí và tò mò trước vô thức, con người say mê theo đuổi những khám phá mới mẻ: cái cao cả chập chờn như một sự quyến rũ. Bị vây bủa bởi kỹ thuật và truyền thông đại chúng, những sản phẩm do chính mình tạo ra nhưng dường như đã trở thành xa lạ và bí ẩn đối với chính mình, ở đó mọi thứ đều trở thành ảo hoá (virtualization) và thế vì hoá (simulation): ý niệm về cái cao cả gắn liền với ý niệm về sự tha hoá. Người ta vẫn bị ám ảnh, vẫn bị choáng ngợp, vẫn hoang mang, nhưng không còn ngưỡng mộ.

Những người đã ít nhiều cảm nghiệm và trải nghiệm khí quyển hậu hiện đại sẽ không bao giờ có thể đi lại con đường hiện đại của nhân loại trước đây được nữa. Cũng như một người đàn bà không bao giờ có thể sống lại trọn vẹn cái thời con gái của mình. Không bao giờ.

Nhìn lại lịch sử văn học nghệ thuật thế giới, người ta dễ phát hiện ra hai nghịch lý: thứ nhất, hầu như không có lúc nào và không ở đâu không có sự hiện diện của văn học nghệ thuật, hoặc dưới hình thức sơ khai, có tính dân gian, hoặc dưới hình thức chuyên nghiệp, gắn liền với những người sống hẳn bằng sáng tác; thứ hai, những cái được gọi là văn học nghệ thuật ấy rất khác nhau; khác từ văn hoá này sang văn hoá khác; trong một nền văn hoá, khác từ thời này sang thời khác; trong cùng một thời, khác từ người này sang người khác; khác đến độ người ta dễ ngỡ không có cái gọi là văn học nghệ thuật nói chung, trừ, may ra, một điều căn bản nhất: chất liệu. Nghịch lý ấy dẫn đến một số hệ luận: một, dù có tính chất phổ quát, văn học nghệ thuật vẫn có tính chất văn hoá hơn là tự nhiên; hai, là văn hoá cũng có nghĩa là cái gì được tạo thành chứ không có sẵn; và ba, cái-được-tạo-thành nào cũng có tính lịch sử và hơn nữa, đều có khả năng được tạo thành tiếp hoặc tạo thành lại. Chủ nghĩa hậu hiện đại, một mặt, hoài nghi tính lịch sử, nhưng mặt khác, lại sẵn sàng đảm nhận vai trò tạo thành lại cái gọi là văn học nghệ thuật.

Nghệ thuật không phải là những gì có sẵn: Vậy, những gì có sẵn (readymade) cũng có thể trở thành nghệ thuật: Đó là sáng kiến của Marcel Duchamp, một trong những sáng kiến có ý nghĩa cách mạng lớn nhất trong lịch sử nghệ thuật thế kỷ 20, và có ảnh hưởng rất sâu đậm đến mỹ học hậu hiện đại chủ nghĩa.

Viết để ngay cả những điều phức tạp nhất cũng có thể được đọc và được hiểu là một cái thú. Viết để đạt đến cái cõi bất khả độc (unreadability) và bất khả quyết (undecidability) lại là một cái thú khác, cái thú thám hiểm vào những vùng biên ải xa xôi không những hiếm người mà còn hiếm cả ánh sáng nữa; ở đó, người ta có thể đùa nghịch với bóng tối và sự vắng vẻ đầy thanh khiết.

Tôi đọc được, đâu đó, câu chuyện cười về cuộc đối thoại giữa hai nhà hậu hiện đại chủ nghĩa. Người thứ nhất: "Hai nhà hậu hiện đại chủ nghĩa không bao giờ đồng ý với nhau về bất cứ điều gì." Người thứ hai: "Ông nói đúng."

Mạng hoá:
Một cuộc cách mạng thầm lặng

Hàng ngày, ngồi trước máy vi tính đọc báo, viết bài hay chơi game, chúng ta dễ thấy đời sống thật nhẹ nhàng và êm ả. Nhẹ nhàng và êm ả đến độ chúng ta rất khó nhận thấy chính chiếc máy vi tính nho nhỏ trước mặt đang biến thời đại mà chúng ta đang sống thành một trong những thời đại cách mạng lớn lao và triệt để nhất trong lịch sử văn minh nhân loại.

Đó là cuộc cách mạng mạng hoá (webization/onlinization).

Nói đến cách mạng, giới nghiên cứu thường nhắc đến sáu đặc điểm do A.S. Cohan tổng kết: Đó là những thay đổi tận gốc rễ của xã hội trên các phương diện: (1) giá trị và huyền thoại; (2) cấu trúc; (3) thiết chế; và (4) cấu trúc lãnh đạo gắn liền với (5) sự chuyển giao quyền lực vượt ra ngoài quy định của luật pháp có sẵn, và (6) có tính chất bạo động.[1] Theda Skocpol phân biệt cách mạng xã hội và cách mạng chính trị: Theo bà, trong khi cách mạng xã hội là sự hoán chuyển với tốc độ nhanh và từ

---

[1] A.S. Cohan (1975), *Theories of Revolution*, London: Thomas Nelson & Sons, tr. 31.

bản chất tình trạng xã hội và cấu trúc giai cấp gắn liền với những cuộc nổi loạn từ dưới lên trên; cách mạng chính trị, ngược lại, là những thay đổi về phương diện cấu trúc chính quyền nhưng không hẳn đã lật ngược cấu trúc giai cấp và xã hội.[2] Sau này, chữ cách mạng thường được hiểu theo nghĩa rộng, không nhất thiết có tính bạo động và làm đảo lộn hệ thống pháp lý có sẵn. Trong ý nghĩa ấy, chữ cách mạng đã được du nhập vào nhiều lãnh vực khác nhau, từ kỹ thuật, kinh tế đến văn hoá, bao gồm cả giáo dục và văn học nghệ thuật.

Trong lịch sử, nhân loại đã trải qua nhiều cuộc cách mạng. Ở tầm thế giới, về phương diện chính trị, nổi bật nhất là cuộc cách mạng tư sản, bùng nổ ở châu Âu vào giữa thế kỷ 19, dẫn đến việc ra đời của chế độ dân chủ và ý niệm về tự do và nhân quyền như những giá trị căn bản của xã hội, từ đó góp phần thúc đẩy sự phát triển của chủ nghĩa tư bản. Sau đó là cuộc cách mạng vô sản, thoạt đầu bùng nổ ở Nga vào đầu thế kỷ 20, dẫn đến sự ra đời của hệ thống các nước xã hội chủ nghĩa, bao gồm cả Việt Nam; tồn tại như một sai lầm của lịch sử; một sai lầm được đánh đổi bằng mạng sống của cả hàng chục triệu người, từ Nga qua các nước Đông Âu đến Cuba, Trung Quốc, Bắc Hàn, Việt Nam và Campuchia, đặc biệt dưới thời Pol Pot. Đóng góp lớn nhất của hơn nửa thế kỷ thử nghiệm cuộc cách mạng vô sản là giúp hoàn thiện chủ nghĩa tư bản: Nhờ đó, nó càng ngày càng trở nên hợp lý, quân bình, nhân đạo và mạnh mẽ hơn.

---

[2] Theda Skocpol (1979), *States and Social Revolutions: A Comparative Analysis of France, Russia and China*, New York: Cambridge University Press, tr. 4.

Về phương diện kinh tế xã hội, nổi bật nhất là cuộc cách mạng kỹ nghệ cuối thế kỷ 18, khởi phát cũng ở châu Âu, sau, lan sang Mỹ, rồi toả ra khắp thế giới, bao gồm trước hết, việc sáng chế ra động cơ chạy bằng hơi nước, từ đó, dẫn đến quá trình cơ giới hoá, thoạt đầu trong lãnh vực giao thông vận tải và ngành dệt, sau, trong các ngành luyện kim và khai thác mỏ. Quá trình cơ giới hoá dẫn đến việc hình thành các công xưởng; các công xưởng, đến lượt chúng, thúc đẩy quá trình đô thị hoá; quá trình đô thị hoá lại làm thay đổi quan hệ giữa người và người, một quan hệ chủ yếu dựa trên yếu tố nghề nghiệp hơn là yếu tố địa lý. Nó cũng làm thay đổi diện mạo gia đình: từ hình thức đại gia đình sang hình thức tiểu gia đình; trong đời sống tiểu gia đình, dần dần có sự phân hoá giữa không gian lao động và không gian nghỉ ngơi, giữa hãng xưởng và nhà ở, từ đó, hình thành ý niệm công và tư, và cũng từ đó, dần dần hình thành chủ nghĩa cá nhân rồi chủ nghĩa lãng mạn và chủ nghĩa hiện thực, những trào lưu cho đến bây giờ vẫn còn ảnh hưởng sâu đậm trong văn học của nhiều quốc gia trên thế giới.

Gần đây, người ta hay nhắc đến một cuộc cách mạng khác: Cách mạng thông tin mà về phương diện quy mô và ảnh hưởng không hề thua kém cuộc cách mạng kỹ nghệ ở thế kỷ 18 và 19. Hai cuộc cách mạng ấy, thật ra, có quan hệ chặt chẽ với nhau. Nếu cuộc cách mạng kỹ nghệ được xem là sự mở rộng năng lực của cơ bắp, đặc biệt trong lãnh vực sản xuất, cuộc cách mạng thông tin là sự mở rộng các năng lực tinh thần, đặc biệt về phương diện trí tuệ và truyền thông. Hơn nữa, cuộc cách mạng sau còn thúc đẩy cuộc cách mạng trước: Nó làm cho cuộc cách mạng kỹ nghệ chuyển sang cuộc cách mạng hậu kỹ nghệ, trong đó thông tin đóng một vai trò nòng cốt, ở đó, tự bản thân kiến thức cũng được xem như một thứ hàng hoá, thậm chí, là thứ hàng hoá quan trọng, một thứ tư bản trí thức (intellectual capital); thứ tư bản ấy dẫn đến sự ra đời của một tầng lớp trí thức mới: các chuyên gia về thông tin và kiến thức, hay còn gọi là các nhà phân tích biểu tượng (symbolic analysts) với nhiệm vụ chính là đẩy nhanh tiến trình hậu kỹ nghệ hoá trong phạm vi toàn cầu. Tuy nhiên, ở nhiều phương diện, cuộc cách mạng sau thậm chí còn dữ dội và cấp tốc hơn hẳn cuộc cách mạng trước.

Trước hết, nói về tốc độ, dường như trong lịch sử nhân loại chưa có cuộc cách mạng nào tiến nhanh và tiến mạnh như cuộc cách mạng thông tin hiện nay. Trước, trong lãnh vực truyền thông, nhân loại cũng đã tạo nên nhiều bước nhảy vọt kỳ diệu. Chẳng hạn, việc phát minh ra tiếng nói cách đây khoảng 50 triệu năm chắc chắn phải được xem là một bước đột biến đáng kể nhất trong quá trình tiến hoá của nhân loại. Nhưng phải chờ đến mấy chục triệu năm sau, cách đây khoảng 5000 năm, nhân loại mới tiến hành được bước đột biến thứ hai: phát minh ra chữ viết. Rồi phải đợi hơn 4000 năm nữa, cách đây 500 năm, nhân loại mới tạo được bước đột biến thứ ba: phát minh ra máy in, làm rộ nở hoạt động xuất bản và báo chí, qua đó, phổ cập hoá giáo dục và chuyên nghiệp hoá sinh hoạt văn học. Kể từ sau cuộc cách mạng về kỹ thuật in ấn, nhân loại chỉ mất hơn 400 năm để tiến qua bước đột biến thứ tư: sáng chế các kỹ thuật truyền thông bằng âm và hình, như nhiếp ảnh, điện thoại, thu âm, truyền thanh và sau đó, truyền hình. Từ cuộc cách mạng thứ tư ấy sang cuộc cách mạng thứ năm, nhân loại chỉ cần chưa tới nửa thế kỷ: cuộc cách mạng vi tính và internet.

Trong cuộc cách mạng vi tính và internet, sự tiến hoá của kỹ thuật cũng như các ứng dụng của kỹ thuật cũng cực kỳ nhanh. Đúng hơn: càng cực kỳ nhanh. Tiến hoá ở cả ba phương diện: tốc độ, dung tích và mức phổ cập. Về tốc độ, sự vận hành của máy vi tính cũng như của việc nối mạng, thoạt đầu, có khi cần vài phút, sau, cần vài giây, gần đây, với các thế hệ máy vi tính mới cũng như hệ thống nối mạng bằng broadband, chỉ cần tích tắc, một phần mấy giây. Về dung lượng, ngày xưa, để viết một cuốn sách khoảng 100,000 từ, người ta cần cả ngàn miếng đất sét (nếu có người đủ kiên nhẫn để làm vậy); sau, cần cả hàng ngàn trang giấy, nếu viết tay; sau nữa, khoảng 300-400 trang giấy, nếu in theo kỹ thuật hiện đại. Còn bây giờ, người ta có thể dồn chứa cả hàng ngàn, thậm chí, hàng chục ngàn, cuốn sách như thế trong một cái thẻ nhớ (USB), lớn chưa bằng một ngón tay út, đi đâu cũng có thể mang theo được dễ dàng! Nói về dung lượng, còn khía cạnh thứ hai này nữa: số lượng các trang mạng hiện nay lên đến hàng tỉ tỉ. Người ta ước tính số lượng các địa chỉ trên mạng còn cao hơn cả dân số thế giới. Cao hơn rất nhiều: Nếu chia đều, mỗi người có đến trên 150 địa chỉ mạng khác nhau. Nếu mỗi trang mạng chỉ đọc trong vòng một phút, thì để đọc hết các trang mạng ấy, người ta phải mất hết cả mấy chục ngàn năm. Xin lưu ý: số trang mạng không ngừng tăng lên từng phút, thậm chí, từng giây.[3] Theo một số tài liệu được công bố trên báo chí, hiện nay mỗi ngày có khoảng mười triệu trang mạng mới ra đời. Cùng với sự tăng

---

[3] Xem http://www.news.com.au/technology/story/0,28348,25857420-5018992,00.html

vọt của số lượng trang mạng là sự bùng nổ của lượng thông tin. Trong thời gian gần đây, lượng thông tin được xuất bản trên mạng tăng gấp đôi trong vòng hai năm. Giới chuyên gia tiên đoán là vào năm 2010, chúng sẽ tăng gấp đôi trong vòng mỗi 72 tiếng![4]

Về mức phổ cập, từ trước đến nay, chưa có kỹ thuật nào lan rộng trong một thời gian ngắn như máy vi tính và internet. Ngày trước, máy đánh chữ đơn giản đến thế, mà cần cả thế kỷ mới thập thò đến với giới trí thức ở nhiều nơi trên thế giới. Điện thoại cũng cần một thời gian rất lâu để đến với mọi gia đình. Bây giờ, chỉ trong vòng dưới hai chục năm, máy vi tính đã nằm trong tầm tay của mọi học sinh ở các quốc gia phát triển, và hầu như của mọi sinh viên và trí thức ở các quốc gia đang phát triển. Số người sử dụng internet phát triển cực nhanh. Hiện nay, ở các nước giàu nào cũng có trên 70% dân số sử dụng internet. Ngay ở Việt Nam, còn nghèo và quá trình toàn cầu hoá mới ở bước chập chững, trong vòng hơn 10 năm, đã có trên 20% dân số làm quen với internet. Con số người sử dụng internet tăng vọt từng ngày. Hơn nữa, internet còn vượt ra ngoài không gian của chiếc máy vi tính. Phần lớn các điện thoại di động đời mới hiện nay đều được nối với internet để người ta có thể đọc và viết email cũng như vào các trang mạng bất cứ lúc nào và bất cứ ở đâu miễn là được phủ sóng.

Cuộc cách mạng thông tin ấy đang và sẽ làm thay đổi hầu như toàn bộ đời sống của chúng ta. Trước hết, trong lãnh vực thương mại, phần lớn các việc mua và bán, từ một chiếc vé xe buýt liên tỉnh đến một chiếc vé máy bay, từ một cuốn sách đến

---

[4] Steven Harris, "The future is now", *The Sunday Age* (Úc), 23.8.2009, tr. 1.

một cái máy vi tính, từ việc đặt phòng trong khách sạn đến tìm mua một cái nhà mới, tất cả đều có thể thực hiện trên internet. Trước, để tìm số điện thoại của một công ty nào đó, chúng ta phải lật các cuốn niên giám điện thoại dày cộm; bây giờ, chỉ cần vào internet. Trước, để trả tiền một cái hoá đơn, chúng ta phải ra ngân hàng hay bưu điện; bây giờ, cũng chỉ cần vào internet. Những thay đổi trên lãnh vực thương mại ấy làm thay đổi cấu trúc kinh tế thế giới, từ kỹ nghệ bước sang hậu kỹ nghệ, từ việc trao đổi hàng hoá đến việc trao đổi biểu tượng (symbolic exchange), nói theo chữ Jean Baudrillard, ở đó, hàng hoá (commodity) được sản xuất như một ký hiệu (sign), và bản thân ký hiệu cũng trở thành một hàng hoá.[5] Trong lãnh vực giáo dục, internet càng ngày càng đóng vai trò quan trọng, hình thành nên cái gọi là nền học vấn điện tử (e-learning). Sinh viên ghi danh cũng như chọn ngành học và môn học qua internet. Phần lớn các bài giảng và tài liệu tham khảo cũng được đưa lên internet (WebCT). Sinh viên có thể làm bài tập cũng như thảo luận với bạn học và thầy cô giáo qua internet. Đại học dần dần sẽ biến thành một thứ đại học thậm phồn (hyperuniversity), một không gian tri thức (knowledge space), ở đó, tri thức, thật ra, không còn gắn chặt với một không gian hiểu theo nghĩa cổ điển (phòng học, trường học, với bảng đen, phấn trắng và những thầy cô giáo cụ thể) nữa mà là một không gian phi trú tính (non-locality), gắn liền với những mạng lưới không có điểm kết thúc.[6] Trong lãnh vực chính trị, internet,

---

[5] Mark Poster (biên tập) (1988), *Jean Baudrillard: Selected Writing*, Stanford: Stanford University Press, tr. 80.

[6] Xem Carl A. Raschke (2003), *The Digital Revolution and the Coming of the Postmodern University*, London: RoutledgeFalmer.

đặc biệt dưới hình thức facebook, twitter và blog, trở thành một vũ khí mới mẻ trong các cuộc vận động ứng cử và tranh cử cũng như quảng bá chính sách ở các quốc gia tự do; một phương tiện hữu hiệu để tranh đấu cho dân chủ và nhân quyền ở các quốc gia chuyên chế. Ở Việt Nam hiện nay, không còn hoài nghi gì nữa, internet đã trở thành một hình thức đối-thông tin (counter information) hoàn hảo của chế độ. Nếu trên báo chí chính thống của nhà nước, chúng ta chỉ có thể nhìn thấy một bức tranh xã hội khá bình yên với những vết mụn nho nhỏ ở cấp phường, cấp xã thì trên internet, ngược lại, chúng ta mới bắt gặp những vấn đề nghiêm trọng và nhức nhối nhất của đất nước liên quan đến sự tham nhũng và bất lực của giới lãnh đạo, những sai lầm và bế tắc trong chính sách giáo dục và môi trường, những phản ứng chậm chạp và hèn yếu trong quan hệ với Trung Quốc, v.v... Trong lãnh vực xã hội, internet làm thay đổi quan hệ giữa người với người. Trước, quan hệ ấy chỉ giới hạn trong phạm vi làng xã hay phố phường; sau, trong phạm vi nghề nghiệp, chung quanh các hãng xưởng, công sở, công ty hay trường học; cả hai đều gắn liền với một địa lý nhất định; bây giờ, với facebook hay twitter, nó không những mang tính phi-địa lý mà còn có cả tính phi-vật lý nữa: người ta chuyện trò, trao đổi tâm tình và ý kiến không phải chỉ với bạn mà còn cả với bạn của bạn, phần lớn là những người họ chưa bao giờ gặp mặt.

Riêng trong lãnh vực văn hoá, những thay đổi do máy vi tính và internet triệt để hơn hẳn những thay đổi do máy truyền thanh và truyền hình mang lại. Từ đầu thập niên 1960,

Marshall McLuhan[7] đã nhận định máy truyền hình góp phần biến cả hoàn cầu thành một cái làng bằng cách làm cho mọi người ở hầu khắp hang cùng ngõ hẻm trên mặt đất có thể xem cùng một hình ảnh, nghe cùng một bản tin, chịu sự tác động của cùng một cách nhìn, và do đó, có cùng một phản ứng.[8] Hơn nữa, truyền hình còn góp phần tạo nên chiến thắng của cái hình (figure) trên cái ngôn (discourse), tạo nên những hiện thực ảo (virtual reality), khiến con người bị vây bọc bởi cái Jean Baudrillard gọi là simulacra,[9] những bản thế vì của hiện thực, những hình ảnh của hình ảnh của hình ảnh, những *hyper-reality*; từ đó, cùng với nhiều yếu tố khác, dẫn đến sự hình thành của chủ nghĩa hậu hiện đại trong triết học cũng như trong các ngành nghệ thuật, trong đó có văn học. Riêng trong phạm vi văn học, truyền hình làm giảm hẳn số lượng độc giả; làm khuynh hướng giải trí phát triển mạnh; làm gia tăng hình thức đối thoại trong tiểu thuyết; làm câu văn ngắn gọn và đơn giản hơn; làm nhịp văn và nhịp truyện thay đổi nhanh hơn và gấp hơn, v.v...[10] Những ảnh hưởng ấy lớn, rất lớn, nhưng đều là

---

[7] Marshall McLuhan (1911-1980), tác giả của *The Gutenberg Galaxy* (1962) và *Understanding Media: The Extensions of Man* (1964), là người đi tiên phong và cũng là người đặt những nền tảng lý thuyết cho việc nghiên cứu ảnh hưởng của các phương tiện truyền thông, từ máy in cho đến báo chí, sách vở, ti vi, điện thoại, truyền thanh, v.v... đến tâm lý con người và văn hoá của thời đại.

[8] Xem bài "From Global Village to Global Mind" của Derrick de Kerckhove, đăng trên *UNESCO Courier* số tháng 2.1995.

[9] Jean Baudrillard (1983), *Simulations*, Semiotext, New York.

[10] Trong bài "The dump-down" đăng trên báo *The Nation* số ra ngày 17 tháng Ba năm 1997, Todd Gitlin, một giáo sư về Văn hoá, Báo chí và Xã hội học tại New York University đã nghiên cứu mười cuốn tiểu thuyết được báo *The New York Times* xếp loại bán chạy nhất trong tuần lễ đầu tiên của tháng Mười của các năm 1996, 1976, 1956 và 1936. Ông khám phá thấy cách dùng

những ảnh hưởng gián tiếp, phần chủ yếu oằn nặng xuống loại văn học bình dân. Đối với văn học thường được gọi là cao cấp, ảnh hưởng của truyền hình khó thấy hơn. So sánh các cuốn tiểu thuyết trong nửa đầu thế kỷ 20 với các cuốn tiểu thuyết trong nửa sau thế kỷ 20, lúc truyền hình đã bành trướng rộng rãi trong xã hội, người ta nhận thấy có một số khác biệt trong ngôn ngữ cũng như trong kỹ thuật, nhưng dù sao chúng cũng vẫn là tiểu thuyết. Chứ không phải là một cái gì khác.

Máy vi tính và cùng với nó, internet thì khác hẳn. Ảnh hưởng của chúng lớn lao đến độ rất nhiều nhà nghiên cứu xem đó thực sự là một cuộc cách mạng chỉ có sự xuất hiện của chữ viết và sự xuất hiện của máy in mới có thể so sánh được.[11] Nếu sự xuất hiện của chữ viết chuyển nền văn hoá truyền khẩu sang nền văn hoá ký tự thì sự xuất hiện của máy in với chữ đúc

---

văn đối thoại từ năm 1936 đến năm 1996 tăng lên 40%. Cũng trong thời gian ấy, chiều dài của câu văn giảm xuống 27% và số lượng các dấu câu giảm xuống 55%. Phân tích kỹ hơn, Todd Gitlin nhận thấy sự thay đổi diễn ra nhanh nhất là trong khoảng thời gian từ 1956 đến 1976. Trong hai mươi năm này, câu văn trong các cuốn tiểu thuyết bestsellers càng ngày càng ngắn lại và đơn giản dần. Nếu trong năm 1956, chiều dài trung bình của câu văn là 17.75 từ thì năm 1976 là 13.55 từ; nếu trong năm 1956, số lượng các dấu câu là 1.5 thì năm 1976 là 0.85. Todd Gitlin cho đó không phải là điều ngẫu nhiên. Thời gian này trùng hợp với sự phát triển của ti vi. Và dưới áp lực của ti vi, các cuốn tiểu thuyết bình dân đã được viết như một thứ kịch bản phim: câu văn ngắn gọn và giản dị, phần lớn là đối thoại, ít có những tư tưởng sâu xa và phức tạp.

[11] George P. Landow (1992) *Hypertext: The Convergence of Contemporary Critical Theory and Technology*, The Johns Hopkins University Press, Baltimore. Có thể xem thêm một số bài viết ngắn khác như "Drafting an Alphabet for the Digital Tradition"của Ashley Dunn trên *The New York Times on the Web* (ngày 18.12.1996); "Is It Really Gutenberg All Over Again?" của Bruno Giussani trên *The New York Times* on the Web (ngày 6.1.1998), hay "The Internet and Gutenberg" của Robert J. Samuelson trên *Newsweek* ngày 24.1.2000.

rời vào giữa thế kỷ 15 đã góp phần chuyển nền văn hoá dựa trên thần quyền sang nền văn hoá có tính chất thế tục, làm tiền đề từ đó lịch sử chuyển từ thời trung đại sang hiện đại. Nếu chữ viết là cơ sở văn hoá để dẫn đến việc ra đời của các tôn giáo độc thần, từ đó, qua chủ trương độc quyền về kiến thức của các nhà cầm quyền, chế độ toàn trị được củng cố thì sách báo in theo kỹ thuật hiện đại, ngược lại, góp phần tư bản hoá thông tin (capitalization of information), biến kiến thức thành một thứ hàng hoá, và sau đó, một công cụ giải phóng con người và thiết lập các xã hội dân sự và dân chủ. Nếu sự ra đời của chữ viết đã tạo điều kiện để con người phát huy khả năng tư duy trừu tượng, nâng cao óc phân tích và tổng hợp từ đó làm nở rộ các thể văn xuôi nghị luận và triết lý thì sự ra đời của máy in và sự phổ cập của sách báo đã làm văn học vừa phát triển theo chiều rộng, trở thành một thứ sinh hoạt đại chúng, vừa phát triển theo chiều cao, thành một nghệ thuật đặc tuyển, in đậm dấu vết của từng cá tính sáng tạo, từ đó, đẩy mạnh những nỗ lực tìm tòi và thử nghiệm, khiến sinh hoạt văn học ngày càng độc đáo và càng phong phú.[12] Có thể nói chính sách in đã góp phần quyết định trong việc hình thành tư tưởng cá nhân chủ nghĩa cũng như tinh thần duy lý: đọc sách bao giờ cũng là một hoạt động thầm lặng, nơi con người một mình đối diện với trang sách và với lòng mình, ở đó, người ta phải vận dụng trí thông minh của chính mình để giải quyết những chỗ phức tạp, tối tăm và mâu thuẫn trong cuốn sách hoặc giữa các

---

[12] Về ảnh hưởng của chữ viết đối với văn hoá, có thể xem cuốn *A Preface to Plato* của Eric Havelock, Cambridge xuất bản năm 1963; cuốn *The Death of Literature* của Alvin Kernan, Yale University Press xuất bản năm 1990, đặc biệt các trang 126-143.

cuốn sách; và ở đó, việc nhìn cuốn sách như một hiện hữu cụ thể, gắn liền với một tên tuổi nhất định, đã dần dần làm nảy nở ý thức về tính tác giả (authorship), về tác quyền (copyright), về bản sắc, về phong cách và cùng với chúng, ý thức về cái tôi.

Đặc điểm nổi bật và dễ thấy nhất của cuộc cách mạng mới gắn liền với máy vi tính và internet, nói như Robert Coover, được đánh dấu bằng "sự tận cùng của các cuốn sách",[13] dẫn đến sự ra đời của dòng văn học trên mạng, bao gồm cả dòng văn học số hoá (digitalized) và văn học số (digital literature). Văn học số hoá bao gồm toàn bộ các tác phẩm văn học, kể cả các tác phẩm cổ điển, được sắp chữ hoặc sắp chữ lại trên máy vi tính và đưa lên internet. Chúng có thể được đọc trên màn ảnh hoặc có thể được in ra giấy theo kiểu truyền thống. Hầu hết các tác phẩm văn học trên mạng bằng tiếng Việt hiện nay đều thuộc loại này. Văn học số, ngược lại, được sáng tác trên máy vi tính, tận dụng tính chất đa phương tiện (multimedia) và các điểm nối (link) trên internet để dẫn dắt câu chuyện và tạo sự tương tác với độc giả, chỉ được đọc trên mạng mà thôi.

Ngày trước, nói đến sách, người ta liên tưởng ngay đến giấy. Bây giờ có sách điện tử (ebook). Đã đành trên phạm vi thế giới, sách điện tử chưa thực phổ biến và chưa phải là một đe doạ đối

---

[13] Robert Coover (1992), "The End of Books?", *New York Times Book Review* 21.6.1992. (Xem trên internet: http://www.nytimes.com/books/98/09/27/specials/coover-end.htm).

với sách in theo kiểu truyền thống.[14] Nhưng nên nhớ là tuổi tác của sách điện tử còn quá nhỏ. Để trở thành phổ biến, sách in cần đến mấy trăm năm. Sách điện tử, ngược lại, chỉ mới manh nha. Mới manh nha nhưng nó lại đầy tiềm lực, và do đó, đầy tương lai: Nó được nuôi dưỡng, trước hết, trong lãnh vực giáo dục, nơi đào luyện các thế hệ người đọc sắp tới. Cứ thử vào thư mục trên mạng của các thư viện đại học mà xem: số lượng sách điện tử càng ngày càng nhiều. Tại Úc, người ta đang chuẩn bị phát hành các loại sách giáo khoa các cấp, từ tiểu học đến trung học, dưới hình thức sách điện tử để trẻ em khỏi phải mang những túi xách nặng trĩu sách vào lớp học. Cuộc cách mạng giáo dục mà chính phủ Lao Động tại Úc hiện đang hô hào có một nội dung rất cụ thể: mỗi học sinh một chiếc máy vi tính cầm tay (laptop). Cả ngày các em tìm và đọc tài liệu, viết bài, trao đổi thư từ với bạn bè và thầy cô giáo, thậm chí, chơi game trên máy vi tính. Việc các em ấy, sau này, thích đọc sách điện tử hơn sách in là điều có thể đoán được. Nhìn các em bây giờ, do đó, có thể mường tượng hình ảnh sinh hoạt văn học trong vài thập niên tới.

Hơn nữa, không nên quên các cuộc vận động âm thầm trong việc số hoá các tác phẩm văn học từ cổ đại đến đương đại, trong đó, tiêu biểu nhất là Dự án Gutenberg do Michael Hart khởi xướng từ năm 1971, đến nay, vào đầu năm 2010, đã có

---

[14] Năm 2004, sách điện tử chỉ chiếm 0.1% trong số 2,3 triệu cuốn sách mà các nhà xuất bản Mỹ bán được trên khắp thế giới (Theo Burt Helm trong bài "Curling up with a good e-book" đăng trên *BusinessWeek* Online ngày 29.12.2005.
http://www.businessweek.com/technology/content/dec2005/tc20051229_155542.htm).

trên 30,000 cuốn sách điện tử được thực hiện và cung cấp miễn phí cho người đọc khắp nơi trên thế giới. Thư khố điện tử Wright American Fiction, được sự hỗ trợ của nhiều đại học, chứa đựng khoảng 3000 cuốn tiểu thuyết được xuất bản từ năm 1851 đến 1875 tại Mỹ. Năm 2004 Google công bố kế hoạch một thư viện hoàn vũ với khoảng 15 triệu cuốn sách sẽ được số hoá và đưa lên mạng.[15] Đó là chưa kể vô số các dự án nhỏ khác của từng hội đoàn hoặc từng cá nhân rải rác đây đó. Riêng bằng tiếng Việt, cần ghi nhận vai trò tiên phong của Tủ sách Talawas với trên 200 cuốn sách và tạp chí điện tử, trong đó có nhiều tác phẩm quý hiếm, phần lớn là những tác phẩm xuất bản ở miền Nam trước 1975, những tác phẩm không dễ gì tìm lại được, nhất là sau đại hoạ phần thư của chế độ mới.[16]

So với sách, quá trình mạng hoá báo và tạp chí được tiến hành với một tốc độ nhanh và một quyết tâm cao hơn hẳn. Cho đến nay, phần lớn các nhà xuất bản vẫn còn phân vân trước xu hướng mạng hoá. Các báo và tạp chí thì không. Hầu hết các tờ báo và tạp chí lớn trên thế giới hiện nay đều tồn tại dưới hai hình thức: giấy và mạng. Người ta cố gắng làm cho hình thức mạng bổ sung thay vì uy hiếp hình thức giấy. Nhưng không phải lúc nào người ta cũng thành công. Số lượng báo và tạp chí trên giấy bị đình bản càng lúc càng nhiều. Ở Việt Nam, đặc biệt Việt Nam hải ngoại, lại càng nhiều. Trong phạm vi

---

[15] Theo sự ước tính của Kevin Kelly trong bài "Scan this book" đăng trên *The New York Time Magazine* số ra ngày 14.5.2006, trên thế giới từ xưa đến nay, có ít nhất khoảng 32 triệu cuốn sách và 750 triệu bài báo cũng như tiểu luận được xuất bản.
(http://www.nytimes.com/2006/05/14/magazine/14publishing.html)

[16] http://talawas.org/talaDB/talaDBFront.php?rb=08

văn học lại càng nhiều hơn nữa. Nhớ, từ giữa thập niên 1980 đến cuối thập niên 1990, ở hải ngoại có khá nhiều tạp chí văn học. Ra đời sớm nhất là tạp chí *Văn* (chủ nhiệm, trước là Mai Thảo, sau là Nguyễn Xuân Hoàng), *Văn Học* (có nhiều chủ nhiệm và chủ bút nhưng người làm lâu và được xem là có công nhất là Nguyễn Mộng Giác), *Hợp Lưu* (trước, Khánh Trường; sau, Đặng Hiền), *Làng Văn* (Nguyễn Hữu Nghĩa), *Tạp chí Thơ* (Khế Iêm), *Việt* (Nguyễn Hưng Quốc),[17] *Chủ Đề* (Nguyễn Trung Hối). Có thể kể thêm *Thế Kỷ 21* vốn thiên về chính trị, xã hội nhưng phần văn học cũng nhiều và khá. Tuy nhiên, bước sang thế kỷ 21, hầu hết các tạp chí ấy lần lượt bị đình bản. Bây giờ chỉ còn lại *Hợp Lưu*. Mà có lẽ *Hợp Lưu* cũng chỉ sống một cách khá thoi thóp. Hiện nay, ở thời điểm 2010 này, sinh hoạt văn học Việt Nam hải ngoại tập trung chủ yếu trên hai tờ báo điện tử: Tiền Vệ (www.tienve.org) và Da Màu (www.damau.org).

Những thay đổi trong phương diện sinh hoạt sách và báo nhắc ở trên dẫn đến sự thay đổi trong kiểu thức tồn tại của văn học. Từ trước đến nay, văn học, chủ yếu là văn học thành văn, là những vật thể chiếm một không gian nhất định trên các kệ. Văn học trên mạng thì khác. Đặc điểm đầu tiên của chúng là tính phi vật thể (immateriality). Chúng hiện hữu như một cái ảo. Mở máy vi tính và nối vào mạng: chúng xuất hiện. Tắt máy: chúng biến mất. Trước, ngay cả những người mù chữ cũng biết được sự hiện hữu của sách báo. Nay, nếu không có máy vi tính, ngay cả những người uyên bác và yêu thích văn

---

[17] Có thể đọc toàn bộ 8 số *Việt* này trên website Tiền Vệ: http://tienve.org/home/viet/viewVietJournals.do;jsessionid=7EB0B0AAFE4392C7104273AD53805FB1

học nhất cũng không thể có ý niệm gì về sự tồn tại của dòng văn học trên mạng. Nói chuyện với họ dễ có cảm tưởng như nói về những chuyện huyền hoặc. Mang tính phi vật thể, văn học trên mạng hoàn toàn bị giải lãnh thổ hoá. Sách báo in bao giờ cũng gắn liền với một không gian, từ một hiệu sách đến một thư viện, từ một nhà xuất bản đến một trung tâm phát hành, do đó, bao giờ cũng có tính địa phương. Văn học mạng thì vượt qua mọi biên giới: Nó tạo ra một thứ không gian phi địa lý (non-geographical space), còn gọi là một thứ không gian thậm phồn (hyperspace). Mà thậm phồn cũng có nghĩa là xuyên qua, là chuyển dịch (hyper is trans). Xuyên và chuyển đều mang tính phi tâm hoá. Ngày trước, văn học của nước nào cũng có những trung tâm nhất định, nơi tập trung thật nhiều các nhà xuất bản và các toà báo lớn, và từ đó, đa số giới cầm bút. Ở Việt Nam, chẳng hạn, đó là Hà Nội và Sài Gòn. Số lượng các cây bút sống ở tỉnh lẻ rất hiếm. Ở các quốc gia khác cũng thế. Trong nền văn học hải ngoại, sau năm 1975, cũng thế. Có thời, đặc biệt trong suốt thập niên 1980 và 1990, hầu như toàn bộ các nhà xuất bản và các tạp chí văn học bằng tiếng Việt đều tụ tập hết ở California. California mặc nhiên trở thành một thứ thủ đô của văn học Việt Nam hải ngoại. Với sự bộc phát của văn học mạng, ý niệm "thủ đô" ấy bỗng dưng biến mất. Có thể xem sự ra đời của Talawas ở Đức và Tiền Vệ ở Úc vào đầu thập niên 2000 đã truất phế vai trò "thủ đô" của California trong lãnh vực sinh hoạt văn học ở hải ngoại. Hiện nay, một tờ báo mạng văn học có uy tín có thể xuất hiện bất cứ ở đâu, không nhất thiết gắn liền với những khu chợ đông đúc như ngày trước. Cộng tác viên và độc giả của các tờ báo mạng ấy có thể là bất cứ ai, ở bất cứ đâu trên khắp thế giới. Chủ trương "hợp lưu" giữa giới cầm bút trong và ngoài nước mà tạp chí *Hợp Lưu* ở California cổ vũ vào thập niên 1990 đã được hiện thực hoá hoàn toàn không phải trên báo giấy mà là trên báo mạng. Yếu tố thúc đẩy quá trình hợp lưu hoá ấy không phải là ý thức chính trị mà chính là kỹ thuật.

Với văn học mạng, cái gọi là "hợp lưu" không dừng lại ở hai môi trường địa lý: trong và ngoài nước. Nó rộng hơn hẳn: thế giới. Trong cái không gian phi địa lý của văn học mạng, cả người viết lẫn người đọc đều trở thành những du mục đi rong từ vùng này đến vùng khác. Họ xuyên qua các biên giới. Họ la cà giữa các biên giới. Kinh nghiệm và, từ đó, bản sắc của họ được định hình không phải từ truyền thống hay từ những gì họ suy nghĩ mà chính là từ các điểm nối kết trên mạng. Trong ý nghĩa đó, người ta sửa câu nói nổi tiếng của René Descartes, "Tôi tư duy, vậy tôi hiện hữu", thành "Tôi nối kết, vậy tôi hiện hữu" (I link, therefore I am). Với họ, ranh giới quốc gia không còn là khung nhận thức (epistemological framework) duy nhất hay kiên cố như ngày xưa nữa. Đọc nhà thơ A hay B bây giờ, người ta không chỉ nghĩ đến Nguyễn Du, Tú Xương, Tản Đà, Huy Cận, Nguyễn Bính hay Bùi Giáng. Người ta còn liên tưởng đến các đồng nghiệp của họ ở những chân trời khác, từ Á sang Âu, Mỹ, Úc và cả châu Phi, nếu cần. Không thể hoài nghi, khung quy chiếu của cả người đọc lẫn người viết càng ngày càng mở rộng, càng ngày càng có tính xuyên quốc gia và liên quốc gia. Và tầm nhìn, theo đó, sẽ dần dần chuyển từ lịch đại (diachronic) sang đồng đại (synchronic). Và đồng đại, trong văn hoá mạng, cũng có nghĩa là toàn cầu.

Hợp lưu, nhưng văn học mạng cũng có sức phân hoá không kém dữ dội. Phân hoá giữa nông thôn và thành thị, nơi chắc chắn là có nhiều cơ hội tiếp cận với internet hơn. Phân hoá giữa các thế hệ, trong đó thế hệ trẻ rõ ràng là có nhiều ưu thế về kỹ thuật hơn hẳn các thế hệ cha anh của họ. Sự thịnh phát của internet tạo thành một tình trạng mù chữ mới, tôi tạm gọi là mù chữ số (digital illiteracy). Những người mù chữ số có thể là những trí thức uyên bác của các thế hệ cũ. Thì điều đó cũng bình thường. Nó giống hoàn cảnh Việt Nam vào đầu thế kỷ 20: Khi tiếng Pháp được sử dụng như ngôn ngữ chính thức trong hệ thống giáo dục và chữ quốc ngữ trở thành văn tự chung trong cả nước, có vô số trí thức Nho học bỗng dưng trở thành mù chữ. Cầm cuốn sách bày trên kệ: Họ không đọc được. Nhìn tờ báo chữ quốc ngữ đầy những tin tức nóng hổi: Họ không đọc được. Quá trình hiện đại hoá văn học Việt Nam vào đầu thế kỷ 20 cũng đồng thời là quá trình loại bỏ những kẻ mù chữ (quốc ngữ). Tôi ngờ tương lai văn học Việt Nam trong một, hai thập niên tới cũng tương tự. Cũng là quá trình đào thải thế hệ mù chữ số. Họ trở thành những kẻ ngoại cuộc. Không những không thể tham gia với tư cách người cầm bút, họ còn không thể tham gia cả với tư cách người đọc nữa. Họ hoàn toàn bị ngoại biên hoá (marginalized).

Ngoài tính phi vật thể, giải lãnh thổ hoá và phi tâm hoá, cũng về phương diện sinh hoạt, với hình thức tồn tại như vậy, văn học mạng còn có hai đặc điểm nổi bật khác nữa: tính tốc độ và tính tương tác.

Văn học mạng cần nhanh. Phổ biến nhanh. Truy cập nhanh. Và đọc cũng nhanh nữa. Điều hầu như ai cũng nhận thấy: đối diện với máy vi tính, sự kiên nhẫn của con người rất có giới hạn. Trang mạng nào tải chậm một tí, người ta đổi sang trang khác ngay. Sự chờ đợi, trước, được đo theo đơn vị phút, sau, chỉ còn lại giây. Cái đọc cũng vậy. Trên mạng, phần nhiều người ta không đọc. Người ta chỉ lướt (surf). Lướt từ trang này qua trang khác. Trong một trang, lướt từng phần này qua phần khác. Với cách đọc như vậy, quan điểm thẩm mỹ của độc giả, không sớm thì muộn, cũng dần dần thay đổi. Thay đổi theo chiều hướng nào? Khó biết trước được. Nhưng tôi đoán nó cũng sẽ theo chiều hướng tốc độ hoá: sự biến hoá của chuyện, của ý, của cảm xúc và của cả nhịp văn nữa sẽ nhanh hơn, chẳng hạn. Dĩ nhiên, không loại trừ những phản ứng ngược, như thường vẫn vậy, trong lãnh vực văn học nghệ thuật. Một kinh nghiệm: chủ nghĩa hiện đại trong nửa đầu thế kỷ 20 vừa là phản ứng thuận lại vừa là phản ứng ngược, trong đó phản ứng ngược đóng vai trò chủ yếu, của tính hiện đại, đặc biệt của xu hướng thành thị hoá, cơ giới hoá và duy lý hoá.

Một đặc điểm khác của văn học mạng là sự tương tác mật thiết giữa tác giả và người đọc phát triển lên một mức cực cao. Cần lưu ý: tính tương tác là một khái niệm mới trong văn hoá học cũng như trong phê bình văn học, tuy nhiên, trên thực tế, đó là lại một hiện tượng khá cũ. Các nhà mỹ học tiếp nhận và phê bình căn cứ trên hồi ứng của người đọc đã phát hiện ra bản chất của việc đọc văn chương bao giờ cũng là một chuỗi tương tác. Đọc là nhận thức. Nhận thức là diễn dịch. Diễn dịch là tương tác. Tương tác giữa mình và người. Giữa quá khứ và hiện tại. Giữa những cái đã biết và những cái chưa biết. Giữa kinh nghiệm và kỳ vọng. Tương tác giữa văn bản và tính liên văn bản. Không thể có cái viết nào hoàn toàn cô lập. Cũng không thể có cái đọc nào hoàn toàn cô lập. Viết bao giờ cũng là viết với người khác. Đọc, cũng vậy, bao giờ người ta cũng đọc với những người khác, từ những người đồng thời đến những người xa xưa, có khi tận thời cổ đại. Umberto Eco nhấn mạnh: "Không có một văn bản nào được đọc một cách độc lập ngoài kinh nghiệm của người đọc về các văn bản khác".[18] Ý này, trước đó, đã được Harold Bloom nêu lên: "Đọc một văn bản nhất thiết là đọc một hệ thống các văn bản, và ý nghĩa (của nó) luôn luôn lang thang giữa các văn bản".[19] Trước đó nữa, Mikhail Bakhtin đã phát hiện tính tương tác như một yếu tính của tiểu thuyết, hơn nữa, của văn học, và hơn cả thế nữa, của ngôn ngữ, khi ông đưa ra khái niệm tính tương thoại (dialogism) sau này trở thành nền tảng trên đó Julia Kristeva, Roland Barthes và Jacques Derrida xây dựng khái niệm tính liên văn bản được xem như một trong những luận điểm nòng cốt của hậu cấu trúc luận. Tuy vậy, dường như chưa bao giờ và không ở đâu, tính tương tác và tương thoại ấy lại nổi bật như trong thế giới mạng. Đăng bài trên mạng, qua các thống kê, người ta có thể biết rõ, rất rõ, về những ai đã đọc mình: có bao nhiêu người, từ những quốc gia nào; họ đọc gì và đọc trong bao lâu, v.v... Độc giả cũng thế, họ có thể phản hồi ngay tức khắc; và trong một số trường hợp, họ có thể nhận được hồi âm hầu như ngay tức khắc. Với các tác phẩm văn bản thậm phồn (hypertext), tính chất tương tác còn rõ ràng và cụ thể hơn nữa: độc giả có thể tham gia vào quá trình tạo tác cấu trúc và ý nghĩa của tác phẩm.

Khi tính tương tác trở thành yếu tố chủ đạo, vai trò của tác giả không còn như trước nữa. Cách đây mấy chục năm Roland

---

[18] Umberto Eco (1984), *The Role of the Reader*, Bloomington: Indiana University Press, tr. 21.

[19] Harold Bloom (1973), *The Anxiety of Influence: Towards a Theory of Poetry*, Oxford: Oxford University Press, tr. 107-8.

Barthes đã dự báo về "Cái chết của tác giả".[20] Chúng ta nên nhớ, như Michel Foucault đã từng nhắc nhở, khái niệm "tác giả" không phải là cái gì tự nhiên hay vĩnh cửu, ngược lại, nó chỉ là một sản phẩm của lịch sử: có những giai đoạn rất dài loài người vẫn đọc và vẫn thưởng thức văn học mà không hề có một chút băn khoăn về sự hiện hữu, đừng nói là bản sắc, của tác giả.[21] Cái chúng ta quen gọi là "tác giả" hiện nay chỉ nổi lên từ cuối thời Trung đại, gắn liền với chủ nghĩa duy lý và niềm tin vào cá nhân ở thời Phục Hưng; được hình thành với chức năng củng cố ý nghĩa và tạo nên sự thống nhất trong tác phẩm. Với việc phát hiện ra tính liên văn bản, ở đó, mỗi tác phẩm không phải là cái gì khác ngoài một mạng lưới đan xen chằng chịt các trích dẫn từ vô số nguồn khác nhau, trong đó, không có nguồn nào có xuất xứ rõ ràng và có thể truy nhận được, vai trò của người đọc nổi lên, thay thế tác giả ở nhiệm vụ tạo nên tính thống nhất ấy. Thoạt đầu, khi văn học mạng vừa xuất hiện, nhiều người lo lắng là triển trình khai tử tác giả mà Barthes tiên báo sẽ nhanh chóng trở thành hiện thực. Trong cuốn *Digital Fictions, Storytelling in a Material World*, Sarah Sloane cho là, trong thể loại tiểu thuyết số (digital fiction), khi người đọc đóng vai trò nhân vật trung tâm, tham gia và góp phần điều hướng câu chuyện, tính ổn định của văn bản bị đánh mất, đọc trở thành một cuộc phiêu lưu quờ quạng trong mê cung, và hậu quả là "tác giả và ý nghĩa bị triển hạn đến vô

---

[20] Roland Barthes (1977), "The Death of the Author", in trong tập *Image, Music, Text*, Stephen Heath dịch và biên tập, Hill & Wang xuất bản tại New York, trang 146-148.

[21] Michel Foucault (1979), "What is an Author?", in trong tập *Textual Strategies: Perspectives in Post-Structuralist Criticism*, Josué V. Harari biên tập, nxb Methuen, London.

tận".[22] Mười năm sau khi tác phẩm của Sarah Sloane được xuất bản, tiểu thuyết số vẫn còn khá xa lạ, do đó, khó có cơ sở để phán đoán ý kiến của bà đúng hay sai. Trên thực tế, chiếm lĩnh thế giới ảo vẫn là các trang mạng và blog, ở đó, chúng ta chứng kiến một sự thực ngược lại, nói như Nicholas Rombes, trong bài, "Sự tái sinh của tác giả", hầu như tác giả có mặt ở khắp nơi. "Ngày nay tất cả chúng ta đều là tác giả. Tất cả chúng ta đều là *auteurs*. Tất cả chúng ta đều là nhà văn. Tất cả chúng ta đều là những nhà làm phim. Và tất cả chúng ta đều là những nhà lý thuyết bởi vì những gì chúng ta đang làm đã lý thuyết hoá chính nó."[23] Hiện tượng người người trở thành tác giả như vậy xuất phát từ hai nguyên nhân chính. Thứ nhất, do việc xuất bản trên mạng tương đối dễ dàng và nhanh chóng, số lượng người cầm bút tăng vọt hẳn lên. Trước, sau khi hoàn tất một bài thơ, một truyện ngắn hay một bài phê bình, tiểu luận, nhiều khi người ta phải chờ đợi đến mấy tháng mới thấy nó xuất hiện trên trang báo. Bây giờ, có lúc chỉ mất vài ngày, thậm chí, vài giờ. Trong trường hợp tác giả có blog riêng, việc công bố tác phẩm có khi chỉ mất vài phút. Nhanh. Cực nhanh. Sự nhanh chóng ấy chắc chắn gợi hứng cho nhiều người để họ tiếp tục sáng tác. Thứ hai, trong thế giới mạng, độc giả thường không những có quyền mà còn được khuyến khích lên tiếng. Các ý kiến phản hồi của họ được đọc một cách bình đẳng như bao nhiêu trước tác khác của giới cầm bút chuyên nghiệp. Ở

---

[22] Sarah Sloane (2000), *Digital Fictions, Storytelling in a Material World*, Stanford: Ablex Publishing Corporation, tr. 22.

[23] Nicholas Rombes, "The rebirth of the author" in trong *Critical Digital Studies: A Reader* do Arthur Kroker và Marilouise Kroker biên tập (2008), University of Toronto Press xuất bản tại Toronto, tr. 437.

mức độ nào đó, có thể nói họ cũng là những tác giả, hoặc, ít nhất, đồng-tác giả (co-author).

Tôi thích chữ "đồng-tác giả" ấy. Theo tôi, không phải chỉ có độc giả, bằng động thái đọc và, hơn nữa, phản hồi, tham gia vào tiến trình hiện thực hoá cũng như tạo nghĩa cho tác phẩm, trở thành đồng-tác giả. Mà chính tác giả, những người sáng tác và đóng dấu chủ quyền trên tác phẩm của mình, thực chất cũng là những đồng-tác giả. Nói cách khác, theo tôi, mọi tác giả đều là những đồng-tác giả. Không có ngoại lệ. Chứ còn gì nữa? Khi tính liên văn bản thống trị mọi văn bản, không thể có những nhà sáng tạo độc lập và độc nhất. Sáng tạo trở thành đồng-sáng tạo. Đồng-sáng tạo với ai hay với cái gì? Thì, trước hết, với ngôn ngữ và với các quy ước và ý niệm về điển phạm trong văn học, và sau chúng, là lịch sử, thời đại, văn hoá, và, đặc biệt, với ký ức tập thể của cả cộng đồng. Khi sáng tạo là đồng-sáng tạo, tác giả, như một hệ luận tất yếu, cũng trở thành đồng-tác giả. Từ văn học trên giấy đến văn học trên mạng, nếu tính liên văn bản và tính tương tác càng gia tăng thì tính đồng-tác giả ấy lại càng nổi lên và đậm nét. Như vậy, sự khác biệt của tính đồng-tác giả giữa hai dòng văn học chủ yếu là ở mức độ.

Nếu cả tác giả lẫn độc giả đều là những đồng-tác giả, hệ quả đầu tiên là tính chuyên nghiệp của văn học sẽ bị thách thức nghiêm trọng. Xưa, thời tiền-hiện đại, công việc viết lách nằm trong tay một tầng lớp đặc tuyển ít ỏi; bước vào thời hiện đại, với sự phát triển của kỹ nghệ in ấn, báo chí và xuất bản được phát triển mạnh mẽ, công việc viết lách dần dần được thương mại hoá, và vì thương mại hoá, nó dần dần được chuyên nghiệp hoá: viết văn trở thành một nghề. Khi văn học được chuyển lên mạng, cơ sở kinh tế của dòng văn học trên giấy in bị lay đổ: nó không những không xin quảng cáo được mà cũng không thể bán được. Thế giới mạng, cho đến nay, vẫn là thế giới... chùa. Rất hiếm khi người ta chịu trả tiền để đọc bất cứ điều gì. Thành ra, viết lại trở thành viết chơi như ngày xưa. Không nhuận bút. Không lợi tức. Viết để thoả một cơn ghiền. Thế thôi. Xu hướng ấy, không sớm thì muộn, cũng sẽ dẫn đến hiện tượng giải-chuyên nghiệp hoá (deprofessionalism) văn học. Ở đâu cũng thế. Riêng ở Việt Nam, quá trình giải-chuyên nghiệp hoá ấy không chừng sẽ nhanh chóng hơn hẳn những nơi khác. Tại sao? Lý do chính là cái gọi là chuyên nghiệp hoá trong văn học Việt Nam chỉ vừa mới chớm, còn rất mong manh, do đó, rất dễ bị dập tắt. Điều đó, dĩ nhiên, đáng buồn. Nhưng không phải là tuyệt vọng. Thoát ra khỏi áp lực của thương mại và nghề nghiệp, người cầm bút cũng dễ thoát khỏi áp lực của dư luận và thành kiến, từ đó, của thói quen và truyền thống, dễ tự tin đi vào các cuộc phiêu lưu và thử nghiệm không những trong tư tưởng mà còn trong cả bút pháp. Biết đâu, nhờ đó, văn học có nhiều triển vọng đổi mới hơn. Nếu không, nó cũng trở lại với bản chất nguyên thuỷ của nó: một trò chơi ngôn ngữ và đồng thời cũng là một trò chơi tự biểu hiện.

Không những khái niệm tác giả thay đổi, cả khái niệm văn bản cũng thay đổi, đặc biệt loại văn bản điện tử (electronic text; còn gọi là văn bản thậm phồn, hypertext). Nếu văn bản theo nghĩa cổ điển, trên sách in, chủ yếu là một công trình ngôn ngữ với sự kết hợp giữa các yếu tố từ vựng và một ít các yếu tố phi từ vựng, từ các dấu câu đến cách trình bày trên trang giấy như cách ngắt dòng hay cách sắp dòng thì văn bản trên mạng có thể vừa là một công trình ngôn ngữ vừa là một công trình phi ngôn ngữ, trong đó, có thể có cả âm thanh, hình ảnh, hay các sự chuyển động mà internet có thể làm được. Nếu văn bản cổ điển có một trung tâm quy chiếu rõ ràng với một cấu trúc vững chãi dựa trên cách phân bậc chặt chẽ giữa các điểm chính và các điểm phụ, điểm trước và điểm sau thì văn bản trong môi trường điện tử lại là một cái gì phi tâm, không có điểm khởi đầu cũng như điểm kết thúc, gắn liền với một liên mạng đa phương và đa tầng, ở đó, mọi mối quan hệ đều hết sức dân chủ. Nếu văn bản cổ điển được thiết kế theo một trật tự tuyến tính (linearity), từ câu thứ nhất đến câu thứ nhì, từ đầu trang đến cuối trang, từ trang trước đến trang sau thì văn bản điện tử, ngược lại, có thể có tính chất phi tuyến tính (nonlinearity), ở đó, người đọc được tự do chọn các điểm nối (link) để có thể chuyển sang những bài viết khác cùng đề tài, không nhất thiết phải theo một kết cấu nào cố định. Cuối cùng, nếu văn bản theo nghĩa cổ điển là cái gì tĩnh tại, cố định, hay nói như Jay David Bolter, "đông lạnh"[24] thì văn bản điện tử có thể biến hoá liên tục tuỳ theo cách tiếp cận của mỗi người đọc, thậm chí, của mỗi lần đọc. Michael Joyce cho văn bản điện tử chỉ là biểu hiện của một thứ văn bản không ngừng trốn thoát và cũng không ngừng gây ngạc nhiên mỗi lần nó quay trở lại; đó là thứ văn bản mà người đọc có thể tự mình lựa chọn cách đọc; có điều, "những sự lựa chọn ấy sẽ làm thay đổi hẳn bản chất của những gì hắn đọc".[25] Nói một cách tóm tắt,

---

[24] Dẫn theo David S. Mial, trong bài "Trivializing or Liberating? The Limitation of Hypertext Theorizing" đăng trên *Mosaic* (Winnipeg) số tháng 6.1999. (Nguyên văn cách nói của Bolter là: "frozen structure of the printed page".)

[25] Michael Joyce (2003), *Othermindedness, the Emergence of Network Culture*, Ann Arbor: The University of Michigan Press, tr. 132.

văn bản trên mạng, ở dạng hiện đại nhất của nó, hypertext, là loại văn bản phi tuyến tính, liên văn bản, đa tâm, bất định và bất liên tục, nặng tính chất tương tác cũng như tính chất trình diễn.[26]

Những kiểu văn bản như thế, thật ra, không phải hoàn toàn mới lạ. Trong các văn bản cổ điển, các cước chú và phụ chú thật ra cũng là những điểm nối có tính chất liên văn bản, dù chỉ ở mức độ khá thô sơ. Tính chất phi tuyến tính và liên văn bản cũng xuất hiện, với những mức độ khác nhau, trong thơ đa-đa, thơ siêu thực, thơ cụ thể, thơ hình hoạ cũng như truyện ngắn và tiểu thuyết của James Joyce (*Ulysses,* và *Finnegans Wake*), Julio Cortazar (*Hopscotch*), George Perec (*La vie: mode de emploi*), Italo Calvino (*If On a Winter's Night a Traveler*), Milorad Pavic (*Dictionary of the Khazars*) và Jorge Luis Borges ("Library of Babel" và "Garden of Forking Paths"), v.v... Về phương diện lý thuyết, người ta cũng có thể biện chính cho loại văn bản điện tử với rất nhiều điểm nối ngang như thế bằng quan niệm văn bản khả tác (writerly text) của Roland Barthes; quan niệm về tính liên văn bản của Jacques Derrida cũng như các nhà giải kiến tạo ở Mỹ; quan niệm về tính lắp ráp (bricolage) của Claude Lévi-Strauss, và cả quan niệm về tính tương thoại (dialogism) trong tiểu thuyết của Mikhail Bakhtin,

---

[26] Xem Sven Birkerts (1996), *The Gutenberg Elegies, the Fate of Reading in an Electronic Age*, Faber & Faber, London; George P. Landow (biên tập) (1994), *Hyper / Text / Theory*, The Johns Hopkins University Press xuất bản tại Baltimore; Robert Kendall (1995), "Writing for the New Millennium" đăng trên *Poets & Writers Magazine* số tháng 11 & 12. 1995. Bằng tiếng Việt có thể xem thêm bài "Về văn học hypertext" của Nguyễn Minh Quân và bài "Văn học hypertext: phác hoạ về một thể loại văn học mới" của Đức Thuần trên tạp chí *Việt* số 6 (giữa năm 2000).

v.v...[27]

Không mới lạ, nhưng rõ ràng là trong môi trường mạng, những đặc điểm ấy đã trở thành những đặc trưng chủ đạo. Nhưng khi tính phi tuyến tính và tính liên văn bản trở thành những đặc trưng chủ đạo, yếu tố bị đe doạ đầu tiên là gì? Theo tôi, không chừng đó sẽ là tính tự sự (narrative). Văn học, tự bản chất, có tính tự sự. Trước hết, văn học, khởi thuỷ có tính truyền khẩu, là một nghệ thuật thời gian: nó bắt đầu ở một thời điểm nhất định và kết thúc ở một thời điểm nhất định khác. Sau, với kỹ thuật in, hiện hình trên trang giấy, bên cạnh thời gian, văn học có thêm một kích thước mới: không gian. Tuy nhiên, kích thước không gian dù sao vẫn chỉ là phụ thuộc, do đó, tính tự sự vẫn đóng vai trò quan trọng trong văn học. Từ trang sách lên màn ảnh máy vi tính, từ việc được đọc từng trang, từng trang, hết trang này đến trang khác đến việc có thể đọc nhảy lóc cóc theo từng điểm nối có khi hoàn toàn ngẫu nhiên, tính tự sự càng trở nên mờ nhạt. Dĩ nhiên không mất hẳn. Nó chỉ mờ nhạt thôi. Mờ nhạt và biến dạng. Mờ nhạt dẫn đến biến dạng. Theo tôi, cả sự mờ nhạt lẫn sự biến dạng ấy đều dẫn đến sự lên ngôi của các thể loại phi tự sự (non-narrative), trong đó, không chừng đáng kể nhất là tuỳ bút và đặc biệt, lý

---

[27] Xem bài "Virtual transformations: the evolution of publication media" của Kenneth Arnold đăng trên *Library Trends*, Spring 1995; "Cybernetic esthetics, hypertext and the future of literature" của Molly Abel Travis đăng trên *Mosaic* (Winnipeg), 12.1996; "The state of the art (novelists and novel writing) của John Barth đăng trên *The Wilson Quarterly*, vol. 20, 03.01.1996; "Nonce Upon some times: rereading hypertext fiction" của Michael Joyce, đăng trên *Modern Fiction Studies* 43.3 (1997); "Trivializing or Liberating? The Limitation of Hypertext Theorizing" của David S. Mial, đăng trên *Mosaic* (Winnipeg) số tháng 6.1999.

luận và phê bình. Trong loại hình tự sự, có lẽ ưu thế sẽ thuộc về truyện cực ngắn và truyện (cả truyện dài lẫn truyện ngắn) được viết theo phong cách hậu hiện đại, ở đó, tính tự sự bị đặt thành nghi vấn và không còn là cơ sở chính để xây dựng cấu trúc tác phẩm nữa. Ý thức về sự suy thoái của tính tự sự, dù muốn hay không, cũng củng cố thủ pháp siêu hư cấu (metafiction), một thứ truyện trên truyện hay truyện về truyện, ở đó, tác giả đặt vấn đề ngay về chính cái viết và nỗ lực hư cấu hoá của mình. Siêu hư cấu, cũng như phản tự sự nhắc ở trên, cũng đều là những nguyên tắc lớn của chủ nghĩa hậu hiện đại.

Có thể nói, từ góc độ lý thuyết cũng như từ góc độ thực tiễn sáng tác, hình thức văn bản trên mạng vừa là một quá trình tiến hoá lại vừa là một cuộc cách mạng của nền văn học hậu hiện đại. Là một sự tiến hoá, văn học trên mạng, trên nguyên tắc, vẫn là những văn bản mang tính văn học, là những văn bản văn học. Là một cuộc cách mạng, văn học trên mạng không những làm thay đổi quan hệ giữa độc giả với văn bản hay quan hệ giữa tác giả với văn bản, giữa tác giả với độc giả, mà còn có khả năng làm đảo lộn mọi điển phạm, mọi mô thức và mọi ước lệ văn học hiện có, hay nói như George Landow, nó "lật đổ mọi đẳng cấp trong vị thế và quyền lực" của văn học truyền thống.[28] Quan trọng nhất, nó có khả năng làm thay đổi

---

[28] George P. Landow (1992), *Hypertext: The Convergence of Contemporary Critical Theory and Technology*, Baltimore: Johns Hopkins University Press. Dẫn lại theo Thomas Swiss trong bài "Electronic Literature: Discourses, Communities, Traditions" in trong cuốn *Memory Bytes: History, Technology and Digital Culture* do Lauren Rabinovitz & Abraham Geil biên tập (2004), Durham: Duke University Press, tr. 287-8.

cách chúng ta đọc cũng như cách chúng ta viết.

Nghĩa là, nói một cách tóm tắt, nó sẽ dần dần làm thay đổi toàn bộ những gì chúng ta gọi là văn học.

Tài liệu tham khảo

Adam, Barbara (1990), *Time and Social Theory*, Cambridge: Polity Press.

Adams, Hazard và Searle, Leroy (biên tập) (1986), *Critical Theory Since 1965*, Floria: Florida State University Press.

Altshuler, Bruce (1998), *The Avant-Garde in Exhibition: New Art in the 20th Century*, Berkeley: University of California Press.

Anderson, Benedict (1991), *Imagined Communities: Reflections on the Origin and Spread of Nationalism*, London: Verso.

Appadurai, Arjun (biên tập) (2001), *Globalization*, Durham: Duke University Press.

Augé, Marc (1995), *Non-places: Introduction to the Anthropology of Supermodernity*, London: Verco.

Bakhtin, M.M. (1981), *The Dialogic Imagination, Four Essays*, Michael Holquist biên tập, Caryl Emerson và Michael Holquist dịch từ tiếng Nga, Austin: University of Texas Press.

Barthes, Roland (1977), *Image, Music, Text*, Stephen Heath dịch và biên tập, New York: Hill & Wang.

Baudrillard, Jean (1983), *Simulations*, New York: Semiotext(e).

Baudrillard, Jean (1995), *The Gulf War Did not Take Place*, Paul Patton dịch sang tiếng Anh, Sydney: Power Publications.

Bauman, Zygmunt (1989), *Modernity and the Holocaust*, Cambridge: Polity Press.

Bauman, Zygmunt (1997), *Postmodernity and its Discontents*, Cambridge: Polity Press.

Berger, Peter L. và Huntington, Samuel P. (biên tập) (2002), *Many Globalizations*, Oxford: Oxford University Press.

Bertens, Hans (1995), *The Idea of the Postmodern, a History*, London: Routledge.

Bertens, Hans và Fokkema, Douwe (biên tập) (1997), *International Postmodernism, Theory and Literary Practice*, Amsterdam: John Benjamins Publishing Company.

Best, Steven và Kellner, Douglas (1991), Postmodern Theory, New York: The Guilford Press.

Best, Steven và Kellner, Douglas (1997) The Postmodern Turn, New York: The Guilford Press.

Best, Steven và Kellner, Douglas (2001), *The Postmodern Adventure*, London: Routledge.

Bhabha, Homi (biên tập) (1990), *Narration and Nation*, London: Routledge.

Bhabha, Homi (1994), *The Location of Culture*, London: Routledge.

Birkerts, Sven (1996), *The Gutenberg Elegies, the Fate of Reading in an Electronic Age*, London: Faber & Faber.

Bloom, Harold (1973), *The Anxiety of Influence: Towards a Theory of Poetry*, Oxford: Oxford University Press.

Bloom, Harold; de Man, Paul; Derrida, Jacques; Hartman, Geoffrey và Miller, J. Hillis (1979), *Deconstruction and Criticism*, New York: Seabury Press.

Bogue, Ronald (2003), *Deleuze on Literature*, New York: Routledge.

Bohn, Willard (1986), *The Aesthetics of Visual Poetry*, Chicago: The University of Chicago Press.

Burger, Peter (1984), *Theory of the Avant-Garde*, Michael Shaw dịch, Manchester: Manchester University Press.

Canclini, Néstor Garía (1995), *Hybrid Cultures, Strategies for Entering and Leaving Modernity*, Minneapolis: University of Minnesota Press.

Castell, Manuel (1996), *The Rise of the Network Society*, tập 1 của bộ *The*

Information Age: Economy, Society, Culture, Oxford: Blackwell.

Climo, Jacob J. và Cattell, Maria G. (biên tập) (2002), *Social Memory and History: Anthropological Perspectives*, Walnut Creek: Altamira Press.

Cohan, A.S. (1975), *Theories of Revolution*, London: Thomas Nelson & Sons.

Connor, Steven (biên tập) (2004), *The Cambridge Companion to Postmodernism*, Cambridge: Cambridge University Press.

Culler, Jonathan (1983), *On Deconstruction*, London: Routledge & Ken Paul.

Culler, Jonathan (1981), *The Pursuit of Signs*, Ithaca: Cornell University Press.

Currie, Mark (1998), *Postmodern Narrative Theory*, London: MacMillan Press.

d'Entrève, Maurizio Passerin và Benhabib, Seyla (biên tập) (1997), *Habermas and the Unfinished Project of Modernity*, Cambridge: The MIT Press.

Đặng Thai Mai (1974), *Văn thơ cách mạng Việt Nam đầu thế kỷ 20*, Hà Nội: nxb Văn Học.

Dasgupta, Samir và Kiely, Ray (biên tập) (2006), *Globalization and After*, New Delhi: Sage

Deleuze & Guattari (1986), *Kafka: Towards a Minor Literature*, Dana Polan dịch, Réda Bensmaia viết lời nói đầu, Minneapolis: University of Minnesota Press.

Denning, Michael (2004), *Culture in the Age of Three Worlds*, London: Verso

Derrida, Jacques (1981), *Positions*, Chicago: Chicago University Press.

Derrida, Jacques (1996/1998), *Monolingualism of the Other, or the Prosthesis of Origin*, Stanford: Standford University Press.

Derrida, Jacques (1982) *Of Grammatology*, Gayatri Chakravorty Spivak dịch và giới thiệu, Baltimore: The John Hopkins University Press.

Dirlik, Arif và Zhang, Xudong (biên tập) (2000), *Postmodernism & China*, Durham: Duke University Press.

Drucker, Johanna (1994), *The Visisble World, Experimental Typography and*

Modern Art, 1909-1923, Chicago: The University of Chicago Press.

Eaglestone, Robert (2008), *The Holocaust and the Postmodern*, Oxford: Oxford University Press.

Eagleton, Terry (2003), *After Theory*, New York: Basic Books.

Eco, Umberto (2002), *On Literature*, Martin McLaughlin dịch từ tiếng Ý, Orlando: A Harvest Book.

Eco, Umberto (1984), *The Role of the Reader*, Bloomington: Indiana University Press.

Edwards, Brian (1998), *Theories of Play and Postmodern Fiction*, New York: Garland Publishing, Inc.

Featherstone, Mike (2007), *Consumer Culture and Postmodernism*, London: Sage.

Foster, Hal (1996), *The Return of the Real*, Cambridge: The MIT Press.

Foster, Hal (biên tập) (1983), *The Anti-Aesthetic, Essays on Postmodern Culture*, Seattle: Bay Press.

Foucault, Michel (1980), *Power/Knowledge: Selected Interviews and other Writings, 1972-1977*, Colin Gorden, Leon Marshall, John Mepham và Kate Soper dịch, New York: Pantheon Books.

Fox, Richard G. (biên tập) (1991), *Recapturing Anthropology: Working in the Present*, Santa Fe: School of American Research Press.

Fukuyama, Francis , "The end of history?", *National Interest*, summer 1989, tr. 3-18.

Funkhouser, C.T. (2007), *Prehistoric Digital Poetry: An Archaeology of Forms, 1959-1995*, Tuscaloosa: The University of Alabama Press.

Giddens, Anthony (1990), *The Consequences of Modernity*, Stanford: Stanford University Press.

Glazier, Loss Pequeno (2002), *Digital Poetics: The Making of E-Poetries*, Tuscaloosa: The University of Abalama Press.

Goulimari, Pelagia (biên tập) (2007), *Postmodernism, What Moment?*, Manchester: Manchester University Press.

Gregson, Ian (2004), *Postmodern Literature*, London: Arnold.

Grenz, Stanley J. (1996), *A Primer on Postmodernism*, Michigan: William B. Eerdmans.

Harari, Josué V. (biên tập) (1979), *Textual Strategies: Perspectives in Post-Structuralist Criticism*, London: Methuen.

Harris, Marvin (1999), *Theories of Culture in Postmodern Times*, Walnut Creek: Altamira Press.

Harvey, David (1989), *The Condition of Postmodernity*, Cambridge: Basil Blackwell.

Hayles, N. Katrerine (2008), *Electronic Literature, New Horizons for the Literary, Notre Dame* (Indiana): University of Notre Dame Press.

Hegarty, Paul (2004), *Jean Baudrillard, Live Theory*, London: Continuum.

Heidegger, Martin (1971), *Poetry, Language, Thought*, Albert Hofstadter dịch, New York: Harper & Row.

Heidegger, Martin (1978), *Basic Writing*, David Farrell Krell biên tập, London: Routledge.

Held, David và McGrew, Anthony (2000), *The Global Transformations Reader: an Introduction to the Globalization Debate*, Cambridge: Polity Press.

Hill, Leslie (2010), *Radical Indecision: Barthes, Blanchot, Derrida, and the Future of Criticism*, Notre Dame: University of Notre Dame Press.

Hoài Thanh và Hoài Chân (1967), *Thi nhân Việt Nam* (ấn bản đầu tiên in năm 1942), Sài Gòn: Thiều Quang.

Hoàng Ngọc-Tuấn (2002), *Văn học hiện đại và hậu hiện đại qua thực tiễn sáng tác và góc nhìn lý thuyết*, California: Văn Nghệ

Hoffman, Gerhard (2005), *From Modernism to Postmodernism: Concepts and Strategies of Postmodern American Fiction*, Amsterdam và New York: Rodopi.

Holton, Robert J. (2005), *Making Globalization*, New York: Palgrave Macmillan.

Huntington, Samuel P. , "The clash of civilizations?", *Foreign Affairs*, số 72, Summer 1993, tr. 22-49. Có thể đọc trên http://www.vicisu.com/wp-content/huntington.pdf

Hutcheon, Linda (1988), *A Poetics of Postmodernism, History, Theory, Fiction*, New York: Routledge.

Hutcheon, Linda (1989), *The Politics of Postmodernism*, London: Routledge.

Inda, Jonathan Xavier và Rosaldo, Renato (biên tập) (2008), *The Anthropology of Globalization, a Reader*, Oxford: Blackwell.

Jameson, Fredric và Miyoshi, Masao (biên tập) (1998), *The Cultures of Globalization*, Durham: Duke University Press.

Jencks, Charles (2007), *Critical Modernism, Where is Post-Modernism Going?*, London: Wiley Academy.

Joyce, Michael (2003), *Othermindedness: The Emergence of Network Culture*, Ann Arbor: The University of Michigan Press.

Kant, Immanuel (2000), *Critique of the Power of Judgment*, Paul Guyer và Eric Matthews dịch, Paul Guyer biên tập, Cambridge: Cambridge University Press.

Keren, Michael (2006), *Blogosphere, the New Political Arena*, Lanham: Lexington Books.

Kernan, Alvin (1990), *The Death of Literature*, New Haven: Yale University Press.

Kostelanetz, Richard (biên tập và giới thiệu) (1982), *The Avant-Garde Tradition in Literature*, Buffalo: Prometheus Books.

Kraidy, Marwan M. (2005), *Hybridity, or the Cultural Logic of Globalization*, Philadelphia: Temple University Press.

Kroker, Arthur và Kroker, Marilouise (biên tập) (2008), *Critical Digital Studies: A Reader*, Toronto: University of Toronto Press.

Landow, George P. (1992) *Hypertext: The Convergence of Contemporary Critical Theory and Technology*, Baltimore: The Johns Hopkins University Press.

Landow, George P. (biên tập) (1994), *Hyper / Text / Theory*, Baltimore: The Johns Hopkins University Press.

Laporte, Dominique (2000), *History of Shit*, Nadia Benabid và Rodolphe el-Khoury dịch từ tiếng Pháp (*Histoire de la merde*), Cambridge: The MIT Press.

Lash, Scott (1990), *Sociology of Postmodernism*, London: Routledge.

Lê Ngọc Trụ (1993), *Tầm nguyên tự điển Việt Nam*, Thành phố HCM: nxb Thành phố HCM.

Levenson, Michael (biên tập) (1999), *The Cambridge Companion to Modernism*, Cambridge: Cambridge University Press.

Levinson, Paul (1997), *The Soft Edge, a Natural History and Future of the Information Revolution*, London: Routledge.

Lyotard, Jean-François (1971), *Discours, figure*, Paris: Klinskseick.

Lyotard, Jean-François (1992), *The Postmodern Explained to Children, Correspondence 1982-1985*, nhiều người dịch, Julian Pefanis và Morgan Thomas hiệu đính, Sydney: Power Publications.

Lyotard, Jean-François (1997), *The Postmodern Condition: A Report on Knowledge*, Geoff Bennington và Brian Massumi dịch, Minneapolis: University of Minnesota Press.

MacIntyre, Alasdair (1981), *After Virtue: A Study in Moral Theory*, London: Duckworth.

Martin, Wallace (1986), *Recent Theories of Narrative*, Ithaca: Cornell University Press.

Martinelli, Alberto (2005), *Global Modernization, Rethinking the Project of Modernity*, London: Sage,.

McEvilley, Thomas (2005), *The Triump of Anti-Art*, New York: McPherson & Company.

McGann, Jerome (2001), *Radiant Textuality, Literature After the World Wide Web*, New York: Palgrave Macmillan.

McGuigan, Jim (1999), *Modernity and Postmodern Culture*, Maidenhead: Open University Press.

McHale, Brian (1987), *Postmodern Fiction*, New York: Methuen.

McHale, Brian (1992), *Constructing Postmodernism*, London: Routledge.

Merrin, William (2005), *Baudrillard and the Media*, Cambridge: Polity Press.

Morawski, Stefan (1996), *The Troubles with Postmodernism*, London: Routledge.

Morris, Adalaide & Swiss, Thomas (biên tập) (2006), *New Media Poetics: Contexts, Technotexts, and Theories*, Cambridge: The MIT Press.

Mou, Bo (biên tập) (2003), *Comparative Approaches to Chinese Philosophy*, London: Ashgate Publishing Ltd.

Munoz-Calvo, Micaela; Buesa-Gómez, Carmen và Ruiz-Moneva, M. Ángeles (2008), *New Trends in Translation and Cultural Identity*, Cambridge: Cambridge Scholars Publishing.

Murphy, Richard (1998), *Theorizing the Avant-Garde*, Cambridge: Cambridge University Press.

Nguyễn Huy Thiệp (1999), *Như những ngọn gió*, Hà Nội: Văn Học.

Nguyễn Minh Châu (2002), *Trang giấy trước đèn*, Hà Nội: Nxb Khoa Học Xã Hội.

Nicholson, Linda J. (biên tập và giới thiệu) (1990), *Feminism/Postmodernism*, New York: Routledge.

Nietzsche, Friedrich (1976), *The Portable Nietzsche*, Walter Kaufmann dịch và giới thiệu, New York: Penguin Books.

Ohmae, Kenich (1996), *The Borderless World*, New York: Harper.

Orban, Clara (1997), *The Culture of Fragments, Words and Images in Futurism and Surrealism*, Amsterdam: Rodopi.

Osterhammel, Jurgen và Peterson, Niels P. (2003), *Globalization, a Short History*, Dona Geyer dịch sang tiếng Anh, Princeton: Princeton University Press.

Papstergiadis, Nikos (2000), *The Turbulence of Migration*, Cambridge: Polity Press.

Phạm Thị Hoài (1993), *Từ Man Nương đến AK và những tiểu luận*, California: Hợp Lưu.

Phan Ngọc và Phạm Đức Dương (1983), *Tiếp xúc ngôn ngữ ở Đông Nam Á*, Hà Nội: Viện Đông Nam Á.

Pieterse, Jan Nederveen (2004), *Globalization and Culture, Global Mélange*, Lanham: Rowman &Littlefield Publishers.

Poster, Mark (1989), *Critical Theory and Poststructuralism, in Search of a Context*, Ithaca: Cornell University Press.

Poster, Mark (biên tập) (1988), *Jean Baudrillard: Selected Writing*, Stanford: Stanford University Press.

Rabinovitz, Lauren và Geil, Abraham (2004), *Memory Bites: History, Technology and Digital Culture*, Durham: Duke University Press.

Raschke, Carl A. (2003), *The Digital Revolution and the Coming of the Postmodern University*, London: RoutledgeFalmer.

Ritzer, George (2003), *The Globalization of Nothing*, Thousand Oaks: Pine Forge Press.

Ritzer, George (biên tập) (2007), *The Blackwell Companion to Globalization*, Oxford: Blackwell Publishing.

Roberton, Robbie (2003), *The Three Waves of Globalization*, London: Zed Books

Robertson, Roland (1992), *Globalization: Social Theory and Global Culture*, London: Sage.

Rusdhie, Salman (1991), *Imaginary Homelands, Essays and Criticism 1981-1991*, London: Granta Books.

Russell, Charles (1985), *Poets, Prophets, and Revolutionaries: The Literary Avant-Garde from Rimbaud through Postmodernism*, Oxford: Oxford University Press.

Said, Edward W. (1993), *Culture and Imperialism*, London: Vintage.

Sandler, Irving (1996), *Art of the Postmodern Era: from the Late 1960s to the Early 1990s*, New York: Icon Editions.

Sassen, Saskia (1991), *The Global: New York, London, Tokyo*, Princeton: Princeton University Press.

Scholte, Jan Aart (2005), *Globalization: a Critical Introduction*, New York: Palgrave Macmillan.

Sheffer, Gabriel (2003), *Diaspora Politics at Home Abroad*, Cambridge: Cambridge University Press.

Sim, Stuart (1996), *Jean-François Lyotard*, London: Prentice Hall / Harvester Wheatsheaf.

Sim, Stuart (biên tập) (1998), *The Icon Critical Dictionary of Postmodern Thought*, Cambridge: Icon Books.

Sim, Stuart (2002), *Irony and Crisis, A Critical History of Postmodern Culture*, Cambridge: Icon Books.

Skocpol, Theda (1979), *States and Social Revolutions: A Comparative Analysis of France, Russia and China*, New York: Cambridge University Press.

Sloane, Sarah (2000), *Digital Fictions: Storytelling in a Material World*, Stamford: Ablex Publishing Corporation.

Sontag, Susan (1967), *Against Interpretation*, London: Eyre & Spottiswoode.

Stierstorfer, Klaus (biên tập) (2003), *Beyond Postmodernism, Reassessments in Literature, Theory and Culture*, Berlin: Walter de Gruyter.

Taylor, Victor E. và Winquist, Charles E. (biên tập) (2001), *Encyclopedia of Postmodernism*, London: Routledge.

Tomlinson, John (1999), *Globalization and Culture*, Cambridge: Polity Press.

Vice, Sue (1997), *Introducing Bakhtin*, Manchester: Manchester University Press.

Virilio, Paul (1991), *The Lost Dimension*, New York: Semiotext(e).

Waldberg, Patrick (1997), *Surrealism*, London: Thames & Hudson.

Waters, Malcolm (2001), *Globalization*, London: Routledge.

Werbner, Fnina và Modood, Tariq (biên tập) (1997), *Debating Cultural Hybridity*, London và New Jersey: Zeb Books.

Werbner, Pnina và Modood, Tariq (biên tập) (1997), *Debating Cultural Identity: Multi-Cultural Identities and the Politics of Anti-Racism*, London & New Jersey: Zed Books.

Wilson, Rob và Dissanayake, Wimal (biên tập) (1996), *Global Local*, Durham: Duke University Press.

Young, Robert (1995), *Colonial Desire: Hybridity in Theory, Culture and Race*, London: Routledge.

Zima, Peter V. (1999), *The Philosophy of Modern Literary Theory*, London: The Athlone Press.

Zima, Peter V. (2002), *Deconstruction and Critical Theory*, London: Continuum.

Bảng tra cứu

Cùng một tác giả

- *Tìm hiểu nghệ thuật thơ Việt Nam* (Quê Mẹ, 1988)

- *Nghĩ về thơ* (Văn Nghệ, 1989)

- *Văn học Việt Nam dưới chế độ cộng sản* (Văn Nghệ, 1991, in lại 1996; Người Việt Books tái bản 2014)

- *Võ Phiến* (Văn Nghệ, 1996; Người Việt Books tái bản năm 2015 dưới tên *Võ Phiến, một đời trăn trở*)

- *Thơ, v.v... và v.v...* (Văn Nghệ, 1996)

- *Văn học Việt Nam, từ điểm nhìn h(ậu h)iện đại* (Văn Nghệ, 2000)

- *Văn hoá văn chương Việt Nam* (Văn Mới, 2002; Lotus Media tái bản với nhiều bài mới, 2022)

- *Sống với chữ* (Văn Mới, 2004 & in lại 2014, Lotus Media tái bản 2021)

- *Thơ 'Con Cóc' và những vấn đề khác* (ấn bản mới của cuốn *Thơ, v.v... và v.v...* với một số sửa chữa và phần Phụ Lục trích từ hai cuốn *Tìm hiểu nghệ thuật thơ Việt Nam* và *Nghĩ về thơ*, Văn Mới, 2006. Lotus Media tái bản 2021)

- *Mấy vấn đề phê bình và lý thuyết văn học* (Văn Mới, 2007; Người Việt Books tái bản 2014)

- *Socialist Realism in Vietnamese Literature: An Analysis of the Relationship Between Literature and Politics* (VDM Verlag, 2008; Lotus Media tái bản 2022)

- *Văn học Việt Nam thời toàn cầu hoá* (Văn Mới, 2010; Lotus Media tái bản 2022)

- *Phản tỉnh và phản biện* (Văn Mới, 2011, Người Việt Books tái bản 2013)

- *Phương pháp dạy tiếng Việt như một ngôn ngữ thứ hai* (Tiền Vệ, 2012; Người Việt Books in lại 2014)

- *Thơ Lê Văn Tài* (biên tập & giới thiệu, Văn Mới & Tiền Vệ, 2013; Người Việt Books in lại 2014)

- *Văn học Việt Nam tại Úc, chính trị và thi pháp của lưu vong* (Văn Mới & Tiền Vệ, 2013 & Người Việt Books in lại 2014)

- *Viết vu vơ* (Người Việt, 2014)

- *Những ý nghĩ rời* (Người Việt, 2014)

- *Thư Võ Phiến* (biên tập và giới thiệu, Người Việt Books , 2015)

- *Poems of Lê Văn Tài, Nguyễn Tôn Hiệt & Phan Quỳnh Trâm* (biên tập và giới thiệu chung với Nhã Thuyên, Vagabond Press, 2015)

- *909 bài thơ ba dòng* (Lotus Media, 2021)

- *Những bài viết về chính trị* (Lotus Media, 2021)
- *Sống và viết ở hải ngoại* (hồi ký) (Lotus Media, 2022)

Vài nhận xét về Nguyễn Hưng Quốc

"[...] Nguyễn Hưng Quốc là người có khiếu thẩm thức đặc biệt về thơ. Ông đọc nhiều, và đọc thơ ai, ông cũng nắm bắt được cái thần của thơ từng người. Ông cảm thơ với một tâm hồn thơ, nhạy bén nhận ra đâu là thơ đâu không là thơ. Sau đó, bằng kiến thức quảng bác, Nguyễn Hưng Quốc tìm hiểu, giải thích đến ngọn ngành 'cái cảm được' của mình. Vẫn bằng một thứ ngôn ngữ rất đỗi thơ. Cho nên Nghĩ về thơ *không hẳn là một tập tiểu luận phê bình. Một tập thơ, đúng hơn!"* | ***Nguyễn Mộng Giác***, bìa sau cuốn *Nghĩ về thơ*, 1989

*

"Bình luận về thơ ở ngoài nước hiện giờ, chúng ta có một tài viết thông minh và xuất sắc: đó là Nguyễn Hưng Quốc." | ***Mai Thảo***, tạp chí *Văn* tháng 9. 1992

*

"Nguyễn Hưng Quốc là một tay cự phách viết về thơ, ở ngoài cũng như ở trong nước Việt Nam." | ***Đỗ Quý Toàn***, *Thế Kỷ 21* tháng 8, 1996

*

"Thơ, v.v... và v.v... *của Nguyễn Hưng Quốc xuất bản ở* Mỹ *năm* 1996 *quả là một tác phẩm thông minh, uyên bác và táo bạo, có sức cuốn hút người đọc [...] Tác giả tỏ ra am tường về thơ Đông Tây kim cổ nói chung và thơ Việt Nam nói riêng, đọc nhiều, biết rộng, nhận xét tinh tế, tài hoa, trình bày mạch lạc giản dị và sáng sủa ngay cả những vấn đề phức tạp trừu tượng nhất. Nguyễn Hưng Quốc là một tài năng trong lĩnh vực phê bình lý luận thơ, điều đó không còn phải nghi ngờ. Tập thi luận của ông cũng đã xới lên nhiều vấn đề cập nhật cần thiết cho quá trình đổi mới thi pháp trong đời sống văn học hôm nay."* | ***Đỗ Minh Tuấn***, tuần báo Văn Nghệ, Hà Nội, 1.3.1997

*

"Một số người ở hải ngoại đã nuôi ảo tưởng rằng nếu được tự do phổ biến thì văn học hải ngoại sẽ như một làn gió mới, gây nên những chấn động gì kinh khủng lắm. Có lẽ không như vậy. Gây chấn động bây giờ có phải dễ đâu. So với những sáng tác của hải ngoại thì có khi lối viết phê bình của Nguyễn Hưng Quốc lại gây tác động với trong nước nhiều hơn. Ông Quốc hội tụ được cả ba điểm: Một, tiếp thu được những lí thuyết mới; hai, nắm chắc văn học Việt Nam [...]; ba, có một lối viết vừa là khoa học vừa là văn chương." | **Phạm Xuân Nguyên**, Talawas 21. 4. 2005

*

"[M]ột cây bút phê bình như anh [NHQ] tiếc thay đã không thể có ở Việt Nam." | ***Đinh Bá Anh***, Talawas 18. 5. 2005

*

"[B]ộ môn phê bình ở miền Nam trước kia và hải ngoại bây giờ rất yếu. Có thể đếm trên đầu ngón tay những người phê bình có uy tín. Bây giờ điểm lại người có uy tín nhất hiện nay là Nguyễn Hưng Quốc, tiếp theo là Đặng Tiến, Bùi Vĩnh Phúc, Thụy Khuê, Trần Hữu Thục, Nguyễn Vy Khanh... và một vài người khác nữa." | ***Nguyễn Mộng Giác***, Talawas 14. 3. 2006

*

"Những bài tiểu luận nhận định, phân tích và phê bình văn học của

Nguyễn Hưng Quốc đã là chiếc chìa khoá phê bình khai mở lý thuyết văn học Việt Nam, xác định được vị trí của nền văn học Việt Nam đang đứng ở chỗ nào so với nền văn học thế giới, điều mà trong nước chưa từng làm. Nó có tác dụng nổ máy chiếc xe cũ kỹ văn học Việt Nam đã từ lâu nằm yên trong nhà xe bụi bặm." | **Trịnh Thanh Thuỷ**, *Talawas 26.8.2006*

*

"Nguyễn Hưng Quốc được nhiều nhà văn và nhà thơ, trong cũng như ngoài nước, đánh giá là một trong những nhà phê bình xuất sắc, có uy tín và có ảnh hưởng nhất của Việt Nam hiện nay." | ***Thế Kỷ 21*** *số 215 tháng 3. 2007*

*

"Trong số người đọc ngưỡng mộ cây bút Nguyễn Hưng Quốc có tôi. Thấy bài của ông là tôi săm soi đọc ngay, với nhiều thích thú. Đôi khi tôi không đồng ý với những gì ông viết nhưng tôi luôn luôn thích thú cái cách ông viết. Cách đó như thế nào, nhiều người đã nói rồi. Tôi có nói điều gì thêm có thể thâu tóm ở hai điều. Một: Nguyễn Hưng Quốc thường có những ý tưởng vượt ra ngoài lề thói thông thường. Và hai: ông bày tỏ những ý tưởng đó với lời văn chẳng những đẹp đẽ mà còn chân thành. Lời văn đẹp không phải là của hiếm. Lời văn đẹp mà táo bạo, đẹp mà chân thành mới là hiếm hoi." | **Võ Đình**, Tiền Vệ

*

"Chữ nghĩa đanh thép, lý luận sắc bén như Nguyễn Hưng Quốc không phải thời nào cũng có." | **Nguyễn Xuân Hoàng**, VOA blog ngày 2. 9. 2010.

*

Đọc Nguyễn Hưng Quốc, tôi bị chinh phục bởi chữ trước khi bởi nghĩa, cái đẹp của văn phong đến trước cái uyên bác, sắc sảo của ý tưởng. Nhất là khi viết về văn chương, tôi thấy ở ông con người sáng

tác đến trước con người lý luận. Chữ của ông điêu luyện, chắc nịch, bén ngót, đã đành, nhưng điều thú vị hơn nữa, là tiết điệu, nhạc tính của câu văn. Rất hiếm nhà văn VN có khả năng đặc thù này. Có những người được ghi nhận ở khả năng tạo nhạc tính cho câu văn, nhưng họ lạm dụng khiến nhiều lúc nó trở nên giả tạo, hay lộ rõ sự dụng công ở những thủ pháp tu từ. Ông không vậy. Ông tiết chế cảm xúc, ông khiến chữ nhuần nhuyễn, và tự nhiên.

Đọc văn ông, ngoài việc thu nhận tri thức, thì còn điều khác nữa. Nó sướng. | **Thận Nhiên**, Facebook ngày 1/10/2022

www.ingramcontent.com/pod-product-compliance
Ingram Content Group UK Ltd.
Pitfield, Milton Keynes, MK11 3LW, UK
UKHW020726041026
15590UKWH00002B/904

9 798868 954269